കെ. എസ്. മിനി

കണ്ണൂർ ജില്ലയിലെ കിഴുന്നയിൽ ജനനം. 32 വർഷത്തെ അദ്ധ്യാപന ജീവിതം. സർക്കാർ ഹൈസ്കൂളിൽ പ്രധാന അദ്ധ്യാപിക ആയിരിക്കെ സർവ്വീസിൽ നിന്നും വിരമിച്ചു. കഥകളും ലേഖനങ്ങളും നർമ്മങ്ങളും എഴുതിയിട്ടുണ്ട്. ഫോട്ടോഗ്രാഫി ചെയ്യുന്നുണ്ട്. ബ്ലോഗുകളിലും വിക്കിപീഡിയയിലും എഴുതുന്നു. സാംസ്കാരിക സംഘടനകളിൽ അംഗമാണ്, രചനാ മത്സരങ്ങൾക്ക് സമ്മാനം നേടിയിട്ടുണ്ട്.
2017ൽ കോഴിക്കോട് കേരള ഹാസ്യവേദിയുടെ സഞ്ജയൻ പുരസ്കാരം ലഭിച്ചു.
2019ൽ കണ്ണൂർ നർമവേദിയുടെ നർമപ്രതിഭ പുരസ്കാരം ലഭിച്ചു.
അച്ഛൻ : പുത്തൻപുരയിൽ ഗോപാലൻ, അമ്മ : പള്ളിവളപ്പിൽ യശോദ
ഭർത്താവ് : സി കെ. മുകുന്ദൻ മാസ്റ്റർ, മക്കൾ : സിമി, സ്മിജ
മരുമക്കൾ : സുശാന്ത്, അനുരൂപ്, ചെറുമക്കൾ : നവശ്രീ, ശ്രീപാർവണ, രേവന്ത്

പുസ്തകങ്ങൾ :
ടെറസ്സിലെ കൃഷിപാഠങ്ങൾ, ടെറസ്സിലെ കൃഷികൾ (കാർഷികം), അനിയൻബാബു ചേട്ടൻബാബു, മനസ്സിൽ ലഡ്ഡുപൊട്ടുമ്പോൾ, മിനിനർമ്മകഥകൾ, പുട്ടും കടലയും, പുരനിറഞ്ഞ പുരുഷൻ, കുട്ടിയമ്മയുടെ ആണി (ഹാസ്യകഥകൾ) മാക്രി മെമ്മോറിയൽ ഹൈസ്കൂൾ, കാക്കക്കുയിലേ ചൊല്ലൂ, ചിപ്പിയമ്മയും കുഞ്ഞുങ്ങളും, മഞ്ചാടിക്കുന്നിലെ പഞ്ചവർണ്ണക്കിളികൾ (ബാലസാഹിത്യം), എട്ട് സുന്ദരികളും ഒരു സിനിമയും (കഥകൾ)

വിലാസം: 'സി. കെ. ഹൗസ്', ചക്കരക്കല്ല്, പോസ്റ്റ് ഇരിവേരി, കണ്ണൂർ-പിൻ: 670613
ഫോൺ : 0497 2852079, മൊബൈൽ: 9847842669, 8547862079
ഇ മെയിൽ : souminik@gmail.com

Malayalam Language
Chokkum Chooralum Pinne Njanum
(Memories)
by
K. S. Mini
♦
Published in November 2020
by Kairali Books Private Limited
Thalikkavu Road, Kannur.
Ph : 0497-2761200
E-Mail : Kairalibooksknr@gmail.com
♦
Cover Design
Prasanth Mangad
♦

89/20-21/Sl.No.1159/POD200/NS 18.6
ISBN 978-93-89250-81-7

ചോക്കും ചൂരലും പിന്നെ ഞാനും

കെ. എസ്. മിനി

കൈരളി ബുക്സ്

ഉള്ളടക്കം

മണിമുഴക്കത്തിന്റെ ഇടവേളയിൽ

മണിയടിയുടെ ശബ്ദം കേട്ടുകൊണ്ടാണ് നമ്മുടെ വിദ്യാലയങ്ങളിലെ ക്ലാസ്സുകൾ ആരംഭിക്കുന്നത്. മറ്റൊരു മണിയടി ശബ്ദത്തോടെ ക്ലാസ്സുകൾ അവസാനിക്കുന്നു. കാലാകാലങ്ങളായി വിദ്യാഭ്യാസ രീതി ഇങ്ങനെയാണ്. വിദ്യാർത്ഥികളുടെ മാനസികവും ശാരീരികവും സാമൂഹികവും ബൗദ്ധികവും ആയ വികാസങ്ങൾ ഇതുവഴി ലഭ്യമാവുന്നുണ്ടോ?

അഞ്ച് വിദ്യാലയങ്ങളിൽ പഠിക്കാനും അഞ്ച് വിദ്യാലയങ്ങളിൽ പഠിപ്പിക്കാനും ഭാഗ്യം എനിക്ക് ഉണ്ടായിരുന്നു. ആദ്യാക്ഷരം എഴുതിക്കൊണ്ട് അഞ്ചുകൊല്ലം പഠിച്ച നാട്ടിൻപുറത്തുള്ള വിദ്യാലയത്തിൽ വർഷങ്ങൾക്കുശേഷം അദ്ധ്യാപികയായി വന്നപ്പോൾ എന്നെ ഒന്നാം തരത്തിൽ പഠിപ്പിച്ച അദ്ധ്യാപിക സഹപ്രവർത്തകയായി അതേ ഒന്നാം തരത്തിൽ തന്നെ ഉണ്ടായിരുന്നു. സ്വന്തം മക്കളെയും സഹോദരങ്ങളെയും ബന്ധുക്കളെയും നാട്ടുകാരിൽ ചിലരേയും പഠിപ്പിക്കാനുള്ള അവസരം എനിക്ക് ലഭിച്ചിട്ടുണ്ട്.

32 വർഷത്തെ അദ്ധ്യാപന ജീവിതത്തിനിടയിൽ എനിക്ക് ഉണ്ടായ വേറിട്ട അനുഭവങ്ങളാണ് ഞാനിവിടെ പകർത്തുന്നത്. ഇരുപതാം നൂറ്റാണ്ടിന്റെ അന്ത്യകാലത്തും ഈ നൂറ്റാണ്ടിന്റെ ആദ്യവർഷങ്ങളിലും നമ്മുടെ നാട്ടിൻപുറത്തുള്ള വിദ്യാലയങ്ങളിലെ അസൗകര്യങ്ങൾക്കിടയിൽ എനിക്കുണ്ടായ അനുഭവങ്ങളാണ് പുസ്തകത്തിലെ ഉള്ളടക്കം.

അദ്ധ്യാപിക എന്ന നിലയിൽ വിജയിച്ചു എന്ന് ഒരിക്കലും എനിക്ക് പറയാനാവില്ല. പഠനപ്രവർത്തനങ്ങളിൽ മികവ് കാട്ടിയിട്ട് പ്രശസ്തി നേടാനൊന്നും എനിക്ക് കഴിഞ്ഞിട്ടില്ല. പ്രൈമറി അദ്ധ്യാപികയായി തുടങ്ങിയശേഷം ജീവശാസ്ത്രം അദ്ധ്യാപികയുടെ വേഷമണിഞ്ഞ മൂന്ന് സർക്കാർ ഹൈസ്ക്കൂളുകളിൽ ഉണ്ടായ അനുഭവങ്ങളാണ് ഇവിടെ പരാമർശിക്കുന്നത്. അവസാനമായി ഒരു വർഷം പഠിപ്പിച്ച വിദ്യാലയത്തിലാണ് എന്റെ പച്ചമഷിക്കാലം. അവിടെയുള്ള ഓരോദിനവും ഓരോ സംഭവങ്ങളായി കണക്കാക്കി എഴുതേണ്ടതുകൊണ്ട് അക്കാലത്തെ അനുഭവങ്ങളൊന്നും ഇവിടെ പറയുന്നില്ല.

രണ്ടായിരാമാണ്ടിന്റെ വരവോടെ കേരളത്തിലെ വിദ്യാലയാന്തരീക്ഷം

അടിമുടി മാറാൻ തുടങ്ങിയിട്ടുണ്ട്. ഭൗതികമായ മാറ്റങ്ങളോടൊപ്പം വിദ്യാഭ്യാസ നിലവാരവും ഉയർച്ചയിലാണ്. ഈ മാറ്റങ്ങൾ പഠിതാക്കൾക്കും അതുവഴി സമൂഹത്തിനും ഗുണകരമാവുമെന്ന് നമുക്ക് പ്രത്യാശിക്കാം.

അസൌകര്യങ്ങൾ നിറഞ്ഞ പഴയ വിദ്യാലയാന്തരീക്ഷത്തിലെ അനുഭവങ്ങൾ വായിച്ച് നമ്മൾ ചിന്തിക്കേണ്ടതുണ്ട്. ആധുനിക ശാസ്ത്ര സാങ്കേതിക വിദ്യയുടെ നേട്ടങ്ങൾ ഉൾക്കൊണ്ട് ഹൈടെക്ക് ക്ലാസ്റൂമിൽ ഇരുന്ന് പഠിക്കുകയും പഠിപ്പിക്കുകയും ചെയ്യുമ്പോൾ ഏതാനും വർഷം മുൻപ് വിദ്യ അഭ്യസിക്കാൻ ഇതുപോലുള്ള സൗകര്യങ്ങളൊന്നും ഉണ്ടായിരുന്നില്ല എന്ന് തിരിച്ചറിയാൻ ഈ പുസ്തകം സഹായകമാവും. എന്റെയീ അനുഭവങ്ങളിൽ പലതും 'മിനിലോകം' എന്ന എന്റെ ബ്ലോഗിൽ പോസ്റ്റ് ചെയ്തതും ചിലത് കഥാരൂപത്തിൽ അച്ചടിക്കപ്പെട്ടതും ആണ്. കൂട്ടത്തിൽ മൂന്ന് ലേഖനം മാതൃഭൂമി വാരികയിൽ പ്രസിദ്ധീകരിച്ചതാണ്. അതിശയോക്തി തോന്നാനിടയുള്ള ഏതാനും സംഭവങ്ങൾ ഉണ്ടാവാം. പുസ്തകരചനയിൽ ഒരിടത്തും വിദ്യാലയങ്ങളുടെ പേര് വെളിപ്പെടുത്തുന്നില്ല. അതുപോലെ ഐഡന്റിറ്റി വെളിപ്പെടുത്തുമ്പോൾ പ്രയാസം ഉണ്ടാവുന്ന തരത്തിൽ ആരുടേയും പേര് പറയുന്നില്ല.

ഈ പുസ്തകം തയ്യാറാക്കാനുള്ള സൗകര്യങ്ങൾ ഒരുക്കിയ വീട്ടുകാർക്കും പുസ്തകം വായിച്ച് തെറ്റുകൾ തിരുത്തിയ ആർ. പ്രഭാകരൻ മാസ്റ്റർക്കും മധുസൂദനൻ സാറിനും അവതാരിക എഴുതിയ പി.കെ. ശ്രീ!ധരൻ മാസ്റ്റർക്കും നന്ദി രേഖപ്പെടുത്തുന്നു.

എന്റെ മക്കൾക്കും ബന്ധുക്കൾക്കും ശിഷ്യന്മാർക്കും സഹപ്രവർത്തകർക്കും രക്ഷിതാക്കൾക്കും നാട്ടുകാർക്കും സർവ്വോപരി ഞാൻ പഠിച്ചതും പഠിപ്പിച്ചതുമായ എല്ലാ വിദ്യാലയങ്ങൾക്കും എന്റെയീ പുസ്തകം 'ചോക്കും ചൂരലും പിന്നെ ഞാനും' സമർപ്പിക്കുന്നു.

എന്ന്

കെ.എസ്. മിനി

സംവേദനക്ഷമത സുരഭിലമാക്കിയ ജീവിതാനുഭവങ്ങൾ

പി. കെ. ശ്രീധരൻ

ഒറിജിനാലിറ്റി വേണ്ടുവോളമുള്ള ജീവിതസ്മരണകളാണ് എന്റെ മുന്നിൽ. കെ.എസ്. മിനിയുടെ അദ്ധ്യാപകജീവിതത്തിൽ തിളങ്ങി നിൽക്കുന്ന ഓർമ്മകൾ കരളിൽ കടന്നുകയറി വായനക്കാരനെ പൊടുന്നനെ ഒരു പുതിയ അനുഭവത്തിന്റെ ചടുലവും ദീപ്തവും അവിസ്മരണീയവുമായ മേഖലയിലേക്ക് കൊണ്ടുപോവാൻ സമർത്ഥങ്ങളായ 32 പൂക്കുടന്നകൾ...

മിനി ജനിച്ചതും വളർന്നതും എനിക്ക് ഏറെ പരിചിതമായ ഗ്രാമീണ അന്തരീക്ഷത്തിലാണ്. അദ്ധ്യാപക ജീവിതത്തിലേക്ക് പദമൂന്നാനുഴറി അവർ വന്നെത്തിയത് ഞാൻ പ്രധാനാദ്ധ്യാപകനായ എന്റെ സ്വന്തം നാട്ടിൽ പുതുതായാരംഭിച്ച ഹൈസ്ക്കൂളിൽ ആയിരുന്നു. തുടക്കത്തിൽ ഇത്തിരി വേപഥുവായി കാണപ്പെട്ട ആ യുവതിയിൽ ദിനംതോറും ആത്മവിശ്വാസത്തിന്റെ പൊൻകിരണങ്ങൾ പ്രകാശിതമാവുന്നത് നേരിട്ടനുഭവിക്കാൻ സാധിച്ച ഒരദ്ധ്യാപകനെന്ന നിലയിൽ എനിക്കിന്ന് ചാരിതാർത്ഥ്യം തോന്നുന്നുണ്ട്. കാലം അവരിൽ ജ്വലിപ്പിച്ച പ്രതിഭയുടെ പ്രകാശം എത്ര ഉന്മിഷത്താണെന്നും അതെത്ര പ്രഭാവ പൂർണ്ണമാണെന്നും ഞാനിന്നറിയുന്നു. എന്റെ ആത്മാർത്ഥമായ അനുമോദനങ്ങൾ...!

അദ്ധ്യാപകജീവിതം അനുഭവങ്ങളുടെ ഒരു കലവറതന്നെയാണ്. വർണ്ണങ്ങളും നാദങ്ങളും അയാളുടെ കൺമുന്നിൽ അനന്തമായ സാദ്ധ്യതകൾ തുറന്നുവെക്കുന്നു. ഇവിടെ നമ്മുടെ കഥാകാരിക്ക് വർണ്ണനാചാതുര്യം മാത്രമല്ല, നർമത്തിന്റെ തേൻ കിനിയുന്ന ഭാവനയുമുണ്ട്. അതിനാൽ തന്നെ ഒരു മടുപ്പും കൂടാതെ ഒറ്റ വായനയിൽ ആ കഥകൾ ഉൾക്കൊള്ളാനും അവയുടെ ചാരുത മനസ്സിൽ ചേർത്തുവെക്കാനും നമുക്കു കഴിയുന്നു.

സ്മരണകളിൽ ആദ്യം ഹെഡ്മാസ്റ്ററെക്കുറിച്ചുതന്നെ ആവട്ടെ, സ്വന്തം നാട്ടിലേക്ക് സ്ഥലംമാറ്റത്തിന് ശ്രമിച്ചുകൊണ്ടേയിരിക്കുന്ന സ്ക്കൂൾ

തലവൻ, താമസിച്ചു വരികയും എന്നാൽ നേരത്തെ സ്ഥലം വിടുകയും ചെയ്യുന്ന മാന്യദേഹം! അദ്ധ്യാപകർ ചോക്കും ചൂരലുമായി ക്ലാസുമുറികളിലൂടെ വെമ്പിനടക്കുമ്പോൾ മേലാവിൽനിന്ന് ഒരു കോട്ടുവായുടെ പ്രതികരണം പോലും കാണിക്കാതെയുള്ള സമീപനം ഗർഹണീയമാണെന്നു പ്രതികരിക്കാൻ കഥാകൃത്ത് തയ്യാറാകുന്നുണ്ട്. അന്നൊരുനാൾ നേരത്തെ സ്ക്കൂളിലെത്തി ഓഫീസ്റൂമിൽ പോയി ഹാജർ പട്ടികയിൽ ഒപ്പുവെച്ച് ടീച്ചേർസ് റൂമിൽ എത്തിയപ്പോഴാണ് കാണുന്നത്; തടിച്ച് ഒരാറടി പൊക്കമുള്ള ആൺപിറന്നോൻ കായികത്തിന്റെ കസേരയിലിരുന്ന് മേശമേൽ തലചായ്ച്ച് ദീർഘനിദ്രയിൽ അമർന്ന കാഴ്ച! അടുത്ത് വലിയൊരു ലതർബാഗുമുണ്ട്. സംശയമില്ല, അദ്ധ്യാപികമാർക്കിടയിൽ സാരിക്കച്ചവടം നടത്താനെത്തിയ അണ്ണാച്ചി തന്നെ. പ്യൂൺ കുട്ടിയമ്മ പറഞ്ഞു, 'അണ്ണാച്ചി ഹെഡ്മാസ്റ്ററെക്കണ്ട് പെർമിഷൻ ചോദിക്കാൻ വന്നിരുന്നു. എന്നാൽ 10 മണി കഴിഞ്ഞ് അദ്ധ്യാപകരും കുട്ടികളുമെല്ലാം ക്ലാസ്സിൽ ഒതുങ്ങിയതിനു ശേഷമേ ഹെഡ് ഇവിടെയെത്താറുള്ളൂ, എന്നു പറഞ്ഞതിന്റെ അടിസ്ഥാനത്തിൽ ടീച്ചേർസ് റൂമിൽ വന്ന് ഉറക്കമാണ്. ഏതായാലും ഈ അണ്ണാച്ചിമാർ സാരിക്കച്ചവടത്തിനെത്തുന്നതുകൊണ്ടാണല്ലോ നമ്മുടെ ടീച്ചർമാർ നല്ലനല്ല നിറമുള്ള സാരികൾ അണിഞ്ഞുവരുന്നത്' എന്നൊരു കമന്റും പാസാക്കി, ചൂരലും ചോക്കും എടുത്ത്, ചുണ്ടിലൊരു ചിരിയും ഫിറ്റ് ചെയ്ത് കണക്ക് മാഷ് ക്ലാസിലേക്ക് പോയി. പത്തുമണി കഴിഞ്ഞപ്പോൾ ദീർഘകായനായ അണ്ണാച്ചി മൂരിനിവർന്നെഴുന്നേറ്റ് നാലുപാടും നോക്കവേ ഹെഡ്മാസ്റ്ററുടെ ശബ്ദം മുഴങ്ങുന്നു,

'നമസ്ക്കാരം സാർ, നേരത്തെ വന്നോ? നമ്മുടെ പുതിയ എച്ച്.എം. ആണ്, ഓർഡറും കൊണ്ടുവന്നിരിക്കുന്നു... എനിക്ക് നാട്ടിലേക്ക് ട്രാൻസ്ഫർ...'

അങ്ങിനെയൊക്കെ കാര്യങ്ങൾ നീങ്ങുന്നു...

ഇനി ക്ലാസുറൂമിൽ നേരിട്ടനുഭവിച്ച ഒരു സംഭവത്തിന്റെ കൗതുകവും നർമവും നിറഞ്ഞ ആഖ്യാനം ശ്രദ്ധിക്കുക; ബയോളജി ടീച്ചറായ കഥാകാരി നമ്മെ അറിയിക്കുന്നു. 'മാന്യന്മാരെന്ന് വെറുതെ ധരിച്ചിരിക്കുന്നവർ പരസ്യമായി പറയാത്ത പല വാക്കുകളും ഒരു ബയോളജി ടീച്ചർ പല തവണ പറയേണ്ടിവരും; മൂത്രാശയം, മലാശയം, ആമാശയം, പിത്താശയം, അണ്ഡാശയം, ഗർഭാശയം അങ്ങിനെ പലതും'. ഓലമേഞ്ഞ ഷെഡിന്റെ ഒരറ്റത്തുള്ള എട്ടാം ക്ലാസ്സിൽ പഠിപ്പിക്കുകയായിരുന്നു ബയോളജി ടീച്ചറായ കഥാകാരി. അമീബ മുതൽ എല്ലാ ജന്തുക്ക

ളും വിസർജ്ജനം നടത്തുന്നുണ്ടേന്ന് വിവരിച്ച ശേഷം ചിത്രം ബോർഡിൽ വരച്ചപ്പോഴാണ് ഒരുത്തന്റെ സംശയം, 'ടീച്ചറേ ഇത് നമ്മുടെ കിഡ്നിയല്ലേ? കിഡ്നിയെ പരിചയമുണ്ട്, എന്നാൽ വൃക്ക അറിയില്ല! ഏതായാലും ബോർഡിൽ വരച്ചതു നോക്കി സ്വന്തം പുസ്തകത്തിൽ വരക്കാൻ പറഞ്ഞു. കുട്ടികൾ ചിത്രം വരച്ചു തുടങ്ങിയപ്പോൾ അദ്ധ്യാപിക ക്ലാസ്സുമുറിയിൽ ചുറ്റിനടന്ന് കുട്ടികളെ ശ്രദ്ധുക്കുന്നതിനോടൊപ്പം പരിസര നിരീക്ഷണം നടത്തുകയും ചെയ്തു.

അപ്പോഴാണ് ഞെട്ടിക്കുന്ന ആ കാഴ്ച കണ്ടത്; ഒരു പാമ്പ്! അസ്സൽ മഞ്ഞ നിറത്തിൽ വലിയൊരു ചേര. ടീച്ചറുടെ ഇരിപ്പിടത്തിനു മുകളിൽ മേൽക്കൂരയിലൂടെ ഇഴഞ്ഞു നീങ്ങുന്നു! അണ്ണാനും എലിയും പല്ലിയും മേൽക്കൂരയിലൂടെ ഓടിക്കളിച്ചാലും കുട്ടികൾ അറിയില്ല. അതുപോലെ ചേരയും ക്രമത്തിൽ ഇഴഞ്ഞിഴഞ്ഞ് പുറത്തുപോയിക്കൊളും. കുട്ടികൾ ഒന്നുമറിയാതെ ചിത്രംവര തുടർന്നുകൊണ്ടേയിരുന്നു. പാമ്പ് ഇഴഞ്ഞു നീങ്ങി ബോർഡിനു തൊട്ടുമുകളിലെ ഒരു വലിയ മുളയിൽ ചുറ്റിയിട്ട് ഒരേ നില്പാണ്. പെട്ടെന്ന് അത് സംഭവിച്ചു; ക്ലാസിന്റെ മുന്നിൽ, ബോർഡിനുസമീപം പാമ്പ് മൂത്രമൊഴിക്കുന്നു. ചെറുമഴപോലെ അല്ല പെരുമഴപോലെ. അനുവാദത്തിന് കാത്തുനിൽക്കാതെ 42 വിദ്യാർത്ഥികളും വെളിയിലേക്കോടുമ്പോൾ അദ്ധ്യാപിക അസഹനീയമായ ദുർഗന്ധം സഹിച്ചു ആ അപൂർവ്വദൃശ്യം വീക്ഷിക്കുകയാണ്. അപ്പോൾ അടുത്ത ക്ലാസ്സിൽ പഠിപ്പിച്ചുകൊണ്ടിരിക്കുന്ന പിള്ളമാസ്റ്റർ ഓടിവന്ന് ചോദിച്ചു, 'എന്തുപറ്റി ടീച്ചറേ?' മറുപടി പറഞ്ഞത് ശിഷ്യന്മാരാണ്, 'അത് ടീച്ചർ വിസർജ്ജനം പഠിപ്പിക്കുമ്പോൾ മുകളിൽനിന്നും പാമ്പ് വിസർജ്ജനം നടത്തിയതാണ്...' എല്ലാം കഴിഞ്ഞ് അവസാനം ടീച്ചർ സ്റ്റാഫ് റൂമിൽ കയറിച്ചെന്നപ്പോൾ പിള്ളമാസ്റ്റർ കാര്യം മറ്റുള്ളവർക്ക് വിശദീകരിച്ചു കൊടുത്തു, 'അദ്ധ്യാപകരെ പേടിച്ച് കുട്ടികൾ ക്ലാസ്സിൽ മൂത്രമൊഴിക്കാറുണ്ട്; ഇവിടെ പഠിപ്പിക്കുന്നത് ബയോളജി ടീച്ചറാണെന്നറിഞ്ഞപ്പോൾ ക്ലാസിൽ കയറിവന്ന പാമ്പ് പേടിച്ച് മൂത്രമൊഴിച്ചുപോയി'...!

ഈ പുസ്തകത്തിലെ 32 കഥകളും അതീവ പേശലങ്ങലും ചാരുതയാർന്ന അനുഭൂതികൾ പകർന്നുതരാൻ കെല്പുള്ളവയുമാകുന്നു. അദ്ധ്യാപകരും വിദ്യാർത്ഥിയും ക്ലാസുമുറിയുമായി ബന്ധപ്പെട്ട സംഭവങ്ങൾ മാത്രമല്ല, രക്ഷിതാക്കളുമായി പൊക്കിൾക്കൊടി ബന്ധമുള്ള കഥകളുടെ സംവേദനക്ഷമതയും നമുക്ക് ലഭ്യമാകുന്നുണ്ട്. ലീലാവിലാസം എന്ന കഥതന്നെ ഉദാഹരണം,, 32 വയസ്സുകഴിഞ്ഞ അവിവാഹിതയായ ലീല ഗർഭിണിയായി. നാട്ടിൻപുറത്തുകാർക്ക് ആഘോഷിക്കാൻ പറ്റിയ

സംഭവം! എങ്ങനെ? ആരു മുഖാന്തിരം? അങ്ങിനെ ചോദ്യങ്ങൾ ഉഴറിയെത്തി. ലീലക്ക് ഒരൊറ്റ ഉത്തരം മാത്രം... എനിക്കറിയില്ല.

അവിവാഹിതയായ ലീല സുന്ദരിയായ പെൺകുഞ്ഞിനെ പ്രസവിച്ചു; ആ കുട്ടിയാണ് സുഹാസിനി. പഠനത്തിൽ പിന്നിലാണെങ്കിലും ഈ സുന്ദരിക്കുട്ടി പത്താം തരം വരെ തോൽക്കാതെയെത്തി. കഥാകാരി ക്ലാസ്ടീച്ചറായ 10എ ക്ലാസ്സിലാണവൾ. 100 ശതമാനം റിസൽട്ട് ഉണ്ടാക്കാൻ അദ്ധ്യാപകർ തീവ്രപ്രയത്നത്തിലേർപ്പെട്ടിരിക്കുന്ന കാലം. SSLC ബുക്ക് എഴുതുന്ന സമയം; അതിലേക്കുവേണ്ടി വിവരങ്ങൾ ശേഖരിക്കാനുള്ള ഫോറം സ്ക്കൂളിൽനിന്നും കൊടുത്തയക്കുന്നത് വീട്ടിൽ കൊണ്ടുപോയി പൂരിപ്പിച്ചു വരണം. സുഹാസിനി പൂരിപ്പിച്ച് കൊണ്ടുവന്ന ഫോറം കണ്ട് ടീച്ചർക്ക് ചിരിവന്നു.

നെയിം ഓഫ് ഫാദർ : ലീല

നെയിം ഓഫ് മദർ : ലീല

നെയിം ഓഫ് ഗാർഡിയൻ :ലീല

ഇതെന്താ അച്ഛനും അമ്മയും രക്ഷിതാവും ഒരാൾ! അച്ഛന്റെ പേര് ചോദിച്ച് എഴുതിക്കൊണ്ട് വരണം, അല്ലെങ്കിൽ SSLC ബുക്ക് എഴുതാൻ ഒക്കില്ല. പിറ്റേദിവസം അവൾ അച്ഛന്റെ പേരെഴുതി കൊണ്ടുവന്നു. അതാവട്ടെ വലിയ ത്യാഗങ്ങൾ സഹിച്ച് കിണറ്റിൽ ചാടാൻ ഒരുങ്ങിയ മകളെ പിൻതിരിപ്പിക്കാൻ വേണ്ടിമാത്രം ലീല മകളുടെ ചെവിയിൽ സ്വന്തം അച്ഛന്റെ പേര് മന്ത്രിച്ചുകൊടുത്തു.

ലീലയുടെ മകൾ SSLC വിജയിച്ചില്ലെങ്കിലും വിവാഹിതയായി ഭർത്താവുമൊത്ത് സസുഖം കഴിയുകയാണെന്ന് കഥാകാരി അനുസ്മരിക്കുന്നു.

ഇങ്ങനെ സമൂഹത്തിന്റെ അത്യന്തം വികാരനിർഭരവും ലോഭനീയവുമായ ദൃശ്യങ്ങൾ നമുക്ക് സംഭാവന ചെയ്യുന്ന ഈ സ്മരണകൾ സഹൃദയർ സസന്തോഷം ഏറ്റുവാങ്ങുമെന്ന കാര്യത്തിൽ എനിക്ക് അശ്ലേഷം സംശയമില്ല. കുട്ടികളെയും മുതിർന്നവരേയും ഒരുപോലെ അഭിരമിപ്പിക്കുന്ന ഭാഷാശൈലിയും ആശയപ്പൊലിമയും കൊണ്ടനുഗൃഹീതമായ ഈ കഥാസഞ്ചയം ഏറെ സന്തോഷത്തോടും അഭിമാനത്തോടും കൂടി ഞാൻ സഹൃദയരുടെ മുന്നിൽ അവതരിപ്പിക്കുകയാണ്.

കോഴിക്കോട് ഹാസ്യവേദിയും കണ്ണൂർ നർമവേദിയും കെ.എസ് മിനിക്ക് അവാർഡ് നല്കിയെന്നറിഞ്ഞു. കൂടുതൽ ഔന്നത്യങ്ങളിൽ അവർ എത്തിച്ചേരട്ടെയെന്ന് ഞാൻ ആത്മാർത്ഥമായി ആശംസിക്കുന്നു.

'നിങ്ങൾ'ക്കൊരു പണിഷ്മെന്റ്

അന്നൊരുനാൾ വെള്ളിയാഴ്ച പത്താം തരത്തിൽ പരിണാമം പഠിപ്പിക്കുന്ന നേരത്താണ് ഹെഡ്മിസ്ട്രസിന്റെ വിളി വന്നത്. ഉടൻ ഓഫീസിൽ എത്തണം, തലസ്ഥാന നഗരിയിൽനിന്നും ഏതോ ഒരു ഓഫീസർ ക്ലാസ്സ് പരിശോധിക്കാൻ വന്നിട്ടുണ്ട്. സീനിയർ ആയ മറ്റുള്ളവർ ഇരിക്കെ എന്നെയെന്തിന് വിളിച്ചു എന്ന് ചിന്തിച്ചുകൊണ്ട് ഓഫീസിലെത്തിയ ഞാൻ കണ്ടത് ഹെഡ്ടീച്ചറുടെ എതിർവശത്തായി ഇരിക്കുന്ന പുരുഷനെയാണ്. അകമ്പടിക്കാരെന്ന് തോന്നുന്ന തരത്തിൽ രണ്ടുപേർ ഇരുവശത്തായി നിൽക്കുന്നുണ്ട്. ആ മനുഷ്യന്റെ മുന്നിലിരുന്ന് പരുങ്ങുന്ന എച്ച്.എം. എന്നോട് പറഞ്ഞു.

'ടീച്ചറെ, നിങ്ങളുടെ ക്ലാസ്സിലെ പഠനരീതികളും നിലവാരവും പറഞ്ഞുകൊടുക്ക്'

ടീച്ചർ ആകെ ഭയപ്പെട്ടിരിക്കയാണ്. വന്നത് ആരാണെന്നോ എവിടെ നിന്നാണെന്നോ അറിയിച്ചില്ല. അതിനിടയിൽ തിരുവനന്തപുരത്തുകാരനായ മലയാളം വിദ്വാൻ പിള്ളമാസ്റ്ററും വന്നപ്പോൾ എനിക്ക് ധൈര്യം കൂടി. എന്റെ പ്രവർത്തനങ്ങൾ പറയാനുള്ള അവസരമല്ലേ,,

ചിലപ്പോൾ അവാർഡ് കിട്ടിയാലോ...

ഞാൻ തുടങ്ങി,

'ഞാൻ പഠിപ്പിക്കുന്ന എട്ടാംതരം ഏ ക്ലാസ്സിലെ 43 വിദ്യാർത്ഥികളുടെയും വീടുകളിൽ സന്ദർശിച്ചശേഷം.'

തിരികെ വിദ്യാലയത്തിലെത്തി പഠനം തുടരുന്നതിനിടയിൽ പാതി വഴിക്കുവെച്ച് ഓഫീസർ നിർത്താൻ പറഞ്ഞു,

'പറഞ്ഞതു മതി, ഈ പറയുന്ന പ്രവർത്തനങ്ങളൊക്കെ എഴുതിയ നോട്ട് കാണിക്കണം, I want to see that,,

ചുരുക്കത്തിൽ പഠിപ്പിച്ചില്ലെങ്കിലും പഠിപ്പിച്ചതായി എഴുതിയാൽ മതിയെന്ന്.

'സാർ അതെല്ലാം എന്റെ ക്ലാസ്സിൽ വന്ന് പരിശോധിച്ചാൽ മനസ്സിലാക്കാം. പിന്നെ പുസ്തകത്തിലെ പഠനഭാഗങ്ങൾ മാത്രമേ ടീച്ചിംഗ് നോട്ടിൽ എഴുതാറുള്ളൂ'

'അതുമാത്രമായിട്ട് എഴുതിയാൽ പോരാ. നിത്യേന ചെയ്യുന്ന ഓരോ പ്രവർത്തനവും ഓരോ കുട്ടിയേയും നിരീക്ഷിച്ചുകൊണ്ട് പുസ്തകത്തിൽ എഴുതിവെക്കണം. അല്ലാതെ ഇങ്ങനെ ചെയ്താലൊന്നും പ്രയോജനമില്ല.'

പിന്നീടങ്ങോട്ട് ഉപദേശങ്ങളുടേയും ആജ്ഞകളുടേയും പെരുമഴ ആരംഭിച്ചു. എല്ലാം കേട്ടുകഴിഞ്ഞപ്പോൾ ഞാൻ പറഞ്ഞു.

'നിങ്ങൾ പറയുന്നതുപോലെ പഠിപ്പിക്കാൻ തുടങ്ങിയാൽ പരീക്ഷാ സമയത്ത് പുസ്തകത്തിലെ പാഠം തീരുകയില്ലല്ലോ. ഏതായാലും ഇനിയങ്ങോട്ട് സാറ് പറഞ്ഞതുപോലെ ചെയ്യാം.'

നിങ്ങൾ എന്ന് പറഞ്ഞുള്ള എന്റെ മറുപടി ഇഷ്ടപ്പെടാത്തതു കൊണ്ടായിരിക്കാം ഓഫീസർ ഹെഡ്മിസ്ട്രസ്സിനോട് അല്പം ദേഷ്യത്തോടെ പറഞ്ഞു,

'ഈ ടീച്ചർ കുട്ടികൾക്കായി ഒന്നും ചെയ്യുന്നില്ല, ഒന്നും ശരിയല്ല.'

'സർ ക്ലാസ്സിൽ പോയി നോക്കിയാൻ മനസ്സിലാക്കാമല്ലോ. പുതിയ സിലബസ് പ്രകാരം വർക്കുകളെല്ലാം ആ ക്ലാസ്സിൽ ചെയ്തിട്ടുണ്ട്.'

ഹെഡ്മിസ്ട്രസ് എന്റെ ഭാഗം ചേർന്നത് ഓഫീസർക്ക് തീരെ ഇഷ്ടപ്പെട്ടില്ല.

അതിനിടയിൽ രംഗം നിരീക്ഷിക്കുന്ന പിള്ളമാസ്റ്റർ മുന്നോട്ടുവന്ന് ഇരു കൈകളും കൂപ്പി ഓഫീസറെ വണങ്ങിയിട്ട് പറഞ്ഞു,

'സർ, ഇവിടത്തെ മലയാളം അധ്യാപകനാണ് ഞാൻ... ഭാഷ പഠിപ്പിക്കുമ്പോൾ ചെറിയൊരു പ്രശ്നം, അത് പരിഹരിച്ചാൽ നന്നായിരിക്കും.

'പറയൂ, പരിഹരിക്കാൻ നോക്കാം.'

'മലയാളം പാഠപുസ്തകത്തിൽ സമാസം പഠിപ്പിച്ചതിനു ശേഷമാണ് സന്ധി പഠിപ്പിക്കുന്നത്. അതുമാറ്റിയിട്ട് സന്ധിക്കുശേഷം സമാസം ആക്കിയാൽ കുട്ടികൾക്ക് പഠിക്കാൻ എളുപ്പമാവും.'

'നല്ലൊരു നിർദ്ദേശമാണിത്. മാറ്റം വരുത്താൻ വേണ്ടത് ചെയ്യാം. ഞാൻ തിരുവനന്തപുരത്ത് എത്തിയ ഉടനെ ഈ അഭിപ്രായം പറഞ്ഞ മാസ്റ്ററെ അവാർഡിന് റക്കമെന്റ് ചെയ്യുന്നുണ്ട്. പിന്നെ ഈ ടീച്ചർക്കെതിരായി നടപടി വേണം, തീരെ ശരിയല്ല.'

അങ്ങിനെ സ്ക്കൂൾ പരിശോധന കഴിഞ്ഞപ്പോൾ രണ്ട് നിർദ്ദേശങ്ങൾ ഉണ്ടായി.

സന്ധിയും സമാസവും നന്നായി പഠിപ്പിക്കുന്ന മലയാളം മാസ്റ്റർക്ക് അവാർഡ്.

പഠിപ്പിക്കാൻ അറിയാത്ത, ഓഫീസറെ ബഹുമാനിക്കാൻ അറിയാ

ത്ത, നിങ്ങൾ എന്നുവിളിച്ച് അപമാനിച്ച സയൻസ് അദ്ധ്യാപികയെ ശിക്ഷിക്കണം. ചുരുങ്ങിയപക്ഷം പണിഷ്മെന്റ് ട്രാൻസ്ഫർ എങ്കിലും കൊടുക്കണം.

പ്രതീക്ഷിച്ചതുപോലെ നമ്മുടെ വിദ്യാലയത്തിൽ അവാർഡും പണിഷ്മെന്റും വന്നില്ല.

എങ്കിലും. ഇപ്പോഴും എനിക്ക് സംശയം തീർന്നിട്ടില്ല.

കണ്ണൂരിൽ വന്ന നിങ്ങളെ ഞങ്ങൾ നിങ്ങളെന്ന് വിളിച്ചപ്പോൾ അതെങ്ങിനെയാണ് തിരുവനന്തപുരത്തുകാരായ നിങ്ങൾക്ക് അപമാനമായി മാറിയത്?

സഖാവിന്റെ മകൻ

നമ്മുടെ വിദ്യാലയങ്ങളിൽ കക്ഷിരാക്ഷ്ട്രീയം കൊടികുത്തിവാഴുന്ന പഴയൊരു കാലത്താണ് സംഭവം നടക്കുന്നത്,,,

'അദ്ധ്യാപകരെല്ലാം സ്വന്തംമക്കളെ അവർ പഠിപ്പിക്കുന്ന വിദ്യാലയത്തിൽതന്നെ ചേർക്കണം', എന്ന് സഹപ്രവർത്തകർ കേൾക്കെ പറഞ്ഞത്, പിള്ളമാസ്റ്റർ ആയിരുന്നു. പറയുക മാത്രമല്ല, അദ്ദേഹത്തിന്റെ രണ്ട് മക്കളെ ഏഴാംതരം വരെ അപ്പർപ്രൈമറി സ്ക്കൂൾ ടീച്ചറായ അമ്മയുടെ വിദ്യാലയത്തിലും ശേഷം പത്താംതരംവരെ സ്വന്തം വിദ്യാലയത്തിലും ചേർത്തുപഠിപ്പിച്ച് മാതൃക കാട്ടിയ ധീരനുമാണ് അദ്ദേഹം. പിള്ള മാസ്റ്റർ വിരമിച്ചതിനുശേഷം മറ്റുചില അദ്ധ്യാപകർകൂടി മക്കൾ കാര്യം പറയാൻ തുടങ്ങി. അങ്ങനെയുള്ളവരുടെ കൂട്ടത്തിൽ ഒരാൾ ഞാനാണ്, മറ്റൊരാൾ നമ്മുടെ കായിക അദ്ധ്യാപിക. കാരണം, ഞങ്ങൾ രണ്ടുപേരുടേയും താമസം തൊട്ടടുത്ത പഞ്ചായത്തിലെ ഹൈസ്ക്കൂളിന് സമീപമായിട്ടും സ്വന്തം മക്കളെ സ്വന്തം വിദ്യാലയത്തിൽ ചേർക്കാൻ തയ്യാറായി. അപ്പോൾ പുത്തനായി വരുന്നവരെ ബോധവൽക്കരിക്കുന്നതിൽ എന്താണ് തെറ്റ്?

കണ്ണൂർ ജില്ലയിൽ നാട്ടിൻപുറത്തുള്ള നമ്മുടെ സർക്കാർ ഹൈസ്ക്കൂളിൽ പഠനനിലവാരവും എസ്.എസ്.എൽ.സി. റിസൽട്ടും കുത്തനെ ഉയർന്നിട്ടും വിദ്യാർത്ഥികളുടെ എണ്ണം കുത്തനെ താഴുന്നതു കണ്ടപ്പോൾ സ്ക്കൂളിനോട് ഇഷ്ടം തോന്നുന്നവരെല്ലാം പിള്ളമാഷ് പറഞ്ഞവാക്കുകൾ പുതിയതായി വരുന്നരോട് പറയാറുണ്ട്. അങ്ങനെയാണ് ട്രാൻസ്ഫറായിവന്ന ജലജ ടീച്ചറെ ഗണിതശാസ്ത്രം അദ്ധ്യാപകൻ ഭീഷണിപ്പെടുത്തിയത്,

'ടീച്ചറെ ഈ സ്ക്കൂളിലെ ബെല്ലടിക്കുന്നത് നിങ്ങളുടെ വീട്ടിലിരുന്ന് കേൾക്കാമോ?'

'ശരിക്കും കേൾക്കാം.'

'എന്നാൽ അടുത്തവർഷം നിങ്ങളുടെ മകനെ ഇവിടെ ചേർക്കണം.'

'അതെങ്ങനെ?'

'അതെങ്ങനെയെന്നോ? നിങ്ങളുടെ മകൻ പഠിക്കുന്നത് ഇതേപോ

ലുള്ള മറ്റൊരു ഹൈസ്ക്കൂളിലാണ്. അപ്പോൾ ടീച്ചറിവിടെ പഠിപ്പിക്കുന്ന നേരത്ത് സ്വന്തം മകൻ സ്ക്കൂളിന്റെ മുന്നിലൂടെ നടന്ന്, ബസ്സിൽ കയറി മറ്റൊരിടത്ത് പോവുന്നത് ശരിയല്ല.'

'അതൊന്നും എനിക്കാവില്ല, ഇഷ്ടമുള്ള സ്ക്കൂളിൽ എന്റെ മകനെ ഞാൻ പഠിപ്പിക്കും.'

'അങ്ങനെയാണെങ്കിൽ ടീച്ചറിവിടെ പഠിപ്പിക്കുന്നതും ശരിയല്ല. ഒന്നുകിൽ മകനെ ഇവിടെ ചേർക്കണം, അല്ലെങ്കിൽ ടീച്ചർ വേറെ ഏതെങ്കിലും സ്ക്കൂളിൽ പോവണം.'

കണക്ക് പറഞ്ഞതുപോലെ സംഭവിച്ചു; കുട്ടികളുടെ എണ്ണം കുറഞ്ഞപ്പോൾ ടീച്ചർ മറ്റൊരു വിദ്യാലയത്തിൽ പോയി.

അങ്ങനെയുള്ളൊരു കാലത്ത് ഹൈസ്ക്കൂളിലെ മലയാളം അദ്ധ്യാപിക ശ്രീമണി സ്വന്തം മകളെ സ്വന്തം സ്ക്കൂളിലെ എട്ടാംതരം എ ഡിവിഷനിൽ ചേർത്തപ്പോൾ അവർ മാത്രമല്ല, സഹപ്രവർത്തകരും സന്തോഷിച്ചു. സ്വന്തം പഞ്ചായത്തിലുള്ള ഹൈസ്ക്കൂളിൽ അഞ്ചുവർഷംമുൻപ് ട്രാൻസ്ഫർ ലഭിച്ച ടീച്ചർക്ക് ഇനിയെന്നും മകളോടൊപ്പം സ്ക്കൂളിലേക്ക് നടന്നുവരാം. പഠനനിലവാരം ഉയർന്നിരിക്കുന്ന ഘട്ടത്തിൽ ശ്രീമണിയുടെ മകൾ ശ്രീലക്ഷ്മിയും മറ്റുള്ളവരിൽ ഒരാളായി പഠനം തുടരുമ്പോൾ കൂടുതൽ സന്തോഷിച്ചത് ഞാനാണ്. കാരണം എട്ടാംതരം എ യിലെ ക്ലാസ്ടീച്ചറാണ് ഞാൻ.

അക്കാലത്ത് നമ്മുടെ സ്ക്കൂളിൽ എന്നും ഏതുനേരത്തും കടന്നുവരുന്ന ഒന്നാണ് സമരവും വിദ്യാർത്ഥിഐക്യവും. സ്ക്കൂൾതുറന്ന് ഒരാഴ്ച കഴിഞ്ഞാൽ സമരം ഉറപ്പ്, പിന്നെ ഒരുമാസം കഴിഞ്ഞാൽ തെരഞ്ഞെടുപ്പ്. ഈ തെരഞ്ഞെടുപ്പ് പാർലമെന്ററി മോഡലാണ്,,, ക്ലാസ്ലീഡറെ തെരഞ്ഞെടുക്കാൻ ഇന്നത്തെ നിയമസഭാ തെരഞ്ഞെടുപ്പിന്റെ എല്ലാ പതിവുകളും കാണും...

തെരഞ്ഞെടുപ്പ് തീയ്യതി പ്രഖ്യാപനം.
നാമനിർദ്ദേശ പത്രിക സമർപ്പിക്കൽ.
നാമനിർദ്ദേശ പത്രിക അംഗീകരിക്കൽ.
നാമനിർദ്ദേശ പത്രിക പിൻവലിക്കൽ.
സ്ഥാനാർത്ഥികളുടെ ലിസ്റ്റ് പ്രസിദ്ധീകരിക്കൽ.
പ്രചാരണം.
വോട്ടെടുപ്പ്.
വോട്ടെണ്ണൽ.
ക്ലാസ്സ് ലീഡർ പ്രഖ്യാപനം.

സ്ക്കൂൾ ലീഡർ തെരഞ്ഞെടുപ്പ്.
ജയിച്ചവരുടെ ഘോഷയാത്ര.
അങ്ങിനെ എല്ലാമെല്ലാം.

ഇങ്ങനെയുള്ള മേളകളുടെ പല ഘട്ടങ്ങളിലും സ്ഥലത്തെ പോലീസിനെ വിളിക്കേണ്ടി വരും; വിളിച്ചില്ലെങ്കിലും വിളിവരും, ഇതുപോലെ.

'ഹലോ, പോലീസ് സ്റ്റേഷനിൽ നിന്നാണ് വിളിക്കുന്നത്, സ്ക്കൂളിൽ എന്തെങ്കിലും പ്രശ്നമുണ്ടോ?'

തെരഞ്ഞെടുപ്പ് തീയതി പ്രഖ്യാപനം വന്നാൽ നോമിനേഷൻ മുതൽ ജയിച്ച സ്ഥാനാർത്ഥികളെ എഴുന്നെള്ളിച്ച് ഘോഷയാത്ര നടത്തുന്നതു വരെ സ്ക്കൂളിന് അകത്തും പുറത്തുമുള്ള ചെറുതുംവലുതുമായ നേതാക്കൾക്ക് ഊണുംഉറക്കവും നഷ്ടപ്പെട്ട അവസ്ഥയായിരിക്കും. കാലുമാറലും വോട്ടുപിടുത്തവും നടക്കുമ്പോൾ ചിലപ്പോൾ അടിയോട് അടുക്കും. കുഴപ്പങ്ങളൊക്കെ പരിഹരിക്കാർ വിദ്യാർത്ഥികളെ നിയന്ത്രിക്കാനറിയുന്ന ടീച്ചേഴ്സ് ചേർന്ന ഡിസിപ്ലിൻ കമ്മിറ്റി ഉണ്ടാവും. എന്തുണ്ടായാലും സ്ക്കൂളിൽ സമരം വന്നാൽ ശിഷ്യന്മാർക്ക് കണ്ണ് കാണാതാവും. സാധാരണ നേരത്ത് അനുസരണക്കുട്ടപ്പന്മാരായി നടക്കുന്ന പ്രിയ ശിഷ്യന്മാർ അവരുടെ തനിസ്വഭാവം കാണിക്കും. തെരഞ്ഞെടുപ്പ് കുഴപ്പമില്ലാതെ കഴിഞ്ഞുകിട്ടിയാൽ മതിയെന്ന് അദ്ധ്യാപകർക്ക് തോന്നാറുണ്ട്.

അങ്ങനെയുള്ള ഒരു തെരഞ്ഞെടുപ്പ് കാലം,,,

ഒന്നാം ഘട്ടമായ നാമനിർദ്ദേശ പത്രിക സമർപ്പണം,, അത് സ്വീകരിക്കേണ്ട ഡ്യൂട്ടി അതാത് ക്ലാസ്സ് അദ്ധ്യാപകർക്കാണ്. ഓരോ ക്ലാസ്സിലും രണ്ട് സ്ഥാനാർത്ഥി ഉറപ്പ്, ചിലപ്പോൾ മൂന്നാമതും നാലാമതും കാണുമെങ്കിലും ചിലരൊക്കെ നോമിനേഷൻ പിൻവലിക്കും. ചില ക്ലാസ്സുകളിൽ ഒരു സ്ഥാനാർത്ഥി മാത്രമാവുമ്പോൾ തെരഞ്ഞെടുപ്പിന്റെ ആവശ്യം വരാതാവും. ആ കുട്ടിയെ ജയിച്ചതായി പ്രഖ്യാപിക്കുന്നതിനാൽ അങ്ങനെയുള്ള ക്ലാസ്സിലെ ടീച്ചർക്ക് ജോലിഭാരം കുറയും. അന്നുരാവിലെ ക്ലാസ്സിലെത്തിയപ്പോൾ ക്ലാസ്സ്ടീച്ചറായ എന്റെ കൈയിലും നാമനിർദ്ദേശപത്രിക കിട്ടി,, ഒന്നല്ല, രണ്ടെണ്ണം. ഒന്ന് ആൺകുട്ടി, പേര് പ്രജീഷ്; രണ്ടാമത് പെൺകുട്ടി,, പെൺകുട്ടിയുടെ പേര് ഒന്നുകൂടി നോക്കി; അത് ശ്രീമണി ടീച്ചറുടെ അരുമസന്താനം ശ്രീലക്ഷ്മി ആയിരുന്നു.

ടീച്ചറുടെ മകൾക്കെന്താ സ്ഥാനാർത്ഥി ആയാൽ. നല്ല കാര്യമാണല്ലോ. എട്ടാം തരത്തിൽ പുതിയതായി ചേർന്ന വിദ്യാർത്ഥികളാണ് എ

ല്ലാവരും. പത്രികാസമർപ്പണം കഴിഞ്ഞ് പിറ്റേന്ന് രാവിലെ സ്റ്റാഫ്റൂമിൽ നിന്നിറങ്ങി ക്ലാസ്സിലേക്ക് പോവാൻനേരത്ത് ശ്രീമണി ടീച്ചർ എന്റെ മുന്നിൽ.

'ടീച്ചർ ഒരുകാര്യം പറയാനുണ്ട്.'

'പറയാമല്ലോ.'

'സംഗതി അല്പം രഹസ്യമാ, നമുക്ക് നടന്നുകൊണ്ട് സംസാരിക്കാം.'

'ശരി.'

സ്വന്തം മകൾ എനിക്ക് ചാർജ്ജുള്ള എട്ടാം തരത്തിലായതിനാൽ അവളിലൊരു ശ്രദ്ധവേണം എന്നു പറയാനാവണം; അതിലിത്ര രഹസ്യമെന്താണുള്ളത്.

'ടീച്ചറുടെ ക്ലാസ്സിലുള്ള ശ്രീലക്ഷ്മി ക്ലാസ് ലീഡർ നോമിനേഷൻ തന്നില്ലേ?'

'തന്നു. അവൾ നല്ല കുട്ടിയല്ലേ, ജയിക്കാനുള്ള ചാൻസ് ഉണ്ടല്ലോ.'

'അതാണ് പ്രശ്നം ടീച്ചറെ, ക്ലാസ് ലീഡറാവുക എന്നത് അവളുടെ വലിയൊരു ആഗ്രഹമായിരുന്നു. അതിനുവേണ്ടിയാണ് അമ്മയുടെ സ്ക്കൂളിൽ ചേരുന്നതെന്ന് പറഞ്ഞിരുന്നു. പക്ഷെ ജയിക്കില്ല.'

'ജയിക്കില്ലെന്നോ? അതിന് വോട്ടെടുപ്പ് കഴിയേണ്ടേ?'

'ടീച്ചറുടെ ക്ലാസ്സിൽ എന്റെ മകളെ കൂടാതെ മറ്റൊരുത്തനും ഇല്ലേ. അവനും നമ്മളെ പാർട്ടിക്കാരൻ തന്നെയാ.'

'ഒരേ പാർട്ടിയിലെ രണ്ടു സ്ഥാനാർത്ഥികളോ? ഇക്കാര്യത്തിലൊക്കെ കുട്ടികൾക്ക് പാർട്ടി ഉണ്ടോ?'

'അതേ, ഇന്നലെ വീട്ടിൽവന്നിട്ട് ഇക്കാര്യംപറഞ്ഞ് അവളാകെ കരച്ചിലായിരുന്നു. അമ്മയുടെ സ്ക്കൂളിലെത്തിയാൽ ലീഡറാവാമെന്ന് കൊതിച്ചിട്ട് സ്വന്തം പാർട്ടിക്കാരൻ തന്നെ പാരയായി വന്നതിൽ വല്ലാത്ത വിഷമം.'

'അതിപ്പം എന്താ ചെയ്യേണ്ടത്?'

'ആ പ്രജീഷിനോട് പത്രിക പിൻവലിക്കാൻ ടീച്ചറൊന്ന് പറയുമോ? നാളെ രാവിലെയല്ലേ അതിനുള്ള സമയം.'

'അയ്യോ. അത് ക്ലാസ്സ് ടീച്ചറായ എനിക്ക് പറയാനാവില്ല. നിങ്ങൾ മറ്റാരോടെങ്കിലും പറഞ്ഞുനോക്ക്.'

'എന്നാൽ നമ്മുടെ പി.ഇ.ടി. യോട് പറഞ്ഞുനോക്കാം. അവർക്ക് ക്ലാസ് ചാർജ്ജൊന്നും ഇല്ലല്ലോ.'

'അതാണ് നല്ലത്.'

സ്വന്തം മകളെക്കുറിച്ചുള്ള വേവലാതിയോടെ ടീച്ചർ നടന്നുപോകു

ന്നത് നോക്കിയിരിക്കെ എട്ടാം തരത്തിലുള്ള കുട്ടികളുടെ ചിന്തകൾ എന്നിൽ നിറഞ്ഞു.

പിറ്റേന്ന് പതിവുപോലെ ഞാൻ ക്ലാസ്സിലേക്ക് പോയി. ഹാജറെടുത്ത് കഴിഞ്ഞ് എനിക്കുകിട്ടിയ നിർദ്ദേശപ്രകാരം തെരഞ്ഞെടുപ്പിനെകുറിച്ചും ക്ലാസ്സിലെ മത്സരാർത്ഥികളെ കുറിച്ചും സംസാരിച്ചുകൊണ്ടിരിക്കെ ശ്രീലക്ഷ്മി എന്റെ അടുത്തേക്ക് വന്ന് പതുക്കെ പറഞ്ഞു,

'ടീച്ചർ ഞാനെന്റെ നാമനിർദ്ദേശപത്രിക പിൻവലിക്കുന്നു.'

'ങെ, അതെന്തിന്? ആരുപറഞ്ഞു?'

'ഞാൻ മത്സരിക്കുന്നില്ല ടീച്ചർ.'

കൂടുതലൊന്നും ഞാൻ ചോദിച്ചില്ല; നിൽക്കുന്നത് ക്ലാസ്സിലാണല്ലോ. അവിടെ എന്നെ ശ്രദ്ധിച്ച് 82 കണ്ണുകളുണ്ട്. പത്രിക പിൻവലിക്കാനുള്ള ഫോറം അവൾക്കു നൽകി. അത് പൂരിപ്പിച്ച് നൽകിയതോടെ ഒരു സ്ഥാനാർത്ഥി മാത്രം ആയതിനാൽ ക്ലാസ്സിൽ തെരഞ്ഞെടുപ്പിന്റെ ആവശ്യം വരില്ല എന്നോർത്ത് അല്പം സന്തോഷിച്ചു.

മകളുടെ ലീഡർ മോഹത്തിന് എന്തുപറ്റിയെന്ന് ചോദിച്ചപ്പോൾ സംഭവിച്ചതൊക്കെ ടീച്ചർ പറഞ്ഞു,

'വൈകുന്നേരം നമ്മുടെ ഫിസിക്കൽ എഡ്യൂക്കേഷൻ ടീച്ചർ പ്രജീഷിനെ വിളിച്ച് കാര്യം പറഞ്ഞു. 'മത്സരിക്കുന്നത് അച്ഛൻ പറഞ്ഞതുകൊണ്ടാണ്, അതുകൊണ്ട് അച്ഛനോട് പറഞ്ഞിട്ട് പിൻവലിക്കാം', എന്നുപറഞ്ഞ് സന്തോഷത്തോടെയാണ് ആ കുട്ടി പോയത്.'

'എന്നിട്ടിപ്പോൾ എന്തുപറ്റി?

'ഇന്നുരാവിലെ ടീച്ചറെ കാണാനായി പ്രജീഷ് വന്നു. നമ്മൾ വിചാരിച്ചു നോമിനേഷൻ പിൻവലിക്കും എന്ന് പറയാനാണെന്ന്, പക്ഷെ, അവൻ പറഞ്ഞത് മറ്റൊന്നാണ്;'

'അവനെന്ത് പറഞ്ഞു.'

'ഞാനും സഖാവിന്റെ മകൻ തന്നെയാണ്; മത്സരിക്കും', എന്ന് ടീച്ചറോട് പറയാൻ അച്ഛൻ പറഞ്ഞു,'

ശ്രീമണി ടീച്ചറുടെ മകൾ ജീവിതത്തിൽ വിജയിച്ചെങ്കിലും കക്ഷിരാഷ്ട്രീയ തെരഞ്ഞെടുപ്പുകളിൽ ഇതുവരെ മത്സരിച്ചിട്ടില്ല.

പൂച്ചക്ക് മണികെട്ടുന്നവർ

പൂച്ചക്ക് മണികെട്ടാൻ തയ്യാറെടുത്ത എലികൾ ഭയന്നു പിൻമാറിയിട്ട് ശ്രമം ഉപേക്ഷിച്ചെങ്കിലും ഇന്നത്തെകാലത്ത് കാട്ടുപൂച്ചയുടെ കഴുത്തിലും മണികെട്ടാൻ കഴിവുള്ള എലികളുണ്ട്. ആക്കൂട്ടത്തിൽ ചുണ്ടെലി മുതൽ പെരുച്ചാഴികൾ വരെ കാണും. മണിയടിക്കുന്നതോടൊപ്പം മണികെട്ടുകയും ചെയ്യുന്നവർ വീട്ടിലും നാട്ടിലും ഓഫീസിലും വിദ്യാലയത്തിലുമെല്ലാം വലിയൊരു സാമൂഹ്യ സേവനമാണ് ചെയ്യുന്നത്.

കൂടെയുള്ളവർ ചെയ്യാനും പറയാനും മടിക്കുന്ന കാര്യങ്ങൾ ഏതാനും ചിലർ ചെയ്യുകയും പറയുകയും ചെയ്യുമ്പോൾ അതിന് ഇരയായവർക്ക് വെറുപ്പ് ഉണ്ടാകുമെങ്കിലും മറ്റുള്ളവർക്ക് ആശ്വാസം ലഭിക്കുന്നു. സമർത്ഥരായ ചുണ്ടെലികളാണെങ്കിൽ കെട്ട് മുറുകിയവർ അക്കാര്യം അറിയുന്നത് മണികെട്ടിയ ശേഷമായിരിക്കും.

സാധാരണയായി മണികെട്ടേണ്ടി വരുന്നത് അധികാരസ്ഥാനത്ത് ഇരിക്കുന്നവരെ ആയിരിക്കും. അതുകൊണ്ടുതന്നെ മണികെട്ടപ്പെട്ട കാര്യം ആത്മാഭിമാനം കാരണം ആരോടും പറയുകയില്ലെങ്കിലും കെട്ടിയവനെ (തട്ടാനായി) തല്ലാനായി അയാൾ എപ്പോഴും തക്കം പാർത്തിരിക്കും. അതുകൊണ്ട് മണികെട്ടാൻ പോകുന്നവർ രക്ഷപ്പെടാനുള്ള പഴുതുകൾ ആദ്യമേ കണ്ടെത്തണം. കുടുങ്ങിയാൽ കൂടെനിന്ന് മണിയടിച്ചവരുടെ പൊടിപോലും കാണില്ലായെന്ന് ഓർമ്മവേണം.

എന്റെ വിദ്യാലയത്തിൽ പൂച്ചക്ക് മണികെട്ടാൻ തയ്യാറുള്ള ഏതാനും ചിലരുണ്ട്. വളരെയധികം ഗുണം ചെയ്യുന്ന ഇത്തരം പ്രവൃത്തി ചെയ്യുന്നവരുടെ കൂട്ടത്തിലൊരാൾ ഞാൻ തന്നെയാണ്. സ്ക്കൂളിന്റെ നന്മക്കുവേണ്ടിയാണ് മണികെട്ടാൻ ഞങ്ങൾ തയ്യാറാവുന്നത്.

ഗ്രാമപ്രദേശത്തുള്ള സർക്കാർ ഹൈസ്ക്കൂളിൽ പുതിയ അധ്യയന വർഷം തുടങ്ങിയിട്ട് ഒരുമാസം കഴിഞ്ഞപ്പോഴാണ് പുതിയതായൊരു പ്രധാനഅധ്യാപിക സ്ഥലംമാറ്റം വഴി വന്നുചേർന്നത്. ഈ മാറ്റത്തിനൊരു പ്രത്യേകത കൂടിയുണ്ട്,, സ്ക്കൂളിന്റെ ചരിത്രത്തിൽ ആദ്യമായാണ് അതേ പഞ്ചായത്തിലെ ഒരു ടീച്ചർ സ്ക്കൂളിന്റെ ഹെഡ് ആയി വരുന്നത്. സർക്കാർ സർവ്വീസ് കൂടിയിട്ട് പ്രഥമസ്ഥാനത്ത് എത്തുന്നവരിൽ പല

രും ഒന്നോ രണ്ടോ വർഷം കൊണ്ട് ജോലിയിൽനിന്നും വിരമിക്കുന്ന വർ ആയിരിക്കും. ഇവിടെ പുതിയതായി വന്നുചേർന്ന ടീച്ചറും അതേ വർഷം വിരമിക്കേണ്ടവരാണ്.

ആദ്യദിവസം കൃത്യം പതിനൊന്ന് മണിക്ക് പുതിയതായി വന്ന എച്ച്.എം. സ്വന്തം അമ്പാസിഡർ കാറിൽ വന്ന് രേഖകളിൽ ഒപ്പിട്ടശേഷം ജോലിയിൽ പ്രവേശിച്ചിട്ട് ഒരുമണി ആയപ്പോൾ അതേ കാറിൽ തിരിച്ചു പോയെങ്കിലും ഞങ്ങൾക്ക് അല്പം അഹങ്കാരം കൂടി. ചരിത്രത്തിൽ ആദ്യമായാണ് ഒരു കാർ സ്വന്തമായുള്ള ടീച്ചർ ഇവിടെ വരുന്നത്. ഇന്നത്തെ കാലത്ത് സ്വന്തമായൊരു കാർ ഇല്ലാത്ത അദ്ധ്യാപകർ കുറവാണെങ്കിലും കിട്ടുന്ന ശമ്പളം കൊണ്ട് കുടുംബം പുലർത്താൻ പ്രയാസപ്പെടുന്ന പഴയ കാലത്തെ അധ്യാപകർക്ക് സ്വന്തമായൊരു വണ്ടി സ്വപ്നം മാത്രമായിരുന്നു. ആദ്യദിവസം വന്ന് പോകുന്നതിനിടയിൽ പലർക്കും ഹെഡ്മിസ്ട്രസിനെ മുഖം കാണിക്കാൻ കഴിഞ്ഞില്ല. ടീച്ചറുടെ വീട് അടുത്തായതുകൊണ്ട് പിറ്റേദിവസം മുതൽ പത്ത് മണി കഴിഞ്ഞ് പത്തുമിനിട്ട് ആയപ്പോൾ ടീച്ചറുടെ കാർ സ്ക്കൂൾ കോമ്പൗണ്ടിൽ പ്രവേശിക്കുന്നു. ടീച്ചറെ ഇറക്കിയശേഷം ഡ്രൈവർ കാറുമായി തിരിച്ചു പോകുന്നു. പിന്നീട് കൃത്യം 3.25ന് ടീച്ചറുടെ കാർ കടന്നുവന്ന് ഓഫീസിനു സമീപം നിൽക്കുന്നു, ടീച്ചർ ബാഗുമെടുത്ത് 3.30ന് കാറിൽ കയറി സ്ഥലം വിടുന്നു.

ഈ ചാൻസ് പലരും ലാഭമായി കാണാറാണ് പതിവ്,, പിന്നാലെ മറ്റുള്ളവർക്കും പോകാമല്ലോ,, എന്നാൽ എന്റെ വിദ്യാലയത്തിലെ ചിലർ നാല് മണിക്ക് കൂട്ടമണി അടിച്ചാലും വീട്ടിൽ പോകാതെ അഞ്ചും ആറും മണിവരെ സ്പെഷ്യൽ ക്ലാസ്സ് എടുക്കുന്നവരാണ്. അങ്ങിനെയാണ് ഹെഡ്മിസ്ട്രസ്സിന്റെ വരവ് പോക്കിനെപറ്റി അണിയറയിൽ ഒളിഞ്ഞും തെളിഞ്ഞും ആക്ഷേപങ്ങൾ ഉണ്ടായത്.

ഒരു ബുധനാഴ്ച പതിവു തെറ്റിക്കാതെ അമ്പാസിഡർ ഓഫീസിനു മുന്നിൽവന്ന് ഹോണടിച്ചു. കൃത്യം 3.30 ആയപ്പോൾ ഹെഡ്ടീച്ചർ ബാഗുമായി കസാരയിൽനിന്നും എഴുന്നേറ്റ് പുറത്തിറങ്ങി രണ്ടടി നടന്നു. അപ്പോഴതാ സ്ക്കൂളിലെ ജൂനിയർമോസ്റ്റ് അദ്ധ്യാപിക നേരെ മുന്നിൽ,

‘മാഡം ഇപ്പോൾ സമയം എത്രയായെന്ന് അറിയാമോ?’

കാര്യം മനസ്സിലായെങ്കിലും മനസ്സിലാവാത്ത മട്ടിൽ കണ്ണട ഉറപ്പിച്ചു കൊണ്ട് അവർ ജൂനിയറിനെ നോക്കി. അധ്യാപിക വിടാൻ ഭാവമില്ല.

‘ടീച്ചറുടെ സമയം ഒൻപതുമണി മുതൽ അഞ്ചുമണി വരെയല്ലേ, നേരത്തെ വന്നില്ലെങ്കിലും എല്ലാ ദിവസവും നേരത്തെ പോകുന്നതുകൊ

ണ്ട് ചോദിച്ചതാണ്.'

ഇടുക്കിയിൽനിന്നും സ്വന്തം വീട്ടിനടുത്ത് ട്രാൻസ്ഫർ കിട്ടിയത് അറിഞ്ഞപ്പോൾ അന്ന് സഹപ്രവർത്തകർ പറഞ്ഞിരുന്നു, 'ടീച്ചർക്ക് നേരത്തെ സ്വന്തം വീട്ടിലെത്താമല്ലോ' എന്ന്,, ആ നേരത്ത് ഇങ്ങനെയൊരു പാര ഇവിടെ ഉണ്ടാവുമെന്ന് സ്വപ്നത്തിൽപോലും പ്രതീക്ഷിച്ചിരുന്നില്ല.

'അതുപിന്നെ എന്റെ അമ്പാസിഡർ നേരത്തേ വരുന്നതാ.'

'അതൊന്നും എനിക്കറിയേണ്ട,, നാളെമുതൽ അഞ്ചുമണിക്കു മുൻപ് ടീച്ചർ പോവുകയാണെങ്കിൽ വണ്ടി തടയാൻ നാട്ടുകാരായ രക്ഷിതാക്കളെ ഏർപ്പാടാക്കും. ശ്രദ്ധിച്ചാൽ ടീച്ചർക്ക് നല്ലത്.'

കാറ്റുപോലെ വന്ന ജൂനിയർ പറയേണ്ടതു പറഞ്ഞശേഷം കൊടുങ്കാറ്റുപോലെ തിരിച്ചുപോയി. ഹെഡ്മിസ്ട്രസ് ചുറ്റും നോക്കി; ആരും കണ്ടില്ല, ആരും കേട്ടില്ല.

ആശ്വാസം,, പതുക്കെ നടന്ന് കാറിൽ കയറി.

സ്റ്റാർട്ട്, നേരെ വീട്ടിലേക്ക്.

സംഭവം നടന്നതിന്റെ പിറ്റേദിവസം.

ഹെഡ്മിസ്ട്രസിന്റെ കാർ സ്ക്കൂൾ കോമ്പൗണ്ടിൽ പ്രവേശിച്ചത് കൃത്യം 4.50ന്.

ഹെഡ്മിസ്ട്രസ് ഓഫീസിൽനിന്നും ഇറങ്ങിയത് കൃത്യം അഞ്ച് മണിക്ക്.

മാർച്ച് 31ന് മാഡം റിട്ടയർ ചെയ്യുന്നതുവരെ ഈ വരവ് പോക്കുകൾ തുടർന്നു.

അഭിനയമോഹം

സ്ക്കൂൾ യുവജനോത്സവം,, അത് വിദ്യാർത്ഥികളുടെ മാത്രം ഉത്സവമല്ല, അദ്ധ്യാപകരുടേതും രക്ഷിതാക്കളുടേതും നാട്ടുകാരുടേതും കൂടിയാണ്. സർക്കാർ ഹൈസ്ക്കൂളിൽ അദ്ധ്യാപിക ആയിരുന്ന കാലത്ത് നടന്നിരുന്ന യുവജനോത്സവങ്ങൾ പലതും മറക്കാനാവത്ത അനുഭവങ്ങളാണ് എനിക്ക് നൽകിയത്. അതുവരെ അദ്ധ്യാപകരെ പേടിച്ചിരിക്കുന്ന വിദ്യാർത്ഥികൾ അക്കാലത്ത് സ്വതന്ത്രവായു ശ്വസിക്കുന്നത് ഇത്തരം മേളകളിൽ ആയിരുന്നു.

അങ്ങിനെയുള്ളൊരു കാലത്ത് യുവജനോത്സവത്തിന്റെ ആദ്യപടിയായി ഹൈസ്ക്കൂൾ ക്ലാസ്സുകളിലെ വിദ്യാർത്ഥികളെ ബ്ലൂ, ഗ്രീൻ, യലോ, റെഡ്, എന്നിങ്ങനെ നാല് ഹൗസുകളായി തിരിച്ചശേഷം ഓരോ ഹൗസിന്റെ ചാർജ്ജ് ഓരോ അദ്ധ്യാപകർക്ക് നൽകി. മത്സരത്തിൽ പങ്കെടുക്കുന്നവരെ കണ്ടെത്തുന്നതും അവരുടെ പ്രകടനം മനസ്സിലാക്കിയശേഷം സ്റ്റേജിൽ എത്തിക്കേണ്ടതും ഹൗസ് ചാർജ്ജുള്ളവരുടെ ഡ്യൂട്ടിയാണ്. സ്റ്റേജിൽ കളിച്ചിട്ടില്ലെങ്കിലും കളിപ്പിക്കാനറിയുന്ന എനിക്ക് ഒരു ഹൗസിന്റെ ചാർജ്ജ് കിട്ടിയപ്പോൾ വളരെയധികം സന്തോഷിച്ചു.

മത്സരത്തിൽ പങ്കെടുക്കാൻ താല്പര്യമുള്ള വിദ്യാർത്ഥികൾ ഓരോരുത്തരായി പേര് തരാൻ തുടങ്ങി. ചില ഐറ്റങ്ങളിൽ ധാരാളം കുട്ടികൾ ഉണ്ടാവും ചിലതിന് ഒന്നോ രണ്ടോ പേർ മാത്രം. ധാരാളം കുട്ടികളുണ്ടെങ്കിൽ അവരുടെ പ്രകടനം വിലയിരുത്തിയിട്ട് ഏതാനും പേരെ ഒഴിവാക്കേണ്ടി വരും. അന്നത്തെ കാലത്ത് കുട്ടികൾക്ക് താല്പര്യമുള്ളൊരു മത്സരമാണ് ഫേൻസി ഡ്രസ്, അതായത് പ്രച്ഛന്നവേഷം. അതിന് മത്സരിക്കാനായി എന്റെ ഹൗസിലുള്ള എട്ട് കുട്ടികൾ തയ്യാറായി വന്നെങ്കിലും നാലുപേർക്ക് മാത്രമാണ് മത്സരിക്കാനുള്ള അവസരം ലഭിക്കുന്നത്.

യുവജനോത്സവത്തിന് ഒരാഴ്ച മുൻപാണ് എന്റെ ഹൗസിലുള്ള കുട്ടികൾ ഫേൻസിഡ്രസ്സിന് അണിയുന്ന വേഷത്തെക്കുറിച്ച് പറഞ്ഞത്. ആദ്യം എട്ടുപേരുണ്ടെങ്കിലും ഇപ്പോൾ നാലുപേരാണുള്ളത്. അഭിനയിക്കുന്ന വേഷത്തെകുറിച്ച് മൂന്നുപേരും പറഞ്ഞത് ഞാൻ അംഗീകരിച്ചു.

എന്നാൽ നാലാമനായ എട്ടാം ക്ലാസ്സുകാരൻ സനൽ പറഞ്ഞതുകേട്ട് ഞെട്ടി, അവന്റെ ഐറ്റം. 'തൂങ്ങി മരിക്കുന്ന കുട്ടി'... ഞാൻ ചോദിച്ചു.

'സ്റ്റേജിൽ തൂങ്ങിമരിക്കാനോ?'

'അതേ ടീച്ചറേ... തൂങ്ങി മരിക്കുന്നതായി അഭിനയിക്കുക.'

'അഭിനയമായാലും ആ വേഷമൊന്നും വേണ്ട.'

'ഒരു കുഴപ്പവുമില്ല ടീച്ചറെ. വെറും അഭിനയമാണ്. എന്റെ കുപ്പായത്തിനുള്ളിൽ അരയിലുള്ള ബെൽട്ടിൽ ഉറപ്പിച്ച കയർ രണ്ട് കൈകൾക്കിടയിലൂടെ സ്റ്റേജിലെ കൊളുത്തിൽ തൂക്കുന്നു. അതിൽ കിടന്ന് ഞാൻ തൂങ്ങിമരിക്കുന്നതായി അഭിനയിക്കുന്നു. ആളുകൾ കാൺകെ മറ്റൊരു കയർ മുറുകാതെ എന്റെ കഴുത്തിൽ കുരുക്കിയിട്ടിരിക്കും. മുന്നിലുള്ളവർ കാണുന്നത് ഞാൻ തൂങ്ങിമരിക്കുന്നു എന്നായിരിക്കും'

എന്റെ ദേഹത്തിലൊട്ടാകെ ഒരു വിറയൽ. സ്ക്കൂൾ സ്റ്റേജിൽ കോൺക്രീറ്റ് മേൽക്കൂരയിലുള്ള ഇരുമ്പ് കൊളുത്തുകൾ മനസ്സിലേക്കോടിയെത്തി. ഞാൻ പറഞ്ഞു,

'ഇതുപോലുള്ള അപകടകരമായതൊന്നും അഭിനയിക്കാൻ പാടില്ലെന്നാണ് നിയമം. ഞാൻ സമ്മതിക്കില്ല.'

'അപകടമൊന്നും ഇല്ല ടീച്ചറെ. നാട്ടിലുള്ള ക്ലബ്ബിന്റെ വാർഷികത്തിന് മൂന്നു തവണ ഞാനീ ഐറ്റം ചെയ്തിട്ടുണ്ട്. സഹായിക്കാൻ എന്റെയൊരു ഫ്രന്റ് വരും.'

'ഏതായാലും ഈ സ്ക്കൂളിൽ വെച്ച് തൂങ്ങിമരണം അഭിനയിക്കാൻ ഞാൻ സമ്മതിക്കില്ല.'

'ഇതുപോലെയാണ് സിനിമയിലൊക്കെ അഭിനയിക്കുന്നത്, ടീച്ചർ പേടിക്കേണ്ട.'

'എനിക്ക് പേടിയാണ്,, ഇതല്ലാതെ മറ്റെന്തെങ്കിലും കണ്ടുപിടിച്ചാൽ നിനക്ക് മത്സരിക്കാം.'

കുട്ടികളെല്ലാം പോയപ്പോൾ ഞാൻ ചിന്തിച്ചത് സനലിന്റെ ഫേൻസി ഡ്രെസ്സിനെ കുറിച്ചാണ്. അഭിനയം നല്ലതുതന്നെ. പക്ഷെ? അപകടം പറ്റിയാൽ... പിന്നീട് വിദ്യാലയത്തോടൊപ്പം എന്റെയും ഭാവി എന്തായി മാറും? പൊതുസമൂഹം ഒറ്റക്കെട്ടായിനിന്ന് ആദ്യം അടിക്കാൻ വരുന്നത് എന്നെയായിരിക്കും. അതുകൊണ്ട് അഭിനയത്തിലുള്ള അപകടം അവനോട് പറഞ്ഞു മനസ്സിലാക്കാൻ തുടങ്ങി. ഓരോദിവസവും സനൽ എന്റെയരികിൽ വന്ന് അഭിനയമോഹം ആവർത്തിച്ചു പറഞ്ഞെങ്കിലും എന്റെ തീരുമാനത്തിൽ മാറ്റമൊന്നും ഉണ്ടായില്ല.

ദിവസങ്ങൾ കഴിഞ്ഞപ്പോൾ യുവജനോത്സവദിനം വന്നെത്തി. അ

ണിയറയിൽ കുട്ടികളെ നിയന്ത്രിക്കുന്ന തിരക്കിനിടയിലാണ് സനൽ വന്നത്. ഒറ്റക്ക് ആയിരുന്നില്ല, സഹായിക്കാൻ അടുത്ത വീട്ടിലെ പയ്യനും ഉണ്ട്. ഉച്ചക്കുശേഷം നടക്കാൻ പോകുന്ന ഫേൻസിഡ്രസ്സ് മത്സരത്തിൽ തൂങ്ങിമരണം അഭിനയിക്കണമെന്നും അപകടം വരില്ലായെന്നും ആവർത്തിച്ചു പറയാൻ തുടങ്ങി. നാട്ടിലൊക്കെ അഭിനയിച്ച് കൈയടി വാങ്ങിയ ഐറ്റമായതിനാൽ തെറ്റ് പറ്റാനിടയില്ലെന്ന് വിശദീകരിച്ചു. മെയ്ക്കപ്പ് ചെയ്യാനായി കൊണ്ടുവന്ന ഡ്രസ്സുകളും കയറുകളും അവരെന്നെ കാണിച്ചു. എല്ലാം കേട്ടതിന്റെ ഒടുവിൽ ഞാൻ പറഞ്ഞു,

'നിങ്ങൾക്ക് പേടി തീരെ ഇല്ലായിരിക്കാം, എന്നാൽ എനിക്ക് പേടിയാണ്.'

'അപകടം വരില്ലെന്ന് ഞാൻ ഉറപ്പു നൽകിയാൽ പോരെ?'

സനലിന്റെ കൂടെയുള്ളവൻ ചോദിച്ചപ്പോൾ ഞാൻ പറഞ്ഞു.

'അത് സ്റ്റേജിൽ അപകടമുള്ള ഐറ്റങ്ങളൊന്നും ചെയ്യരുതെന്ന് സർക്കാർ നിയമം ഉണ്ട്. അതുപോലെ തീ കൊണ്ടുള്ള കളിയൊന്നും സ്റ്റേജിൽ അനുവദിക്കാറില്ല.'

'അതേയോ,, എന്നാലും ടീച്ചറുടെയൊരു പേടി...'

നിരാശയോടെ അവർ നടന്നപ്പോൾ ഞാനോർത്തു. ശരിക്കും എനിക്ക് പേടിയാണ്. തിരുവാതിരക്കളിക്ക് സ്റ്റേജിൽ നിലവിളക്ക് കൊളുത്തിയത് കെടുത്തുന്നതുവരെ പിന്നാലെ നടക്കുന്നവളാണ് ഞാൻ. വരാനിടയില്ലാത്ത അപകടങ്ങൾപോലും മനസ്സിൽ കാണുന്ന എനിക്ക് തൂങ്ങിമരണം അഭിനയിക്കാനായി അനുവാദം കൊടുക്കാൻ കഴിയുകയില്ല.

വർഷങ്ങൾ കഴിഞ്ഞ് അദ്ധ്യാപന ജോലിയിൽനിന്ന് വിരമിച്ചശേഷം ട്രഷറിയിൽനിന്ന് ഇറങ്ങുമ്പോൾ സമീപമുള്ള ഇലക്ട്രിക്ക് പോസ്റ്റിൽനിന്നും ഇറങ്ങിവന്ന യുവാവ് എന്റെ അടുത്തുവന്നു. പരിചയപ്പെടുത്തിക്കൊണ്ട് അവൻ പറഞ്ഞു.

'ടീച്ചറേ ഞാൻ സനലാണ്, എനിക്ക് ലൈൻമാനായി ജോലികിട്ടി.'

'നല്ലത്. എനിക്ക് പരിചയം ഉണ്ടല്ലോ.'

'ടീച്ചറെന്നെ ഓർക്കും, ഞാനൊരിക്കൽ യൂത്ത് ഫെസ്റ്റിവെലിന് ഫേൻസിഡ്രസ് അഭിനയിക്കാൻ വന്നപ്പോൾ ടീച്ചർ സമ്മതിച്ചില്ല.'

'ഞാൻ സമ്മതിക്കാത്തതുകൊണ്ട് അഭിനയിച്ചില്ലെന്നോ?'

'അതെ... ടീച്ചർ അഭിനയിക്കാൻ വിട്ടില്ല... കാരണം അത് തൂങ്ങിമരണം ആയിരുന്നു.'

പഴയ ചിന്തകൾ ഓർത്തുകൊണ്ട് ഞാൻ പറഞ്ഞു,

'അന്ന് അഭിനയിച്ചില്ലെങ്കിലും അപകടമുള്ള ജോലിയൊക്കെ ചെയ്യാൻ

നിനക്ക് കഴിയുമെന്ന് ഇപ്പോഴെനിക്ക് മനസ്സിലായി.'

'അതേ ടീച്ചറേ.'

പോസ്റ്റിൽ നിന്നും ഇറങ്ങിയശേഷം ചുരുട്ടിയ കേബിളുമായി നടന്നു പോകുന്ന സനലിനെ നോക്കിയിരിക്കെ പഴയ യുവജനോത്സവരംഗങ്ങൾ ഓർമ്മയിൽ കടന്നുവന്നു.

കുമാരിയമ്മയുടെ കുഞ്ഞ്

കുമാരിയമ്മ ടീച്ചർ ഹൈസ്ക്കൂളിൽ വരുന്നത് മകനോടൊപ്പമാണെന്ന് അറിഞ്ഞപ്പോൾ സ്റ്റാഫ്റൂമിൽ ഇരിക്കുന്നവരെല്ലാം ആദ്യമൊന്ന് ഞെട്ടിയെങ്കിലും പെട്ടെന്നുതന്നെ കർമ്മനിരതരായി. മേശപ്പുറത്തുള്ള പേന, പെൻസിൽ പണം ആദിയായവയൊക്കെ പെട്ടെന്ന് ബാഗിനുള്ളിൽ തിരുകി കയറ്റിയശേഷം പുസ്തകങ്ങളും ബാഗും ഷെൽഫിനകത്തുവെച്ച് അടച്ചുപൂട്ടിയിട്ട് എല്ലാവരും ഇരിപ്പിടങ്ങളിൽ ഉപവിഷ്ടരായി.

സ്വീകരണ പരിപാടിയൊക്കെ പൂർത്തിയായ നേരത്താണ് മൂന്നു വയസ്സുകാരൻ കടന്നുവന്നത്. വന്നഉടനെ ആദ്യം കണ്ട ആളില്ലാകസാരയിൽ കയറിയിരുന്നശേഷം മേശപ്പുറത്ത് അവശേഷിച്ച എട്ടാംതരം അടിസ്ഥാനഗണിതത്തിന്റെ പേജുകൾ കീറിയെടുത്ത് ചുരുട്ടി എറിയാൻ തുടങ്ങി. പുസ്തകത്തിന്റെ പേജുകൾ തീർന്നപ്പോൾ ആ നേരത്ത് ഒപ്പിടാൻ പോയ ശോഭ ടീച്ചറുടെ ടീച്ചിങ്ങ് നോട്ടിലേക്ക് കടന്നു. അതും തീർന്നപ്പോഴാണ് സമീപമുള്ള ഹാന്റ് ബാഗ് അവന്റെ കൊച്ചു കണ്ണിൽപ്പെട്ടത്. അതിന്റെ സിബ്ബ് പൊട്ടിച്ച് നിലത്തെറിഞ്ഞശേഷം ആ കൊച്ചുവികൃതി മേശപ്പുറത്ത് കയറി നിൽക്കുകയാണ്. ഇത്രയൊക്കെ വികൃതികൾ ചെയ്തിട്ടും അവന്റെ അമ്മയായ കുമാരിയമ്മ എതിർത്തൊരു വാക്ക് പറയുകയോ മകനെ പിടിച്ചുവെക്കുകയോ ചെയ്തില്ല.

കണ്ടു നിൽക്കുന്നവരിൽ കൂടുതൽപേരും മിണ്ടിയില്ലെങ്കിലും ഒരാൾ എതിർപ്പ് പ്രകടിപ്പിച്ചു,, മൂന്ന് മാസത്തേക്ക് താൽക്കാലിക നിയമനം ലഭിച്ച ശകുന്തള ടീച്ചർ.

അവർ പറഞ്ഞു,

'മറ്റുള്ളവരുടെ ബാഗും പുസ്തകങ്ങളും ചെറിയൊരു കുട്ടി നശിപ്പിക്കുമ്പോൾ അമ്മയായ ടീച്ചർ നോക്കി നിൽക്കുന്നത് ശരിയാണോ? നിങ്ങൾക്കവനെ പിടിച്ചുമാറ്റിക്കൂടേ?'

'അവൻ കൊച്ചുകുഞ്ഞല്ലേ?... എതിർത്താൽ അവന് ദേഷ്യം വന്നിട്ട് ആകെ കുഴപ്പമാവും.'

'ബാഗിന്റേയും പുസ്തകത്തിന്റേയും ഉടമയായ ടീച്ചർ തിരികെ വന്നാലുള്ള പ്രതികരണം എന്തായിരിക്കുമെന്ന് തിരിച്ചറിയാനുള്ള പ്രായം

മകന് ആയിട്ടില്ലെങ്കിലും അമ്മ അതെല്ലാം ചിന്തിക്കേണ്ടതല്ലേ?'

നമ്മുടെ വിദ്യാലയത്തിലെ ഹിന്ദി അദ്ധ്യാപികയാണ് കുമാരിയമ്മ എന്ന് വിളിക്കുന്ന ആലപ്പുഴക്കാരി ശ്രീകുമാരിയമ്മ. സ്വന്തം നാട്ടിൽ സ്ത്രീധനത്തിന് എതിരായി പോരാടുകയും തുടർന്ന് ബന്ധുവും കാമുകനും ആയ ബസ് ഡ്രൈവറെ വിവാഹം കഴിക്കുകയും ചെയ്ത ആദർശവനിതയാണ് നമ്മുടെ കഥാപാത്രം. അതിലുണ്ടായ ഒരേയൊരു ചിന്നക്കിളിയാണ് നമ്മുടെ കഥാപാത്രമായ മൂന്നു വയസ്സുകാരൻ,,

പ്രേമവിവാഹങ്ങളിൽ ചിലപ്പോൾ സംഭവിക്കാറുള്ളതുപോലെ അധിമധുരം പെട്ടെന്നുതന്നെ കയ്പായി രൂപാന്തരപ്പെട്ടു. പ്രേമിക്കാൻ സ്ത്രീധനം ആവശ്യമില്ലെങ്കിലും അത് വിവാഹത്തിൽ കലാശിച്ചപ്പോൾ അതുവരെ പൂച്ചയെപ്പോലെയിരുന്ന കണവൻ പുലിയായി മാറി. രണ്ടുപേരുടേയും വീട്ടുകാർ പറഞ്ഞു, ഇനി നിങ്ങളായി,, നിങ്ങളുടെ പാടായി. ഒരു മകൻ ജനിച്ചപ്പോഴേക്കും ഹൈസ്ക്കൂൾ ടീച്ചർ എന്ന അനുഗ്രഹം നേടിയ ശ്രീകുമാരിയമ്മ നേരെ കണ്ണൂരിൽ എത്തിയപ്പോൾ സ്ക്കൂളിനടുത്ത് വാടകവീട്ടിൽ ഭർത്താവും മകനുമൊത്ത് സുഖജീവിതം തുടങ്ങി.

ഭാര്യ ഹൈസ്ക്കൂൾ ടീച്ചറായപ്പോൾ ഭർത്താവ് അതുവരെ ചെയ്ത ഡ്രൈവർ ജോലിക്ക് വിരാമമിട്ടുകൊണ്ട് ഏതാനും ദിവസം വളരെ നല്ല കുട്ടിയായി ഭാര്യയുടെ പ്രധാന ഐറ്റമായ അടുക്കളപ്പണിയെല്ലാം ചെയ്തുതീർത്തശേഷം പിന്നെയങ്ങോട്ട് സുഖജീവിതം തുടങ്ങി. ശമ്പളം കിട്ടിയാൽ തീരുന്നതുവരെ അടിപൊളി ജീവിതം, അതിനുശേഷം ഭാര്യയെ അടിച്ചു ഭീഷണിപ്പെടുത്തൽ... ഏതാനും മാസങ്ങളായി ഭാര്യയുടെ ശമ്പളം വാങ്ങിയ ഉടനെ സ്ഥലംവിടുന്ന ആൾ തിരികെവരുന്നത് മിക്കവാറും അടുത്തമാസം ശമ്പളദിവസം ആയിരിക്കും. ഏതുനേരത്ത് വന്നാലും മറുത്തൊരു വാക്കുപോലും പറയാതെ കുമാരിയമ്മ കണവനെ സ്വീകരിക്കും.

ഭർത്താവ് കാരണമുള്ള നാണക്കേടും പീഡനവും സഹിക്കവയ്യതെ ആത്മഹത്യ ചെയ്താലോ എന്നുപോലും ടീച്ചർ ചിലനേരത്ത് ചിന്തിക്കാറുണ്ടെങ്കിലും സ്വന്തം മകനെയോർത്ത് വേണ്ടെന്ന് വെച്ചു. രാത്രിയിൽ മദ്യപിച്ച് അടിയും ബഹളവും ഉണ്ടാക്കുന്ന ഭർത്താവിനെ ഉപേക്ഷിക്കണമെന്ന് സഹപ്രവർത്തകർ ഉപദേശിച്ചു. എത്ര ഉപദേശിച്ചാലും ഭർത്താവ് വരുമ്പോൾ ഭാര്യ വാതിൽ തുറന്നുകൊടുത്ത് അദ്ദേഹത്തെ സ്വാഗതം ചെയ്യും. അവർക്ക് പറയാനൊരു കാരണമുണ്ട്,

'എത്രയായാലും എന്റെ കൊച്ചിന്റെ അച്ഛനല്ലേ... അവൻ വലുതായിട്ട് അച്ഛനെ അന്വേഷിച്ചാൽ ഞാനെന്ത് പറയും?'

പഠനത്തിൽ തരികിട കാണിക്കുന്ന നമ്മുടെ ശിഷ്യന്മാർ ഹിന്ദി ക്ലാസ്സിൽവെച്ച് കുരുത്തക്കേടുകൾ കാണിച്ചാലും അവരോട് ദേഷ്യപ്പെട്ട് പറയുകയോ ഉപദേശിക്കുകയോ ചെയ്യാറില്ല. അതുപോലെ അംഗനവാടിയിൽ പോകുന്നവനാണെങ്കിലും കുരുത്തക്കേടിൽ ഡിഗ്രികഴിഞ്ഞ മകനെ ഉപദേശിക്കാനോ തിരുത്താനോ തയ്യാറല്ല. ഇത് കാണുന്ന സഹഅദ്ധ്യാപികമാർ ദേഷ്യംകൊണ്ട് കണ്ണുകാണാത്ത അവസ്ഥയിലാവും.

ഒരുദിവസം കുമാരിയമ്മ ടീച്ചർ സമീപമുള്ള അംഗനവാടിയിലേക്ക് പോകുമ്പോൾ എന്നെയും വിളിച്ചു,, ഒപ്പമുള്ള മകനെ അവിടെ നിർത്തണം. സ്ഥലം കാണാനുള്ള താല്പര്യംകൊണ്ട് ഒന്നിച്ച് ഞാനും പോയി. മകന്റെ കൈ അവർ മുറുകെ പിടിച്ചിരിക്കയാണ്,, അങ്ങിനെ ചെയ്തില്ലെങ്കിൽ ആ കുട്ടിക്കാന്താരി ഇടംവലം നോക്കാതെ വാഹനങ്ങൾ നിറഞ്ഞ റോഡിലിറങ്ങി ഓടാനിടയുണ്ട്. അംഗനവാടിയുടെ മുന്നിലെത്തിയപ്പോൾ മകൻ അമ്മയുടെ കഴുത്തിൽ വട്ടംചുറ്റി മുറുകെ പിടിച്ചിരിക്കയണ്. അകത്തു കടക്കണമെങ്കിൽ അമ്മയും അവന്റൊപ്പം ക്ലാസ്സിലിരിക്കണം. കുട്ടിയുടെ കരച്ചിൽ കേട്ടപ്പോൾ ആ കെട്ടിടത്തിലുള്ള എല്ലാകുട്ടികളും വെളിയിലേക്ക് വന്നു. ഇതെല്ലം നോക്കിനിൽക്കുന്ന എന്നോടായി അവർ പറഞ്ഞു,

'സ്ക്കൂളിലെത്താൻ അല്പം വൈകിയാൽ എല്ലാവരും എന്നെ കുറ്റം പറയും. എന്റെ പ്രയാസം ആരെങ്കിലും അറിയുന്നുണ്ടോ?'

ശബ്ദംകേട്ട് അംഗനവാടിയിലെ ആയ ഇറങ്ങിവന്ന് കുഞ്ഞിനെ ബലമായി അകത്തേക്ക് പിടിച്ച് കൊണ്ടുപോകുമ്പോൾ കരച്ചിൽ ഉച്ചസ്ഥായിയിൽ എത്തി. ആയയെ പിച്ചുകയും മാന്തുകയും കടിക്കുകയും ചെയ്യുന്നുണ്ടെങ്കിലും അവർക്കതൊരു പുതിയ സംഭവം ആയിരുന്നില്ല.

'ഇനി നമുക്ക് പോകാമല്ലോ?'

ഞാൻ പറഞ്ഞത് കേട്ടപ്പോൾ കുമാരിയമ്മ മറുപടി നൽകി,

'അതെങ്ങിനെയാ ടീച്ചറെ കുഞ്ഞ് അവിടെയിരിക്കുന്നത് എനിക്കൊന്ന് കാണണ്ടേ?'

അകത്തേക്ക് പോയ ടീച്ചർ കണ്ടത് കരച്ചിൽ മാറി മറ്റു കുട്ടികളോടൊപ്പം കളിക്കുന്ന മകനെയാണ്. അവന്റെ അടുത്തുപോയി തലയിൽ കൈവെച്ചിട്ട് പറഞ്ഞു.

'അമ്മ വരുന്നതുവരെ നല്ല കുട്ടിയായി ഇവിടെയിരിക്കണം, അമ്മ വേഗം വരും ട്ടോ...'

കരച്ചിൽ അവസാനിപ്പിച്ച് ക്ലാസ്സിലെ ദൃശ്യങ്ങളിൽ മുഴുകിയ പയ്യൻ അമ്മയെ കണ്ടപ്പോൾ ഉച്ചത്തിൽ കരയാൻ തുടങ്ങി. അമ്മയുടെ സാരി

ത്തുമ്പ് മുറുകെ പിടിച്ചാണ് കരയുന്നത്. പെട്ടെന്നുതന്നെ ആയ ഓടിവന്നിട്ട് കുട്ടിയെ പിടിച്ചുനിർത്തിയശേഷം അമ്മയോട് പറഞ്ഞു,

'ടീച്ചറെ കാണുമ്പോൾ മാത്രമാണ് കരച്ചിൽ, ടീച്ചർ പോയാൽ കരയാറില്ല.'

ഞങ്ങൾ പുറത്തിറങ്ങി റോഡിനെ ലക്ഷ്യമാക്കി നടന്നു. അല്പസമയം നടന്നപ്പോഴാണ് കുമാരിയമ്മ കൂടെയില്ലെന്ന് മനസ്സിലായത്. അല്പം പിറകിലായി അംഗനവാടി നോക്കിയിട്ട് അവർ നിൽക്കുകയാണ്. ഞാൻ പിറകോട്ട്പോയി വിളിച്ചു,

'ടീച്ചറേ മണിയടിക്കാറായി, വേഗം പോകാം.'

'കൊച്ചിനെ ഒന്നുകൂടി എനിക്ക് കാണണം, അവനോട് റ്റാറ്റ പറയാതെ പോന്നത് തെറ്റല്ലേ? അമ്മയെക്കുറിച്ച് അവനെന്ത് തോന്നിക്കാണും.'

ടീച്ചർ അംഗനവാടിയുടെ നേരെയും ഞാൻ ഹൈസ്ക്കൂളിനു നേരെയും നടന്നു.

കുമാരിയമ്മയുടെ ജീവിതപരാജയത്തിന്റെ കാരണം ഇതുതന്നെ ആയിരിക്കാം. ഭർത്താവും മകനും എന്തു തെറ്റ്ചെയ്താലും അവരെ എതിർക്കാതിരിക്കുന്നതാണ് സ്നേഹപ്രകടനമെന്ന് അവർ വിശ്വസിക്കുന്നു. ഭർത്താവും മകനും തെറ്റ് ചെയ്താൽ ഭാര്യ എന്ന നിലയിലും അമ്മ എന്ന നിലയിലും പൊറുക്കണം എന്നാണ് അവരുടെ വിശ്വാസം. സ്നേഹിക്കുന്നവർ തിരിച്ചിങ്ങോട്ട് സ്നേഹിച്ചില്ലെങ്കിലും പരാതി ഇല്ലാത്തവർ... അദ്ധ്യാപിക ആയ ഒരു സ്ത്രീ ഇങ്ങനെ ആവാൻ പാടുണ്ടോ?

സാരിക്കാരൻ

പതിവിലുംനേരത്തെ ആ ദിവസം സ്ക്കൂളിൽ എത്തിച്ചേർന്ന ഞാൻ കണ്ടത് ഓഫീസ് വരാന്തയിലൂടെ അങ്ങോട്ടും ഇങ്ങോട്ടുമായി നടക്കുന്ന കുട്ടിയമ്മയെയാണ്. എല്ലാവരെക്കാളും മുന്നിൽ സ്ക്കൂളിൽ വരുന്ന കുട്ടിയമ്മ, ഓഫീസ്റൂമിന്റെ വാതിൽതുറന്ന് അകവും പുറവും അടിച്ചുവാരിയശേഷം കിണറ്റിൻ കരയിൽപോയി ശുദ്ധജലം ശേഖരിച്ച് മൺപാത്രത്തിൽ ഒഴിച്ച് അടച്ചുവെച്ചിട്ട് ക്ലാസ്മുറികളോരോന്നും തുറക്കാൻ ആരംഭിക്കുമ്പോഴായിരിക്കും കുട്ടികളുടെയും അദ്ധ്യാപകരുടെയും വരവ്. പതിവിനു വിപരീതമായി ഇന്നെന്തോ സംഭവിച്ച മട്ടാണ്; എവിടെയോ ഒരു പന്തികേട്.

എന്നെ കണ്ടപ്പോൾ അവർ ഗ്രൗണ്ടിലേക്കിറങ്ങിവന്ന് പറയാൻ തുടങ്ങി.

'ടീച്ചറെ, പരിചയമില്ലാത്ത ഒരാൾ സ്റ്റാഫ്റൂമിൽ ഇരിക്കുന്നുണ്ട്'

'പരിചയമില്ലാത്ത ആളോ? നിങ്ങളെന്തിനാ കയറ്റിയിരുത്തിയത്?'

'ഞാൻ കയറ്റി ഇരുത്തിയതൊന്നുമല്ല; രാവിലെ ഓഫീസും സ്റ്റാഫ്റൂമും തുറന്നിട്ട് അടിച്ചുവാരാൻ തുടങ്ങുമ്പോൾ ഏതാണ്ട് ആറര ഏഴടി പൊക്കമുള്ള ഒരാൾ രണ്ട് വലിയ ബാഗുമായി വന്നിട്ട് എന്നോട് ചോദിച്ചു, 'ഹെഡ്മാസ്റ്റർ എപ്പൊഴാ വരിക' എന്ന്. ഞാൻ പറഞ്ഞു, 'പത്തുമണി കഴിയുമെന്ന്'; അന്നേരം അയാൾ നേരെ സ്റ്റാഫ്റൂമിൽ കയറിയിട്ട് നമ്മുടെ പി.എസ്.ന്റെ മേശപ്പുറത്തും ചുവട്ടിലുമായി ബാഗുകൾ വെച്ചശേഷം കസാരയിലിരുന്ന് മേശപ്പുറത്ത് തലചായ്ച്ച് ഒറ്റ കിടപ്പ്; എനിക്കാകെ പേടിയാവുന്നു.'

'ആരെയോ അകത്തുകയറ്റിയിട്ട് പേടിയാവുകയോ? അയാളോട് എഴുന്നേറ്റ് പോകാമ്പറഞ്ഞൂടെ?'

'അയ്യോ ടീച്ചറെ അയാൾ ഉറങ്ങുകയാണെന്ന് തോന്നുന്നു, അപ്പൊ ഒറ്റക്ക് ഞാനെങ്ങനെയാ വിളിക്കുന്നത്?'

സംസാരിച്ചുകൊണ്ട് ഓഫീസ്റൂമിൽ കടന്ന ഞാൻ ഒരുവശത്തെ മേശപ്പുറത്ത് നിവർത്തിയ ഹാജർ പട്ടികയിൽ ഒപ്പ് ചാർത്തിയശേഷം തൊട്ടടുത്തുള്ള ഹെഡ്മാസ്റ്ററുടെ ഇരിപ്പിടത്തിലേക്ക് നോക്കി; പതിവുപോ

ലെ അവിടം ഒഴിഞ്ഞിരിക്കുന്നതായി കാണപ്പെട്ടു. സ്ക്കൂൾ തുറന്ന് അദ്ധ്യാപകരും വിദ്യാർത്ഥികളും വന്നശേഷം മണിയടിച്ച് പ്രാർത്ഥനചൊല്ലി പാഠം തുടങ്ങുമ്പോഴായിരിക്കും അദ്ദേഹത്തിന്റെ വരവ്. ഗ്രാമപ്രദേശത്തെ സർക്കാർ ഹൈസ്ക്കൂൾ ആയതിനാൽ ഒരു ഹെഡ്മാസ്റ്ററുടെ കാലാവധി മിക്കാവാറും ഒരു വർഷം ആയിരിക്കും. അദ്ധ്യാപന സേവനത്തിന്റെ അവസാന നാളുകളിൽ പ്രമോഷൻ കിട്ടിയിട്ട് ഞങ്ങളുടെ വിദ്യാലയത്തിൽ പ്രധാന അദ്ധ്യാപക വേഷത്തിൽ വരുന്നത് അന്യജില്ലക്കാരാണെങ്കിൽ പലരും സ്ക്കൂളിനോട് വലിയ മമതയൊന്നും കാണിക്കാറില്ല. ഇപ്പോഴുള്ളത് ജില്ലയിൽ തന്നെയുള്ള അദ്ധ്യാപകനാണെങ്കിലും വീട്ടിനടുത്തേക്ക് ട്രാൻസ്ഫർ വാങ്ങി പെട്ടെന്ന് സ്ഥലംവിടാനാണ് കക്ഷിയുടെ പ്ലാൻ. നാട്ടുകാരായ അദ്ധ്യാപകരെല്ലാംചേർന്ന് ഞങ്ങളുടെ വിദ്യാലയത്തിലെ ഓരോ വിദ്യാർത്ഥിയെയും കണ്ണിലെ ലൻസ്പോലെ ശ്രദ്ധിക്കുന്നു. അവർ പഠിച്ച് പത്താം തരത്തിലെത്തിയാൽ 100% വിജയിപ്പിക്കാനുള്ള പരിശ്രമത്തിനിടയിൽ ഹെഡ്മാസ്റ്റർ വരുന്നതും പോകുന്നതും ഞങ്ങൾക്കൊരു വിഷയമേ അല്ല.

ഓഫീസ്റൂമിൽ നിന്ന് വെളിയിലിറങ്ങിയ ഞാൻ കണ്ടത് മലയാളം അദ്ധ്യാപികയോട് സംഭവം വിവരിക്കുന്ന കുട്ടിയമ്മയെയാണ്. അപരിചിതൻ സ്റ്റാഫ്റൂമിൽ കയറിയ സംഭവം പൊടിപ്പും തൊങ്ങലും വെച്ച് കുട്ടിയമ്മ വിവരിക്കുമ്പോഴേക്കും കണക്ക് മാസ്റ്റർ കെ.എം. വന്നുചേർന്നു. പെട്ടെന്ന് പൊട്ടിത്തെറിക്കുന്ന സ്വഭാവക്കാരനായ കണക്ക് അദ്ധ്യാപകൻ കുട്ടിയമ്മയെ കണക്കറ്റ് കുറ്റം പറയാൻ തുടങ്ങി. ഏതായാലും ആൾബലം കൂടിയതിനാൽ ഞങ്ങൾ പതുക്കെ സ്റ്റാഫ്റൂമിനകത്തേക്ക് കടന്നു.

അവിടെ,

കുട്ടിയമ്മ വിവരിച്ചതുപോലെ നല്ല ഉയരവും തടിയും ഉള്ള ഒരാൾ മേശമേൽ തലചായ്ച്ച് കിടന്നുറങ്ങുകയാണ്. ദൂരയാത്രകൊണ്ട് മുഷിഞ്ഞ സ്യൂട്ട്കെയ്സുകളും ഫാനിന്റെ കാറ്റിനൊത്ത് ഇളകുന്ന മുടിയും നോക്കിനിൽക്കെ പെട്ടെന്ന് നമ്മുടെ മലയാളത്തിനൊരു സംശയം; അവരത് പറഞ്ഞു.

'ഇത് സാരിക്കാരനായിരിക്കും, ഇവിടെ വരുമ്പോൾ ഇതുപോലെ സാരിനിറച്ച ബാഗുമായല്ലെ അയാൾ വരാറുള്ളത്.'

'ഈനേരത്ത് സാരിക്കാരനെന്താ സ്ക്കൂളിൽ കാര്യം? അയാൾ ഉച്ച സമയത്താണല്ലൊ വരാറുള്ളത്.'

ചോദിച്ചത് കണക്ക് മാസ്റ്ററാണ്; അപ്പോൾ ഞാൻ പറഞ്ഞു.

'സാരിക്കാരൻ അണ്ണാച്ചി കോയമ്പത്തൂരിൽ നിന്ന് പുത്തൻ ഐറ്റവുമായി ഇന്നു രാവിലെതന്നെ കണ്ണൂരിൽ ട്രെയിനിറങ്ങിയശേഷം നേരെയിങ്ങോട്ട് വന്നതായിരിക്കാം. ഇവിടെയാവുമ്പോൾ ധാരാളം സാരി വിറ്റുപോകുമല്ലോ.'

അണ്ണാച്ചിമാർ സ്കൂളിൽ കടന്നുവന്ന് സാരിവില്പന തുടങ്ങിയതും അദ്ധ്യാപകർക്ക് ശമ്പളപരിഷ്ക്കരണം വന്ന് കൈയിലെത്തുന്ന പണത്തിന്റെ എണ്ണം കൂടിയതും ഒന്നിച്ചായിരുന്നു. ഇടയ്ക്കിടെ അവർ കൊണ്ടുവരുന്ന സാരികൾ വാങ്ങുന്ന അദ്ധ്യാപികമാർ നല്ലനല്ല പട്ടുസാരികൾ ഉടുക്കാൻ തുടങ്ങിയ കാലമാണ്. സ്റ്റാഫ്റൂമുകളിൽ പുതുപുത്തൻ സാരികളുടെ മണവും നിറവും നിറഞ്ഞുകവിഞ്ഞത് അണ്ണാച്ചിമാരുടെ സേവനഫലമാണെന്ന് പറയാം.

'നിങ്ങൾ പെണ്ണുങ്ങൾ സാരിനോക്കിയിട്ട് ഇവിടെ നിന്നാൽ മതി; ഞാൻ ക്ലാസ്സിൽ പോവുകയാണ്.'

കണക്ക് മാഷ് ചോക്കും ചൂരലുമായി പത്ത് ബി ക്ലാസ്സിലേക്ക് പോയി.

ഇനിയെന്ത് ചെയ്യുമെന്ന് ഞങ്ങൾ മൂന്ന് വനിതകൾ ചർച്ചചെയ്യുന്നതിനിടയിൽ വിദ്യാർത്ഥികൾ കൂട്ടമായി വന്ന് അവരവരുടെ ക്ലാസ്സിലേക്ക് പോയിക്കൊണ്ടിരിക്കയാണ്. ഏതാനും ചില വികൃതികൾ മുന്നിലെ ഗ്രൗണ്ടിൽ ഓടിച്ചാടി കളിക്കുന്നുണ്ട്. അതിനിടയിൽ ഒറ്റയും കൂട്ടമായും വരുന്ന അദ്ധ്യാപകരെല്ലാം സ്റ്റാഫ്റൂമിൽ പ്രവേശിക്കാൻ നേരത്ത് അവിടെയുള്ള പുതുമുഖത്തെ അന്വേഷിക്കാൻ തുടങ്ങി. ഒടുവിൽ വന്നുചേർന്ന നമ്മുടെ കായിക അദ്ധ്യാപികക്ക് സാരിക്കാരന്റെ കൈയേറ്റം തീരെ സഹിച്ചില്ല; അവർ സീനിയർ അസിസ്റ്റന്റിനെ നോക്കിയിട്ട് പറഞ്ഞു,

'ഇത്രയും പുരുഷന്മാർ ഇവിടെയുള്ളപ്പോൾ ഏത് സാരിക്കാരനായാലും അകത്തുകയറി ഉറങ്ങാൻ അനുവദിക്കുന്നത് ശരിയാണോ?'

'അതിന് ഞാനെന്ത് വേണം ടീച്ചറെ,, ഉറങ്ങുന്ന ആൾ എഴുന്നേറ്റാൽ ആദ്യം സാരി വാങ്ങുന്നത് നിങ്ങൾ തന്നെ ആയിരിക്കുമല്ലോ. ഇവിടത്തെ ലേഡീടീച്ചേർസിന്റെ സാരിമോഹമാണ് ഇതിനൊക്കെ കാരണം; ഞാനിതാ ക്ലാസ്സിൽ പോവുകയാണ്.'

ടീച്ചർ പ്രതിഷേധിക്കാൻ കാരണമുണ്ട്; അപരിചിതൻ ഇരുന്നുറങ്ങുന്നത് കായികത്തിന്റെ ഇരിപ്പിടത്തിലാണ്. മറ്റുള്ളവരൊക്കെ ബെല്ലടിക്കുന്ന മുറക്ക് ക്ലാസ്സിൽ പോകുമ്പോൾ അവർക്ക് സ്വന്തം സീറ്റിലിരുന്ന് നാട്ടുകാര്യവും വീട്ടുകാര്യവും ചർച്ചചെയ്യണം. കാരണം കായികഅദ്ധ്യാപികക്ക് ഡ്യൂട്ടി ലഭിക്കുന്നത് ഉച്ചകഴിഞ്ഞാണ്, അതും ഗ്രൗണ്ടിൽ...

പതിവുപോലെ ഒന്നാം മണിയടിയും രണ്ടാം മണിയടിയും മൂന്നാം മണിയടിയും പ്രാർത്ഥനയും കഴിഞ്ഞു. എന്തെങ്കിലും ആവട്ടെ എന്ന് ചിന്തിച്ചുകൊണ്ട് ഉറങ്ങുന്ന ആളെ അതിന്റെ പാട്ടിന് വിട്ടുകൊണ്ട് അദ്ധ്യാപകരിൽ പലരും പെട്ടെന്നുതന്നെ ക്ലാസ്സിൽ പോവാൻ തയ്യാറായി. മണിയടി കേട്ട് അഞ്ച്മിനിട്ട് കഴിഞ്ഞാൽ മാത്രം ക്ലാസ്സിൽ പോകുന്നത് ശീലമാക്കിയ മലയാളം സീനിയർ എല്ലാവരെക്കാളും മുന്നിൽ ക്ലാസ്സിൽ പോയി പഠിപ്പിക്കാൻ തുടങ്ങി.

ഒന്നാം പിരീഡ് ക്ലാസ്സുള്ളവർ പോയിക്കഴിഞ്ഞപ്പോൾ സ്റ്റാഫ്റൂമിൽ ഇരിക്കുന്നവരുടെ എണ്ണം കുറഞ്ഞു. അവരിൽ സംഗീതം ടീച്ചർ കുട്ടിയമ്മയോട് വീണ്ടുംവീണ്ടും കാര്യങ്ങൾ ചോദിക്കുകയാണ്. വില്പനക്കാർ ആര് വന്നാലും അവർ കൊണ്ടുവരുന്നത് ഏത് സാധനമായാലും ഗുണംനോക്കിയും അല്ലാതെയും വാങ്ങുന്ന ശീലക്കാരിയാണ് നമ്മുടെ സംഗീതം. സംസാരിച്ചതിന്റെ ഒടുവിൽ അവർ പറഞ്ഞതു കേട്ടപ്പോൾ മറ്റുള്ളവർക്ക് ചിരിക്കാതിരിക്കാൻ കഴിഞ്ഞില്ല,

'ഉറങ്ങുന്നതിനുമുൻപ് ആ ബാഗൊന്ന് തുറന്നെങ്കിൽ,,, നല്ല സാരി നോക്കി സെലക്റ്റ് ചെയ്യാമായിരുന്നു.'

'നിങ്ങളുടെ ഒരു സാരിപിരാന്ത്; എത്രയാ വാങ്ങിക്കൂട്ടുന്നത്.'

കായികത്തിന് ദേഷ്യം പതഞ്ഞുപൊങ്ങി.

സമയം ഇഴഞ്ഞു നീങ്ങിക്കൊണ്ടിരിക്കെ സ്ക്കൂൾ മൊത്തം പഠനാന്തരീക്ഷമായി മാറി. അപ്പോൾ തല ചായ്ച്ച് ഉറങ്ങുന്ന ആൾ നിവർന്നിരുന്ന് ചുറ്റുപാടും ഇരിക്കുന്നതും നിൽക്കുന്നതുമായ സ്ത്രീപുരുഷന്മാരെ നോക്കി. പോക്കറ്റിൽനിന്ന് വെളിയിലെടുത്ത തൂവാലകൊണ്ട് മുഖം തുടച്ചശേഷം മുന്നിലുള്ളവരോട് ചോദിച്ചു,

'ഹെഡ്മാസ്റ്റർ വന്നോ? ആരാണ് ഹെഡ്മാസ്റ്റർ?'

ആ വ്യക്തിയുടെ ചോദ്യത്തിന് ഞങ്ങളാരും മറുപടി പറഞ്ഞില്ല. ആരോടും ചോദിക്കാതെ അകത്തു കയറി ഉറങ്ങിയിട്ട് ഇപ്പോൾ സാരിവിൽക്കാൻ ഹെഡ്മാസ്റ്ററുടെ പെർമിഷൻ വേണംപോലും. ഒരു സ്ഥാപനത്തിൽ ഏതെങ്കിലും സാധനം വില്പന നടത്തണമെങ്കിൽ മേലധികാരിയുടെ പെർമിഷൻ വേണമെന്ന് ഇത്തരം കച്ചവടക്കാർക്കെല്ലാം നന്നായി അറിയുന്നതാണ്. ഇയാൾ ചോദിക്കാതെ അകത്തുകയറിയതിന് ആദ്യം സമാധാനം പറയട്ടെ.

പെട്ടെന്നാണ് ഹെഡ്മാസ്റ്ററുടെ തല സ്റ്റാഫ്റൂമിന്റെ വാതിൽക്കൽ പ്രത്യക്ഷപ്പെട്ടത്; അദ്ദേഹം എല്ലാവരോടുമായി പറഞ്ഞു,

'എനിക്കിവിടെന്ന് ട്രാൻസ്ഫർ കിട്ടി, വീട്ടിനടുത്തുള്ള ഹൈസ്ക്കൂ

ളിൽ. പകരം പുതിയ എച്ച് എം ഇവിടെ ചാർജ്ജെടുക്കാൻ വന്നിട്ടുണ്ടെന്ന് വിളിച്ചു പറഞ്ഞിരുന്നു; ആളെവിടെയാ ഉള്ളത്?'

സ്റ്റാഫ്റൂമിനകത്ത് വന്ന ഹെഡ്മാസ്റ്റർ അപരിചിതനെ കണ്ടപ്പോൾ നേരെയങ്ങോട്ട് നടന്നുവന്ന് അയാളെ ഹസ്തദാനം നൽകി സ്വീകരിച്ചുകൊണ്ട് പറഞ്ഞു,

'ഇവിടെ ചാർജ്ജെടുക്കാൻ വന്ന പുതിയ ആൾ താങ്കളായിരിക്കും?'

'അതെ ഓർഡറൊക്കെ ഞാൻ കൊണ്ടുവന്നിട്ടുണ്ട്.'

'നേരത്തെ എത്തിയോ? യാത്രയൊക്കെ സുഖമാണെന്ന് വിശ്വസിക്കുന്നു. ഇന്ന് ലീവെടുക്കാൻ തീരുമാനിച്ച ഞാൻ, താങ്കൾ രാവിലെതന്നെ എത്തുമെന്നറിഞ്ഞപ്പോൾ ലീവ് ഒഴിവാക്കിയിട്ട് വന്നതാണ്.'

അതുവരെ ഉറങ്ങിയ വ്യക്തി നമ്മുടെ ഹെഡ് മാസ്റ്ററെ നോക്കി ചിരിച്ചുകൊണ്ട് പറഞ്ഞു.

'ഓർഡർ കിട്ടിയ ഉടനെ ഇന്നലെ രാത്രിതന്നെ കോട്ടയത്തുനിന്നും ട്രെയിനിൽ കയറി നേരെയിങ്ങട്ട് കണ്ണൂരിൽ ഇറങ്ങി. പിന്നീട് ബസ്സ്റ്റാന്റിൽ എത്തി ഇവിടത്തേക്കുള്ള വണ്ടിയിൽ വന്നിറങ്ങിയതാ. ഇതൊരു ഓണംകേറാമൂലയാണല്ലൊ; ഏതായാലും ഞാൻ കഷ്ടപ്പെട്ട് പോകത്തേയുള്ളു. താമസിക്കാൻ പെട്ടെന്നൊരിടം ലഭ്യമല്ലാത്തതിനാൽ ലഗ്ഗേജൊക്കെയുണ്ട്.'

രണ്ടുപേരും വർദ്ധിച്ച സന്തോഷത്തോടെ സ്റ്റാഫ്റൂമിൽ നിന്നും വെളിയിലിറങ്ങുമ്പോൾ ഹെഡ്മാസ്റ്റർ സീനിയർ അസിസ്റ്റന്റിനോട് പറഞ്ഞു,

'പുതിയആൾ വന്നതുകൊണ്ട് രാവിലെതന്നെ ഞാൻ റിലീവ് ചെയ്യും. ക്ലാസ്സിൽ പോകാതെ മാഷ് ഓഫീസിലേക്ക് വരണം; കണക്കുകളൊക്കെ നോക്കി ശരിയാക്കാനുണ്ട്.'

തുടർന്ന് കുട്ടിയമ്മയെ നോക്കിയിട്ട് അദ്ദേഹം പറഞ്ഞു.

'കുട്ടിയമ്മെ സാറിന്റെ സ്യൂട്ട്കെയ്സ് ഇങ്ങോട്ട് എടുത്തേ...'

ഭാരം കൂടിയ സ്യൂട്ട്കെയ്സുമായി വെളിയിലിറങ്ങുന്ന കുട്ടിയമ്മ ഹെഡ്മാസ്റ്റർ കേൾക്കാതെ മറ്റുള്ളവരോടായി പറഞ്ഞു.

'സാരിക്കാരനാണ്,,,, ഇതു നിറയെ സാരികളാണ്.'

കോളനിയിലൂടെ

സ്ക്കൂളിന്റെ ഗെയിറ്റ് കടന്നപ്പോൾതന്നെ അവരെ കണ്ടു; ആ സ്ത്രീ ഇന്നും വന്നിട്ടുണ്ട്. ഓഫീസിനു മുന്നിൽ അവരെ കാണാൻ തുടങ്ങിയിട്ട് രണ്ടു ദിവസമായി. മുഷിഞ്ഞ സാരിയും ബ്ലൌസും ധരിച്ച് കാലിൽ പഴയൊരു ഹവായി ചെരിപ്പ് പോലുമില്ലാതെ നടന്നുവന്ന് ഓഫീസ് വരാന്തയിൽ ഇരുന്നശേഷം അര മണിക്കൂർ കഴിഞ്ഞ് നിരാശയോടെ തിരിച്ചുപോകുന്ന ആ സ്ത്രീയുടെ ദയനീയമായ മുഖത്ത് നോക്കിയാൽ ജീവിതത്തിലെ എല്ലാ കഷ്ടപ്പാടുകളും വായിച്ചെടുക്കാം. എന്നാൽ മനസ്സിനെ മാർബിളാക്കി മാറ്റിയ അദ്ധ്യാപകരെല്ലാം ആ പാവത്തെ അവഗണിച്ചുകൊണ്ട് പതിവുപോലെ വിദ്യ കൊണ്ടുള്ള അഭ്യാസം നടത്തുകയാണ്.

'മകളെ ഹൈസ്ക്കൂളിലെ പത്താം ക്ലാസ്സിൽ ചേർക്കണം' ആ അമ്മയുടെ ആവശ്യം വളരെ ന്യായമാണ്. മുൻപ് പഠിച്ച സ്ഥാപനത്തിൽ നിന്നും ടീസിയുമായി വന്നാൽ ജൂലായ് മാസമാണെങ്കിലും സർക്കാർ സ്ക്കൂളിൽ ചേർക്കുകയും പഠിപ്പിക്കുകയും വേണം,, അതാണ് നിയമം. ഹെഡ്മാസ്റ്റർ ചേർക്കാൻ തയ്യാറാണ്. എന്നാൽ അവളെ പഠിപ്പിക്കേണ്ട അദ്ധ്യാപകർ ഒരു വിധത്തിലും സമ്മതിക്കുന്നില്ല. 'എട്ടാം തരം മുതൽ ഇവിടെ പഠിക്കാതെ അകലെയുള്ള സ്ക്കൂളിൽ പോയിട്ട് പത്തിലെത്തിയപ്പോൾ ഇവിടെയെന്തിന് ചേർക്കണം?' എന്നാണ് അധ്യാപകരുടെ ചോദ്യം. ഹെഡ് മാസ്റ്റർക്ക് സ്വന്തം അധികാരം പ്രയോഗിക്കാം. എന്നാൽ സഹപ്രവർത്തകരുടെ എതിർപ്പിനെ അവഗണിച്ചുകൊണ്ട് സ്വന്തം വിദ്യാലയത്തിൽ പുതിയൊരു കുട്ടിയെ ചേർക്കാൻ അദ്ദേഹം തയ്യാറല്ല.

അപേക്ഷയുമായി അവർ വന്നതിന്റെ മൂന്നാമത്തെ ദിവസം ഒന്നാമത്തെ പിരീഡ് ക്ലാസ്സില്ലാത്തതിനാൽ സ്റ്റാഫ്റൂമിലിരിക്കുന്ന ഏതാനും ലേഡീ ടീച്ചേർസ് ആ സ്ത്രീയോട് പ്രശ്നങ്ങൾ തിരക്കി. അവരുടെ മകൾ അടുത്തുള്ള സ്വകാര്യ എയിഡഡ് സ്കൂളിൽ പത്താം തരത്തിൽ പഠിക്കുകയാണ്. നമ്മുടെ ശത്രുസ്ഥാപനമാണ് ആ വിദ്യാലയം. സ്ക്കൂൾ തുറന്ന് ഒരു മാസം കഴിഞ്ഞു,, ഒരു ദിവസം വൈകുന്നേരം സ്ക്കൂളിൽ പോയി തിരിച്ചുവന്ന മകൾ പറയുന്നു; 'അമ്മേ ഞാനിനി ആ സ്ക്കൂളി

ലേക്കില്ല'. കാരണം എത്ര ചോദിച്ചിട്ടും പറയുന്നില്ല. അവിടെ നിന്നും മാറ്റി ചേർക്കണം. ആകെയുള്ള ഒരു മകളെ കൂലിവേല ചെയ്ത് ആ അമ്മ പോറ്റുകയാണ്. അച്ഛനെപറ്റി ചോദിച്ചപ്പോൾ നിർത്താതെയുള്ള കരച്ചിലിലാണ് അവസാനിച്ചത്. അങ്ങനെ വനിതകൾ ഇടപെട്ട് പ്രശ്നം മറ്റുള്ളവരുമായി ചർച്ച ചെയ്തു. ഒരു കുട്ടിയെ കൂടി പത്താം തരത്തിൽ അധികമായി ചേർക്കാമെന്ന തീരുമാനമായി. നാളെ മകളോടൊപ്പം ടീസിയും പുസ്തകവുമായി വന്നാൽ സ്ക്കൂളിൽ ചേർക്കാമെന്ന് പറഞ്ഞപ്പോൾ അവർ കൈ കൂപ്പികൊണ്ട് പറഞ്ഞു,

'ടീച്ചറേ, ഞങ്ങൾ കോളനിയിലെ കുടിലിലിലാണ് താമസം. അവിടെ പകൽസമയത്ത് പെൺകുട്ടികൾക്ക് ഒറ്റയ്ക്ക് വീട്ടിൽ നിൽക്കാനാവില്ല. എനിക്കും എന്റെ മകൾക്കും ജീവിക്കണമെങ്കിൽ ഞാൻ കൂലിപ്പണിക്ക് പോകണം. എന്റെ മോളെ അപകടത്തിൽ നിന്നാണ് നിങ്ങൾ രക്ഷപ്പെടുത്തിയത്.'

കോളനി...

ലക്ഷങ്ങളും കോടികളും ഒഴുകുന്ന ഹൗസിങ്ങ് കോളനികൾ വരുന്നതിനു മുൻപേ പാവപ്പെട്ടവരുടെ ഗ്രാമീണ കോളനികൾ ഉണ്ട്. തെരുവിലുള്ളവരെ പുനരധിവസിപ്പിച്ച ഒരു സെന്റ് സ്ഥലത്തെ വീടുകളാണ് ഇവ. മണ്ണും ഓലയും പ്ലാസ്റ്റിക്കും കൊണ്ട് മറച്ച ചെറിയ കൊട്ടാരങ്ങളാണവ. എല്ലാ ജാതിയും മതവും ഭാഷയും ഇവിടെ ഉണ്ട്. അവർ ഒന്നിച്ച് ചേർന്നാൽ സംസാരിക്കുന്നത് 'ആധുനിക മനുഷ്യന്റെ പിറവിക്കു മുൻപുള്ള ഭാഷ' ആയിരിക്കുമെങ്കിലും അദ്ധ്യാപകരുടെ മുന്നിലെത്തിയാൽ ശുദ്ധ മലയാളം പറയും. സ്ക്കൂളിനു സമീപമുള്ള മൂന്ന് കോളനികളിൽ നിന്നുള്ള വിദ്യാർത്ഥികളെ പഠിപ്പിക്കാനുള്ള ഭാഗ്യം ഞങ്ങൾക്ക് ഉണ്ടായിരുന്നു. ഒരു പ്രത്യേക ലോകം... അവിടെയുള്ള കുഞ്ഞുങ്ങളെ ഞങ്ങൾ പഠിപ്പിക്കുന്നു. അവർ SSLC പാസാവുമ്പോൾ ഞങ്ങളുടെ മനസ്സ് ആഹ്ലാദംകൊണ്ട് തുള്ളിച്ചാടുന്നു.

ഒരിക്കൽ പത്താം ക്ലാസ്സിൽ ഒന്നാമതായി പഠിക്കുന്ന പെൺകുട്ടി രണ്ടുദിവസം സ്ക്കൂളിൽ വന്നില്ല. കാരണം അന്വേഷിച്ചപ്പോൾ അറിയാൻ കഴിഞ്ഞു, 'അവളുടെ വീട് ശക്തമായ മഴയിൽ തകർന്നു വീണിരിക്കുന്നു'. ക്ലാസ്സ് ടീച്ചറെന്ന നിലയിൽ ഏതായാലും പോകണം. ഉച്ചഭക്ഷണത്തിനുശേഷം കുട്ടിയെയും തകർന്ന വീടിനെയും കാണാൻ പരിചയമുള്ളൊരു കുട്ടിയോടൊപ്പം ഓട്ടോയിൽ നേരെ വീട് സ്ഥിതിചെയ്യുന്ന കോളനിക്കു മുന്നിൽ ഇറങ്ങി. മിക്കവാറും ഒറ്റയ്ക്ക്, മറ്റുള്ള അദ്ധ്യാപകരെ ഉപദ്രവിക്കാതെയാണ് എന്റെ യാത്രകൾ.

ഓട്ടോയിൽനിന്നും ഇറങ്ങി ഒപ്പമുള്ള കുട്ടിയുടെ പിന്നാലെ ഞാൻ നടന്നു. ചുറ്റുപാടും ഇഷ്ടികയും ഓലയും പ്ലാസ്റ്റിക്കും തകരവും കൊണ്ടു മറച്ച കൊച്ചു കൊച്ചു കുടിലുകൾ. ഒരു കുടിലിന്റെ മറ നീക്കി രണ്ട് പെൺകുട്ടികൾ പുറത്ത് വന്ന് 'ടീച്ചറേ' എന്ന് വിളിച്ചു. പൂർവ്വ വിദ്യാർത്ഥിനികളാണ്, ആകെ മുഷിഞ്ഞ വേഷം. അവർ ഓടിവന്ന് എന്റെ കൈ പിടിച്ച് വീട്ടിലേക്ക് ക്ഷണിച്ചു. ഉള്ളിൽനിന്നും കുട്ടികൾ പുറത്തുവന്നത് കൊണ്ടാണ് അതൊരു വീടാണെന്ന് മനസ്സിലായത്. അവരോട് സംസാരിച്ചു കൊണ്ട് അല്പം കൂടി നടന്നപ്പോൾ തകർന്ന വീടിന്റെ ഉടമയായ ശിഷ്യയെ കണ്ടെത്തി. ഇപ്പോൾ തൊട്ടടുത്ത വീട്ടിലാണ് താമസം.

'വീട് നാളെ പുതുക്കിപ്പണിയും, അച്ഛനും അമ്മയും ജോലിക്ക് പോയിരിക്കുകയാണ്'

അതും പറഞ്ഞ് അവൾ വീടിന്റെ തകർച്ച കാണിച്ചുതന്നു.

തകർന്ന വീടെന്ന് പറയുന്നത് ഒരു മൺകൂനയും ഏതാനും മരവും ഓലയും മാത്രമുള്ളതാണ്. രാത്രി വീട് തകർന്നിട്ടും ആർക്കും പരിക്ക് പറ്റാത്തതിന്റെ രഹസ്യം എനിക്കു മനസ്സിലായി. തിരിച്ചു വരുമ്പോൾ ഒരു കാര്യം മാത്രമാണ് ചിന്തിച്ചത്, 'കൗമാരപ്രായത്തിലുള്ള പെൺകുട്ടി അടുത്ത വീട്ടിൽ താമസിക്കുന്നു. ഓലകൊണ്ട് മറച്ച ആ ഒറ്റ മുറി വീട്ടിലാണെങ്കിൽ കുട്ടികളും യുവാക്കളും പ്രായമായവരും അടക്കം പത്തിലധികം പേരുണ്ട്. ഇവിടെ പെൺകുട്ടികളുടെ സുരക്ഷിതത്ത്വം ഒരു സങ്കല്പം മാത്രമാണ്.

ഇനിയൊരു മേയ്മാസ അവധിക്കാല വിശേഷം. പതിവുപോലെ അവധിക്കാലത്ത് എട്ടാം ക്ലാസ്സ് അഡ്മിഷനുവേണ്ടി കുട്ടികളെ കണ്ടുപിടിക്കുന്ന തിരക്കിലാണ്. സ്ക്കൂളിൽ ചേരാനായി കുട്ടികളെ കണ്ടെത്തുക; ഇപ്പോൾ അതൊരു ശീലമായി മാറി. മറ്റുള്ളവർ കുട്ടികളെ കാൻവാസ് ചെയ്യുമ്പോൾ ഗവണ്മെന്റ് സ്ക്കൂളാണെന്ന് പറഞ്ഞ് മിണ്ടാതിരുന്നാൽ നമ്മുടെ സ്ക്കൂൾ അടച്ചുപൂട്ടേണ്ടിവരും. ഒരു ദിവസം ഗൃഹസന്ദർശനത്തിന് സ്ക്കൂളിലെ കായിക അദ്ധ്യാപികയോടൊപ്പം ഞാനും ഉണ്ടായിരുന്നു. അന്ന് ഞങ്ങൾ നടന്നെത്തിയത് അതേ പഞ്ചായത്തിലുള്ള പാവങ്ങളുടെ കോളനിയിലാണ്. കൂട്ടത്തിൽ ഏറ്റവും അപകടം പിടിച്ച സമൂഹമാണ് ഇവിടെയുള്ള അന്തേവാസികൾ. ചാരായം, മയക്കുമരുന്ന്, പെൺവാണിഭം, മോഷണം, തുടങ്ങിയ കേസുകളിലെ പ്രതികളെ തേടിയിട്ട് പോലീസുകാർ ആദ്യം എത്തുന്നത് ഇവിടെയായിരിക്കും. മാലിന്യങ്ങൾ നിറഞ്ഞു കവിഞ്ഞ പരിസരമാണ്. ഞങ്ങളുടെ വലിയൊരു ശിഷ്യസമൂഹം ഇവിടെയാണുള്ളത്.

മേയ്മാസചൂട് അറിയാതെ ഞങ്ങൾ രണ്ടുപേരും കോളനിയിലെ വീടുകൾ മുഴുവനായി ചുറ്റിനടന്നു. അദ്ധ്യാപകരെ ബഹുമാനിക്കാനും സ്വീകരിക്കാനും അവർ മുന്നിലാണ്. അങ്ങനെ നടന്നുകൊണ്ടിരിക്കെ മദ്യലഹരിയിലായ പ്രായമായൊരു പുരുഷൻ ഞങ്ങളോട് കാര്യങ്ങൾ ചോദിച്ചു. പിന്നീട് ആ കാരണവർ ഞങ്ങളെ ചുറ്റിക്കൊണ്ട് അവ്യക്തമായി എന്തൊക്കെയോ പറയുന്നുണ്ട്. പറയുന്ന കാര്യം തിരിച്ചറിഞ്ഞ ഞങ്ങൾ പെട്ടെന്നുതന്നെ യാത്ര മതിയാക്കി തിരിച്ചു നടന്നു.

മടക്കയാത്രയിൽ കായികത്തോട് ഞാൻ ചോദിച്ചു, 'അയാൾ പറഞ്ഞത് ടീച്ചർ കേട്ടോ?'

'ഞാൻ കേട്ടു, ഞാൻ വിചാരിച്ചു നിങ്ങൾ കേട്ടുകാണില്ലെന്ന്.'

'രണ്ടാളും കേട്ടു, എന്നാൽ ഞങ്ങൾ ഒന്നും കേട്ടില്ല, അതുകൊണ്ട് അയാൾ പറഞ്ഞ തോന്ന്യവാസം ആരോടും പറയേണ്ട.'

'അതെ അയാൾ പറഞ്ഞത് വീട്ടിൽ പറഞ്ഞാൽ ചിലപ്പോൾ നമ്മളോട് ജോലി രാജിവെക്കാൻ പറയും.'

ഉച്ച വെയിലത്ത് ഞങ്ങൾ നടന്നു...

മദ്യലഹരിയിൽ ആ കാരണവർ പറഞ്ഞത്!!!

'കുട്ടികൾ ആവശ്യമാണെങ്കിൽ പ്രശ്നം പരിഹരിക്കാൻ അയാളോട് സഹകരിക്കണം'

പിൻ കുറിപ്പ്:

മഴയിൽ വിദ്യാർത്ഥിയുടെ വീട് തകർന്നത് പുതുക്കി പണിയാനായി സ്കൂളിൽനിന്നും സഹായധനം നൽകിയ തുക മുഴുവൻ അവളുടെ അച്ഛൻ ചാരായ ഷാപ്പിൽ ചെലവാക്കി.

മദ്യലഹരിയിലും അല്ലാതെയും അപരിചിതർ അനാവശ്യം പറഞ്ഞാൽ അവഗണിക്കുന്നതാണ് ആരോഗ്യത്തിന് നല്ലത്.

പരീക്ഷാഡ്യൂട്ടിക്കിടയിലെ ലീഗ്

ഒരേ ചോദ്യങ്ങൾക്ക് ഒരേ സമയത്ത് ഏറ്റവുംഅധികം ആളുകൾ ഉത്തരം എഴുതുന്ന പൊതുപരീക്ഷ...?

ഉത്തരം...

കേരളത്തിൽ നടക്കുന്ന 'എസ്.എസ്.എൽ.സി.' ആയിരിക്കും എന്നാണ് എനിക്ക് അറിയാൻ കഴിഞ്ഞത്. പത്തും ചിലപ്പോൾ പത്തിലധികവും കൊല്ലങ്ങളായി കഠിനപരിശ്രമം നടത്തി പഠിച്ചതിനുശേഷം, വിദ്യാർത്ഥികൾ അവർക്കറിയാവുന്ന ഉത്തരങ്ങൾ കടലാസിൽ എഴുതുമ്പോൾ അവരെ പഠിപ്പിച്ച അദ്ധ്യാപകരും രക്ഷിതാക്കളും സർക്കാരും ആകാംക്ഷയോടെ കാത്തുനിൽക്കുന്നുണ്ടാവും.

അവരൊന്ന് വിജയിച്ചിട്ടുവേണം അതൊന്ന് ആഘോഷിക്കാൻ!!!

ഈ വിജയത്തിന്റെ അളവുകോൽ പലപ്പോഴായി മാറി മറിഞ്ഞിട്ട് ഇപ്പോൾ 'D+' ഗ്രേയിഡിൽ എത്തിനിൽക്കുകയാണ്.

പരീക്ഷാനേരത്ത് എല്ലാ പൊതുപരീക്ഷകൾക്കും പൊതുവെയുള്ള ഒരു രീതിയുണ്ട്; ഒരു വിദ്യാലയത്തിലെ വിദ്യാർത്ഥി പരീക്ഷ എഴുതുമ്പോൾ മേൽനോട്ടം വഹിക്കുന്നത് അതേ വിദ്യാലയത്തിലെ അദ്ധ്യാപകർ ആയിരിക്കില്ല. ആയതുകൊണ്ട് എസ്.എസ്.എൽ.സി. പരീക്ഷക്കാലം വരുമ്പോൾ അദ്ധ്യാപകരെ അന്യോന്യം മാറ്റും. അല്ലെങ്കിൽ പഠിപ്പിച്ചവർ തന്നെ എല്ലാ ചോദ്യങ്ങൾക്കും ഉത്തരം പറഞ്ഞുകൊടുത്ത് സ്വന്തം വിദ്യാലയത്തിന്റെ യശസ്സ് വാനോളം ഉയർത്തിയാലോ?

എന്റെ വിദ്യാലയത്തിലെ പത്താംതരം വിദ്യാർത്ഥികളെല്ലാം പരീക്ഷ എഴുതാനും പാസാവാനും തയ്യാറായിരിക്കയാണ്. കണ്ണൂർ ജില്ലയിൽ സർക്കാർ ഹൈസ്ക്കൂളുകളും മാനേജ്മെന്റ് ഹൈസ്ക്കൂളുകളും ഇടവിട്ട് കാണപ്പെടുന്നതിനാൽ, എന്നെപ്പോലുള്ള സർക്കാർ സ്ക്കൂളിലെ അദ്ധ്യാപകർക്ക് പരീക്ഷാഡ്യൂട്ടി എല്ലായ്പ്പോഴും മാനേജ്മെന്റ് അദ്ധ്യാപകനിയമനം നടത്തുന്ന എയിഡഡ് വിദ്യാലയത്തിൽ ആയിരിക്കും. മാനേജർ കോഴവാങ്ങി അദ്ധ്യാപകരെ നിയമിച്ചാലും ശമ്പളം സർക്കാർ തന്നെ കൊടുക്കണം; അതാണ് കേരള വിദ്യാഭ്യാസ നിയമം. ആര് നിയമിച്ചാ

ലും ശരി, തൊട്ടടുത്ത വിദ്യാലയങ്ങളിലെ അദ്ധ്യാപകർ തമ്മിൽ പുറമെ നല്ല സ്നേഹം പ്രകടിപ്പിക്കുമെങ്കിലും ഉള്ളിന്റെ ഉള്ളിൽ എപ്പോഴും ശത്രുക്കളായിരിക്കും എന്നത് പരസ്യമായ ഒരു രഹസ്യമാണ്.

അങ്ങനെയുള്ളൊരു പരീക്ഷാക്കാലം,

എനിക്കും എന്റെ സഹാദ്ധ്യാപകർക്കും പരീക്ഷാഡ്യൂട്ടി അല്പം അകലെയുള്ള വിദ്യാലയത്തിൽ ലഭിച്ചപ്പോൾ നമ്മുടെ വിദ്യാലയത്തിൽ ഡ്യൂട്ടി ലഭിച്ചത് അടുത്ത പഞ്ചായത്തിൽ പുതിയതായി ആരംഭിച്ച എയിഡഡ് വിദ്യാലയത്തിലെ അദ്ധ്യാപകർക്ക് ആയതിനാൽ എല്ലാവരും ചെറുപ്പക്കാർ ആയിരുന്നു. കോപ്പിയടിക്കുന്നവനെ പിടിക്കാനുള്ള ശ്രമത്തിനിടയിൽ രണ്ട് മണിക്കൂർ പരീക്ഷാസമയം ഒരു മുഷിപ്പും കൂടാതെ കടന്നുപോകുന്നതുകൊണ്ട് പരീക്ഷാഡ്യൂട്ടി എനിക്ക് വളരെ ഇഷ്ടമാണ്. ഞങ്ങൾക്ക് ഡ്യൂട്ടി മറ്റൊരിടത്താണെങ്കിലും എല്ലാദിവസവും പരീക്ഷക്ക് മുൻപും പിൻപും അതാത് വിഷയം പഠിപ്പിച്ചവർ സ്വന്തം സ്ക്കൂളിൽ പോയി സ്വന്തം കുട്ടികളെ കണ്ട് പരീക്ഷയെക്കുറിച്ച് ചർച്ച ചെയ്തിരുന്നു. കൂടാതെ പഠനത്തിൽ പിന്നോക്കം നിൽക്കുന്നവർക്ക്, എല്ലാ ദിവസവും വൈകുന്നേരം പിറ്റേദിവസത്തെ വിഷയം പഠനക്ലാസ് കൂടി ഉണ്ടാവും. ഡ്യൂട്ടി ചെയ്യുന്നത് ഒരിടത്താണെങ്കിലും അദ്ധ്യാപകരുടെ മനസ്സ് സ്വന്തം വിദ്യാലയത്തിൽതന്നെ ആയിരിക്കും.

പരീക്ഷകൾ ഓരോന്നായി കഴിഞ്ഞുപോകുമ്പോൾ,

ചരിത്രം പരീക്ഷ കഴിഞ്ഞ ദിവസം,

അന്ന് വൈകുന്നേരം കൂട്ടത്തിൽ ജൂനിയറായ ചരിത്രം കൂടി പഠിപ്പിക്കുന്ന സാമൂഹ്യശാസ്ത്രം ടീച്ചർ സ്വന്തം വിദ്യാർത്ഥികളെ കാണാൻ വന്നപ്പോൾ ഞെട്ടിക്കുന്ന വാർത്തയാണ് ലഭിച്ചത്.

ക്ലാസ്സിൽ ഏറ്റവും നന്നായി പഠിക്കുന്ന വിദ്യാർത്ഥിനി ഒരു ചോദ്യത്തിന്റെ ഉത്തരം തെറ്റിച്ച് എഴുതിയിരിക്കുന്നു!!!

അര മാർക്ക് പോയി!

അതും അവൾക്ക് നന്നായി അറിയുന്ന ഉത്തരം...

സംഭവം ഇങ്ങനെയാണ്...

ചോദ്യക്കടലാസ് ലഭിച്ച നിമിഷംതൊട്ട് വിദ്യാർത്ഥികളെല്ലാം തല ഉയർത്താതെ ചോദ്യങ്ങൾ ഓരോന്നായി വായിച്ച് ഉത്തരങ്ങൾ ഓരോന്നായി എഴുതിക്കൊണ്ടിരിക്കെ പരീക്ഷ നടത്തിക്കാനായി ക്ലാസ്സിൽ വന്ന അദ്ധ്യാപിക ഓരോരുത്തരേയും നിരീക്ഷിക്കുക മാത്രമല്ല, അവരുടെ ചോദ്യങ്ങളും ഉത്തരങ്ങളും കൂടി അവരറിയാതെ വായിക്കുന്നുണ്ടായിരുന്നു; ബോറടി മാറ്റാൻ കണ്ടെത്തിയ നല്ലൊരു മാർഗം. അങ്ങനെ ഉത്തരം എ

ഴുതുന്നവരെ നിരീക്ഷിച്ചുകൊണ്ടിരിക്കെ ചെറുപ്പക്കാരിയായ ആ ടീച്ചർക്ക് ഒരു സംശയം.

ആദ്യത്തെ പത്ത് ചോദ്യങ്ങൾ ബ്രാക്കറ്റിൽ നിന്നും ശരിയായ ഉത്തരം തെരഞ്ഞെടുത്ത് എഴുതാനുള്ളതാണ്; അതിൽ ഏഴാമത്തെ ചോദ്യത്തിലാണ് ടീച്ചർക്ക് സംശയം ഉണ്ടായത്. ചോദ്യം ഇങ്ങനെ,

7. താഴെയുള്ളവരുടെ കൂട്ടത്തിൽ ഇന്ത്യാ ലീഗിന്റെ സെക്രട്ടറി ആയ വ്യക്തി ആര്?

(1. ഗാന്ധിജി, 2. മുഹമ്മദാലി ജിന്ന, 3. വി.കെ. കൃഷ്ണമേനോൻ,
4. ജവഹർലാൽ നെഹ്റു)

ഉത്തരം പകൽപോലെ വ്യക്തമാണെങ്കിലും ഈ കുട്ടി തെറ്റിച്ച് എഴുതിയിരിക്കുന്നു. ലീഗിന്റെ സെക്രട്ടറി ആരെന്ന ചോദ്യത്തിന് ഉത്തരം 'വി.കെ. കൃഷ്ണമേനോൻ' പോലും!

ഈ പെൺകുട്ടിക്ക് ലീഗെന്നാൽ മുസ്ലീമാണെന്ന് അറിയാതായോ?

പതുക്കെ അവളുടെ വലതുചെവിയിൽ പറഞ്ഞുകൊടുത്തു.

'കുട്ടി ഏഴാമത്തെ ചോദ്യത്തിന് എഴുതിയ ഉത്തരം തെറ്റാണ്, മുഹമ്മദാലി ജിന്നയാണ് ശരിയായ ഉത്തരം.'

ക്ലാസ്സിൽ ടീച്ചർ പഠിപ്പിച്ചത് വി.കെ. കൃഷ്ണമേനോൻ എന്നാണ്, എന്നാൽ പരീക്ഷക്ക് വന്ന ടീച്ചർ അത് തെറ്റാണെന്ന് പറഞ്ഞ് മറ്റൊരു ഉത്തരം പറഞ്ഞുതന്നാൽ കുട്ടി എന്തുചെയ്യും? ഉത്തരം പറഞ്ഞ ടീച്ചറാണെങ്കിൽ സമീപത്തുനിന്ന് മാറുന്നതേ ഇല്ല.

അവൾ മാറ്റി എഴുതി,

വി. കെ. കൃഷ്ണമേനോനെ തടഞ്ഞ് ആ സ്ഥാനത്ത് മുഹമ്മദാലി ജിന്ന കടന്നുവന്നു.

സംഭവം ക്ലൈമാക്സ് സഹിതം കേട്ടതോടെ നമ്മുടെ ജൂനിയർ സാമൂഹ്യപാഠത്തിന് കലികയറി, നേരെനടന്നു,, സ്ക്കൂൾ ഓഫീസിലേക്ക്...

പരീക്ഷകഴിഞ്ഞപ്പോൾ ഉത്തരക്കടലാസുകളെല്ലാം എണ്ണിത്തിട്ടപ്പെടുത്തി, ഓരോ കവറുകളിലാക്കി ഒന്നിച്ച് പൊതിഞ്ഞുകെട്ടി കടലാസ് കവറിലിട്ട് ഒട്ടിച്ചശേഷം നൂലുകൊണ്ട് മുറുക്കികെട്ടി അവയെല്ലാം കോട്ടൺബാഗിലിട്ട് തുന്നിക്കെട്ടി അരക്ക് ചൂടാക്കി ഒട്ടിച്ച് മോണോഗ്രാംകൊണ്ട് മുദ്രവെച്ചശേഷം കവറിന്റെ പുറത്ത് 'ഉത്തരക്കടലാസ് നോക്കി മാർക്കിടുന്ന സ്ക്കൂളിന്റെ' അഡ്രസ്സ് വ്യക്തമായി എഴുതിയിട്ട് കോഡുകളെല്ലാം എഴുതി. എല്ലാം ശരിയാണെന്ന് ഉറപ്പുവരുത്തിയിട്ട് പോസ്റ്റ് ചെയ്യാൻ പോകുന്നതിനുമുൻപ് ചീഫ് സുപ്രണ്ട് കൂടിയായ ഹെഡ്മാസ്റ്റർ വിശ്രമിക്കുമ്പോഴാണ് ജൂനിയർ സാമൂഹ്യപാഠത്തിന്റെ വരവ്.

വന്ന ഉടനെ ഹെഡ്മാസ്റ്ററോട് ചോദിച്ചു,

'സർ പതിനൊന്നാം നമ്പർ റൂമിൽ ഇന്ന് ഹിസ്റ്ററി എക്സാം നടക്കുമ്പോൾ ആർക്കാണ് ഡ്യൂട്ടി ഉണ്ടായത്?'

'ആ റൂമിൽ എന്ത്പറ്റി ടീച്ചർ?'

'ഒന്നും പറ്റിയില്ല, എനിക്കൊരു കാര്യം അറിയാനാണ്?'

സ്വന്തം സ്ക്കൂളിലെ അദ്ധ്യാപികയല്ലെ ചോദിക്കുന്നത്; അതും വിദ്യാർത്ഥികളുടെ കാര്യത്തിൽ വളരെയധികം ശ്രദ്ധിക്കുന്നവൾ,,, ഹെഡ്മാസ്റ്റർ രജിസ്റ്റർ തുറന്ന് പതിനൊന്നിൽ പരീക്ഷ നടത്തിയ ടീച്ചറുടെ പേരും സ്ക്കൂളിന്റെ പേരും പറഞ്ഞുകൊടുത്തു.

ജൂനിയറിന് ആളെ മനസ്സിലായി, ആ നാട്ടിൽതന്നെയുള്ള ഒരു പാവം മാത്തമാറ്റിക്സ് അദ്ധ്യാപിക; ഗുണനവും ഹരണവും പഠിപ്പിക്കേണ്ടവൾ എന്തിനാണ് ചരിത്രം തിരുത്താൻ വന്നത്? ഇതങ്ങനെ വിട്ടുകൊടുക്കരുത്. ചരിത്രം സ്ക്കൂളിൽനിന്ന് വെളിയിലേക്കിറങ്ങി മുന്നിൽ കണ്ട ഓട്ടോപിടിച്ച് നേരെ പോയി; സ്വന്തം വീട്ടിലേക്കല്ല...

പിന്നെയോ???

പരീക്ഷാഡ്യൂട്ടിക്ക് വന്ന കണക്ക് അദ്ധ്യാപികയുടെ വീട്ടിലേക്ക്...

അപ്രതീക്ഷിതമായി ഓട്ടോയിൽ നിന്നും ഇറങ്ങി തിരക്കിട്ട് നടന്നുവരുന്ന അദ്ധ്യാപികയെ കണ്ടപ്പോൾ കണക്ക് ടീച്ചർ ഞെട്ടി.

'ടീച്ചർക്കെന്താ എന്റെ വീട്ടിൽ കാര്യം?'

'സി.ഏ.റ്റി. കേറ്റ്' എഴുതി പഠിക്കുന്ന മകൾ അമ്മയുടെ ഭാവംകണ്ട് അമ്പരന്നു,

'ഈ മമ്മിക്കെന്ത് പറ്റി?'

വീടിന്റെ വരാന്തയിൽ കയറിയ ചരിത്രം അവർക്കുനേരെ വിരൽചൂണ്ടിയിട്ട് ചോദിച്ചു.

'നാലും മൂന്നും ഏഴെന്ന് പഠിപ്പിക്കുന്ന ടീച്ചർക്കെന്താ ചരിത്രത്തിൽ കാര്യം?'

'അത് പിന്നെ നാലും മൂന്നും ഏഴ് തന്നെയല്ലേ?'

'അത് നിങ്ങൾക്ക്... എന്നാൽ ചരിത്രത്തിൽ നാലും മൂന്നും ചേർന്നാൽ എട്ടും ഒൻപതും ആയി മാറും. പരീക്ഷക്ക് ഡ്യൂട്ടി ചെയ്യുന്നവർ അത് ചെയ്താൽ മതി. കുട്ടികൾക്ക് തെറ്റായ ഉത്തരം പറഞ്ഞുകൊടുത്തിട്ട് അവരെ തോല്പിക്കാതിരുന്നാൽ വളരെ ഉപകാരം.'

'ഞാനെന്ത് ചെയ്തെന്നാ ടീച്ചർ പറയുന്നത്?'

'കണക്ക് ടീച്ചർ ചരിത്രം തിരുത്തേണ്ട, പിന്നെ, ലീഗെന്ന് പറഞ്ഞാൽ മുസ്ലിംലീഗ് മാത്രമല്ല, കേട്ടോ?'

പറയേണ്ടത് പറയേണ്ടതുപോലെ പറഞ്ഞതിനുശേഷം, വന്ന ഓട്ടോയിൽതന്നെ കയറി ചരിത്രം സ്ഥലംവിട്ടപ്പോൾ കണക്ക് ടീച്ചറുടെ മകൾ ചോദിച്ചു,

'മമ്മി ഇപ്പംവന്ന ആന്റിയെന്നാ പരഞ്ഞത്?'

ഉത്തരം കിട്ടാത്ത ടീച്ചർ മകളുടെ ചോദ്യം കേട്ടില്ല.

അവർ ചിന്തിക്കുകയാണ്;

നാലും മൂന്നും എട്ടായി മാറുമോ?

തെറ്റായ ഉത്തരം ശരിയായി പറഞ്ഞു കൊടുത്തതിന് ഇത്രവലിയ കൊടുങ്കാറ്റ് ഉണ്ടാക്കണോ?

പിൻകുറിപ്പ്:

'വി. കെ. കൃഷ്ണമേനോൻ'

1929 മുതൽ 1947 വരെ ഇന്ത്യാലീഗിന്റെ സ്ഥാപകനും സെക്രട്ടറിയും പത്രപ്രവർത്തകനും ആയിരുന്നു,

ബയോളജി ടീച്ചറെ ഭയപ്പെടുന്ന പാമ്പ്

മുൻകുറിപ്പ്:

ബയോളജി ക്ലാസ്സിൽവെച്ച് നടന്ന ഈ സംഭവത്തിലെ പ്രധാന കഥാപാത്രമാണ് മൂത്രം. അതിനാൽ ആ പേര് പലപ്പോഴായി പറയേണ്ടിവരും, എന്ന് ഇതിനാൽ അറിയിക്കുന്നു.

ക്ലാസ്സിൽവെച്ച് കൂടുതൽതവണ മൂത്രം എന്ന വാക്ക് പറയേണ്ടിവരുന്നത് ജീവശാസ്ത്രം അദ്ധ്യാപകർക്ക് ആയിരിക്കും. രണ്ടാം സ്ഥാനം ഒന്നാം ക്ലാസ്സിലെ ടീച്ചർക്ക് കൊടുക്കുന്നതായിരിക്കും അത്യുത്തമം.

മാന്യന്മാർ എന്ന് വെറുതെ ധരിച്ചിരിക്കുന്നവർ പരസ്യമായി പറയാത്ത പല വാക്കുകളും ആശയങ്ങളും ബയോളജി ടീച്ചർ അനേകം തവണ പറയാറുണ്ട്. ഉദാ: മൂത്രാശയം, ആമാശയം, പിത്താശയം, അണ്ഡാശയം, ഗർഭാശയം, മലാശയം... മതിയായോ?

ഇത്തരം ആശയങ്ങൾ മാത്രമല്ല; ജീവശാസ്ത്രപരമായ മറ്റു പലതും ഞങ്ങൾ ജീവശാസ്ത്രികൾ പരസ്യമായി പറയും. വായനക്കാരെ പേടിച്ച് ഇപ്പോൾ ഇത്രമാത്രം അറിയിക്കുന്നു.

കാലം: വർഷങ്ങൾക്ക് മുൻപ് കൃത്യമായി പറഞ്ഞാൽ 1995ൽ ആണ് ഈ സംഭവം നടക്കുന്നത്.

വേദി: ഞാൻ പഠിപ്പിച്ചിരുന്ന, ഒരിക്കൽ എന്റേത് ആയിരുന്ന, എന്റെ പ്രീയപ്പെട്ട സർക്കാർ വിദ്യാലയം.

ഇനി ഞാൻ തുടങ്ങട്ടെ...

സ്കൂൾ അദ്ധ്യാപകർക്ക് സർവീസ് കൂടുന്നതിനനുസരിച്ച് ശമ്പള നിരക്ക് ഉയരുന്നതോടൊപ്പം പഠിപ്പിക്കുന്ന വിദ്യാലയത്തിൽ ക്ലാസ്സ്കയറ്റം കൂടി ലഭിക്കും. അതായത് മുൻപേ വന്നവർ മൂപ്പ് കൂടികൂടി പുറത്തായാൽ, ഒന്നാംതരത്തിലെ ടീച്ചർ രണ്ടിലും, പിന്നെ മൂന്നിലും ആയി അങ്ങനെയങ്ങനെ മേലോട്ട് ഉയരും. ഹൈസ്ക്കൂളാണെങ്കിൽ എട്ടാം തരക്കാരൻ ഒൻപതിലും പിന്നെ പത്തിലും കയറി പഠിപ്പിക്കേണ്ടി വരും. വർഷങ്ങളായി പഴയ 'ആശയഘടന' പഠിപ്പിക്കുന്ന തലമൂത്ത അദ്ധ്യാപകർ ഘടന മാറിയതറിയാതെ പഴയ അവയവത്തെ വീണ്ടുംവീണ്ടും

കീറിവരച്ച് പത്താംതരത്തിൽ പഠിപ്പിക്കുമ്പോൾ; പുത്തൻ ഘടനയുമായി പുതിയതായി ജോയിൻ ചെയ്തവരെ പത്താം തരത്തിന്റെ വരാന്തയിൽ വരാൻപോലും അനുവദിക്കാറില്ല.

സ്വന്തം പഞ്ചായത്തിനു സമീപമുള്ള ഹൈസ്ക്കൂളിൽ 'ട്രാൻസ്ഫർ' ആയി വന്ന 'ബയോളജി അദ്ധ്യാപിക ആയ' എനിക്കുമേലെ ആദ്യമേ മുതിർന്ന രണ്ട് ബയോളജി ഉള്ളതിനാൽ എട്ടാം തരത്തിലെ എട്ട് ഡിവിഷനുകളും എന്റെ തലയിൽ ചാർത്തിയശേഷം അവർ ഒൻപതും പത്തും പങ്കിട്ടു. ക്ലാസ് ചാർജ്ജായി ലാസ്റ്റ് ക്ലാസ്സ് '8H' എല്ലാവരും കാൺകെ സ്റ്റേജിൽ എനിക്കായി വിട്ടുതന്നു. ഇതിലൊരു മാറ്റം വരുത്താൻ ഏഷണി ഭീഷണി പാരവെപ്പ് ആദിയായവ നടത്തിയിട്ടും, നോ രക്ഷ.

കാലത്തിനൊത്ത് വിദ്യാലയങ്ങൾ മാറിയെങ്കിലും അന്ന് മൂത്തവർ ചൊല്ലും വാക്കിന് മറുവാക്കില്ല.

വർഷങ്ങൾ കഴിഞ്ഞു, ക്ലാസ് ചാർജ്ജ് '8H' ൽ നിന്ന് '8A' യിലേക്ക് മാറി. കുട്ടികൾ മാറുന്നുണ്ടെങ്കിലും ഞാൻ പഠിപ്പിക്കേണ്ട എന്റെ ക്ലാസ്സിന് ഒരു മാറ്റവും ഇല്ല. 'പ്രമോഷൻ, സ്വന്തം വീടിനടുത്തേക്ക് ട്രാൻസ്ഫർ' എന്നിവ വെച്ചുനീട്ടി കൊതിപ്പിച്ചിട്ടും സീനിയർ ബയോളജികൾ രണ്ടും സ്ക്കൂൾ വിട്ടുപോകാൻ തയ്യാറാവാത്തതിനാൽ, പലപ്പോഴായി പത്താംതരം നോക്കിയിരിക്കാറുള്ള എനിക്ക് കൊതി സഹിക്കാൻ പറ്റാതായി.

സ്വന്തം മക്കളെയും ബന്ധുക്കളെയും നാട്ടുകാരെയും കൂടാതെ പൂർവ്വശിഷ്യകളുടെ മക്കളെയും പഠിപ്പിച്ചിരുന്ന അപൂർവ്വ അദ്ധ്യാപികയാണ് ഞാനെന്ന്, ഞാൻതന്നെ പറയുന്നു. എന്റെ ഹൈസ്ക്കൂളിൽ പഠിക്കുന്ന മൂത്തമകൾ എട്ടിൽനിന്ന് പത്തിൽ എത്തിയപ്പോൾ ഇളയ മകൾ എട്ടാം തരത്തിൽ ചേർന്നു.

മകൾക്ക് പത്തിലേക്ക് ക്ലാസ്കയറ്റം കിട്ടിയിട്ടും 'മകളുടെ അമ്മ' എട്ടിൽ തന്നെ;

ആരായാലും ഇതു സഹിക്കുമോ...?

എന്റെ മുഖ്യശത്രു സീനിയർമോസ്റ്റ് ബയോളജി ടീച്ചറാണ്. എന്നോട് തീർക്കാൻ പറ്റാത്തതൊക്കെ ക്ലാസ്സിൽവെച്ച് അവരെന്റെ മകൾക്കിട്ട് കൊടുക്കും. അടി കൊടുക്കാൻ ചാൻസില്ലാത്തതിനാൽ പലതരം ഡയലോഗുകളിലൂടെയാണെന്ന് മാത്രം. ഒരു ഉദാഹരണം,,

'എനിക്ക് ഇരുപത്തിയെട്ട് കൊല്ലം സർവ്വീസായി; നിന്റെ അമ്മയ്ക്ക് അത്രയും സർവ്വീസില്ല, കേട്ടോ.'

മകളോട് പറഞ്ഞത് എല്ലാവരുടെയും മുന്നിൽവെച്ച് ടീച്ചർതന്നെ എ

ന്നെനോക്കി പറയും.

എന്നാൽ സ്ക്കൂളിൽ നിന്ന് കിട്ടിയതൊക്കെ മക്കൾ നേരെ 'വീട്ടിലെത്തിച്ച് കുടുംബകലഹം ഉണ്ടാക്കും' എന്നു വിശ്വസിച്ചെങ്കിൽ ആ ധാരണ തിരുത്താം. 'സ്ക്കൂളിലെ കാര്യം വീട്ടിലും, വീട്ടിലെ കാര്യം സ്ക്കൂളിലും പറയാൻ പാടില്ല' എന്ന് നമ്മുടെ പിള്ളമാസ്റ്റർ രണ്ടുപേരെയും ഭീഷണിപ്പെടുത്തിയതിനാൽ സ്ക്കൂളിൽ നടക്കുന്നതിന്റെ റണ്ണിംഗ് കമന്ററിയൊന്നും വീട്ടിലെത്താറില്ല. പിള്ളമാഷ് എല്ലാ ടീച്ചേർസിന്റെ പിള്ളേരെയും ഭീഷണിപ്പെടുത്താറുണ്ട്, അദ്ദേഹത്തിന്റെ രണ്ട് മക്കളടക്കം.

പത്താം ക്ലാസ്സിലേക്ക് അടുത്ത കാലത്തൊന്നും പ്രമോഷൻ കിട്ടാൻ സാദ്ധ്യതയില്ലെന്ന് തോന്നിയ ഞാൻ അടുത്ത സ്റ്റാഫ്മീറ്റിംഗിൽ പൊട്ടിത്തെറിച്ചു,

'അടുത്ത് നടന്നെത്താവുന്ന ദൂരത്തിൽ വേറെ സ്ക്കൂൾ ഉണ്ടായിട്ടും എന്റെ സ്ക്കൂളിൽതന്നെ എന്റെ മക്കളെ ചേർത്തത് അവരെ എനിക്കുതന്നെ ബയോളജി പഠിപ്പിക്കാൻ വേണ്ടിയാണ്. അതുകൊണ്ട് മകൾ പഠിക്കുന്ന പത്താം ക്ലാസ്സിൽ എനിക്ക് ബയോളജി പഠിപ്പിക്കണം.'

ഒടുവിൽ, എന്റെ ആവശ്യം പരിഗണിച്ച് മൂത്തമകൾ പഠിക്കുന്ന പത്താം തരം 'A'യിൽ എനിക്ക് പ്രവേശനം നൽകി. എങ്കിലും എട്ടാം തരം മൊത്തത്തിൽ ഞാൻ തന്നെ പഠിപ്പിക്കണം. എട്ടിലെ കുട്ടിയായ ഇളയ മകളുടെ ക്ലാസ്ടീച്ചർ കൂടിയായ ഞാൻ ആ ക്ലാസ്സിൽ (8A) ആദ്യമായി ചൂരൽ പ്രയോഗിച്ചത് സ്വന്തംമകളെ അടിച്ചുകൊണ്ടായിരുന്നു. അന്നത്തെ സുവർണ്ണകാലത്ത് അടികൊള്ളാത്തവരായി ചുരുക്കം വിദ്യാർത്ഥികൾ മാത്രമാണുള്ളത്.

അക്കാലത്ത് എട്ടാം ക്ലാസ്സിലെ ആറ് ഡിവിഷനുകൾ (A മുതൽ F വരെ) പ്രവർത്തിച്ചത് ഒരു താൽക്കാലിക ഷെഡ്ഡിൽ ആയിരുന്നു. തെങ്ങോലകൾ പ്രധാന ഐറ്റം ആയ ഓലഷെഡ്ഡ് ആണെങ്കിലും ഓടിട്ട, നാല് ചുമരുകളുള്ള ക്ലാസ്സിനെക്കാൾ വളരെ സൗകര്യമുള്ളത്. അടക്കുകയും തുറക്കുകയും വേണ്ട, മുകൾഭാഗത്ത് മുളകെട്ടി ഓലമേഞ്ഞത്, അതുപോലെ ഇടത്തും വലത്തും ഓലയും മുളയും ചേർന്ന തുളയുള്ള പാർട്ടീഷൻ വാൾ, ക്ലാസ്സിന്റെ പിന്നിലൂടെയും മുന്നിലൂടെയും അകത്തു കടക്കാം. വളരെ പ്രധാനപ്പെട്ട കാര്യം, എന്റെ വിദ്യാലയത്തിൽ ചോർച്ച തീരെയില്ലാത്തതും പൊട്ടാത്ത സിമന്റ് തറയുള്ളതുമായ ക്ലാസ്സ്മുറികൾ ഈ ഓലഷെഡ്ഡിൽ മാത്രമാണ്. അദ്ധ്യാപകരും വിദ്യാർത്ഥികളും പോയിക്കഴിഞ്ഞാൽ മതിലും കാവൽക്കാരും ഇല്ലാത്ത സ്ക്കൂളിന്റെയും ഓലഷെഡ്ഡിന്റെയും സംരക്ഷണം നാട്ടുകാരും കാക്കകളും പൂച്ചകളും പട്ടി

കളും ചേർന്ന് മൊത്തമായി ഏറ്റെടുക്കും.

ഈ ഓലഷെഡ്ഡിലുള്ള ഒരെട്ടിനെ അടുത്ത എട്ടിൽനിന്ന് വേർതിരിക്കുന്നത് മുളയും ഓലയും ചേർന്ന മറയാണ്. ഒരു ക്ലാസ്സിൽ ഇരിക്കുന്നവർക്ക് അടുത്ത ക്ലാസ്സുകാരെ കാണാനാവില്ലെങ്കിലും നേരെ നിൽക്കുന്ന അദ്ധ്യാപകർക്കും സ്റ്റാന്റപ്പിൽ ആയ പിൻബെഞ്ചുകാരായ ചില വിദ്യാർത്ഥികൾക്കും ബെഞ്ചിന്മേൽ കയറ്റി ശിക്ഷിക്കപ്പെട്ടവർക്കും തൊട്ടടുത്ത ക്ലാസ്സുകാരുമായി ആശയവിനിമയം നടത്താം.

സിനിമയിൽ ഇന്നസന്റ് തൊട്ടടുത്ത ക്ലാസ്സിലെ ടീച്ചറോട് കേട്ടെഴുത്തിലൂടെ ആശയവിനിമയം നടത്തിയതുപോലെ ഇവിടെയും ആവാം;

'കേൾക്കുന്നുണ്ടോ...?'

'പറഞ്ഞോളൂ...'

'അച്ഛനുണ്ടോ...?'

'കിടപ്പിലാണ്...'

എന്നാൽ ഞങ്ങളുടെ ഈ പള്ളിക്കൂടത്തിൽ ഇങ്ങനെയൊരു ഒളിഞ്ഞിരുന്ന ആശയവിനിമയത്തിന്റെ ആവശ്യം വരാറില്ല. സർക്കാർ ഹൈസ്ക്കൂൾ ആയതിനാൽ പി.എസ്.സി. യുടെയും ട്രാൻസ്ഫറിന്റെയും അനുഗ്രഹം കിട്ടി ഇവിടെയെത്തുമ്പോൾ പലരുടേയും ഇളയകുഞ്ഞിനെ ഒന്നാം ക്ലാസ്സിലെങ്കിലും ചേർക്കാനായിട്ടുണ്ടാവും. അതുകൊണ്ട് പ്രേമിക്കുന്നവർ ഡിവോഴ്സ് കാര്യം കൂടി പരിഗണിക്കേണ്ടി വരും.

എട്ടാം ക്ലാസ്സ് സ്ക്കൂളിന്റെ പ്രധാന കെട്ടിടത്തിന്റെ പിന്നിലാണെങ്കിലും നാട്ടുകാരുടെ എളുപ്പവഴി അതിന്റെ പിന്നിലൂടെയാണ്. ഏതാനും മാസങ്ങളിലെ പരിശീലനം നൽകിയപ്പോൾ വിദ്യാർത്ഥികൾ ക്ലാസ്സിൽ ശ്രദ്ധിക്കാൻ തുടങ്ങി. പഠിപ്പിക്കുന്ന ടീച്ചറുടെ നോട്ടം ക്ലാസ്സിനുവേളിയിൽ ഫോക്കസ് ചെയ്താൽ വിദ്യാർത്ഥികളുടെ എൺപത്തിനാല് കണ്ണുകളും ആ സ്പോട്ടിലേക്ക് നീങ്ങുമെന്ന് തിരിച്ചറിഞ്ഞ ഞാൻ കുട്ടികൾ എഴുതുമ്പോൾ മാത്രം വഴിയാത്രക്കാരെ നോക്കാൻ തുടങ്ങി.

പകുതി ഓപ്പൺഎയർ ആയ ക്ലാസ്സിൽ അനുവാദം ചോദിക്കാതെ കടന്നുവരുന്ന ചിലരുണ്ട്; ഒന്നാം സ്ഥാനം വണ്ട്. മുളകളിൽ ദ്വാരം ഉണ്ടാക്കിയ കരിവണ്ടുകൾ അതിനകത്തേക്ക് കയറിപ്പോവുന്നത് കാണാറുണ്ട്. ഉള്ളിൽ കടക്കുന്ന വണ്ട്, അവിടെ എന്ത് പരിപാടിയാണ് ഒപ്പിക്കുന്നതെന്ന്, ഒരു ബയോളജി ടീച്ചറായിട്ടും ഇതുവരെ കണ്ടുപിടിക്കാൻ എനിക്കു കഴിഞ്ഞിട്ടില്ല. പിന്നെ അണ്ണാൻ, എലി, പല്ലി, പാറ്റ ആദിയായ അപൂർവ്വം ചിലരും മേൽത്തട്ടിലൂടെ കടന്നുപോകാറുണ്ട്.

ക്ലാസ്സിന്റെ മുന്നിലിരിക്കുകയും നിൽക്കുകയും ചെയ്യുന്ന ഞാൻ ഈ

വക ജീവികൾ മേൽത്തട്ടിലെ ഓലകൾക്കിടയിലൂടെ പോയാലും അറിഞ്ഞ ഭാവം കാണിക്കാറില്ല. കാരണം ഞാനൊരാൾ മേലോട്ട് നോക്കിയാൽ ഉടൻ കുട്ടികളും നോക്കും. വിലയേറിയ അഞ്ച് മിനിട്ട് നഷ്ടമായിരിക്കും ഫലം.

ഒരു വെള്ളിയാഴ്ച.

ഓലഷെഡ്ഡിന്റെ ഒരറ്റത്തുള്ള '8F'ൽ രണ്ടാമത്തെ പിരീഡ് ബയോളജി ക്ലാസ്...

പഠിപ്പിക്കുന്നത് ബയോളജി ടീച്ചറായ ഞാൻ.

ജീവശാസ്ത്ര അദ്ധ്യായങ്ങളുടെ പേജുകൾ ഓരോന്നായി മറിഞ്ഞു; അങ്ങനെ വിവിധ ജന്തുക്കളുടെ ശരീര പ്രവർത്തനങ്ങൾ പഠിക്കാൻ തുടങ്ങി; ദഹനം, ശ്വസനം, രക്തപര്യയനം, ഒക്കെ കഴിഞ്ഞ് വിസർജ്ജനത്തിൽ എത്തി.

അമീബ മുതൽ എല്ലാ ജന്തുക്കളും വിസർജ്ജനം നടത്തുന്നുണ്ടെന്നും അത് വളരെ അത്യാവശ്യമാണെന്നും വിവരിച്ചശേഷം മനുഷ്യന്റെ വിസർജ്ജനത്തിൽ എത്തി. പ്രധാന വിസർജ്ജനഅവയവമായ വൃക്കകളുടെ ഘടനയുടെ ചാർട്ട് തൂക്കിയിട്ട് വിവരിച്ചശേഷം ചിത്രം ബോർഡിൽ വരച്ചപ്പോഴാണ് ഒരുത്തന് സംശയം വന്നത്,

'ടീച്ചറെ ഇത് നമ്മുടെ കിഡ്നിയല്ലേ?'

എന്റെ ശിഷ്യന്റെ അപാരമായ അറിവ്!

അവർക്ക് കിഡ്നിയെ പരിചയം ഉണ്ട്; എന്നാൽ മലയാളത്തിലെ വൃക്ക അറിയില്ല. അങ്ങനെ കിഡ്നിയുടെ, വൃക്കയുടെ, ഘടനയും പ്രവർത്തനവും വിവരിച്ചശേഷം അവരോട് ബോർഡിൽ വരച്ചത് നോക്കി സ്വന്തംപുസ്തകത്തിൽ വരക്കാൻ പറഞ്ഞു. എല്ലാവരും പെൻസിൽ ചെത്തി കൂർപ്പിച്ച്, നോട്ടുപുസ്തകം തുറന്ന് വരക്കാൻ തുടങ്ങി.

പണ്ടെത്തെ അധ്യയനരീതി അതാണല്ലൊ.

കുട്ടികൾ ചിത്രംവര തുടങ്ങിയാൽ അവർക്കിടയിൽ ചുറ്റിയടിക്കുന്ന സ്വഭാവം എനിക്കുണ്ട്; ക്ലാസ്സിന്റെ പിന്നിലൂടെ നടന്ന് ഓരോരുത്തരേയും ശ്രദ്ധിച്ച്, പുസ്തകത്തിലെ വരനോക്കി തെറ്റുകൾ പറഞ്ഞുകൊടുത്ത് തിരുത്തിക്കും. ഇതിനിടയിൽ കുട്ടികളെ ശ്രദ്ധിക്കുന്നതോടൊപ്പം പരിസരനിരീക്ഷണം നടത്തുകയും ചെയ്യും. അങ്ങനെ നടന്ന് നാലുപാടും നിരീക്ഷിച്ചശേഷം ക്ലാസ്സിന്റെ പിന്നിൽവന്ന് മേലോട്ട് നോക്കിയപ്പോഴാണ് ഞെട്ടിക്കുന്ന ഒരു കാഴ്ച കണ്ടത്!!!

ഒരു പാമ്പ്...

അസ്സൽ മഞ്ഞനിറത്തിൽ വലിയൊരു ചേര...

ക്ലാസ്സിനു മുൻവശത്ത്, എന്റെ ഇരിപ്പിടത്തിന് തൊട്ടുമുകളിൽ, മേൽ

ക്കൂരയിലൂടെ, മോന്തായത്തിലൂടെ, ഇഴഞ്ഞ് നീങ്ങുന്നു.

ഞാനൊരു ജീവശാസ്ത്രം അദ്ധ്യാപികയല്ലെ?

ഇങ്ങനെയെത്ര ജീവികളെ കണ്ടതാണ്

അണ്ണാനും എലിയും പല്ലിയും മേൽക്കൂരയിൽ ഓടിക്കളിച്ചാലും അത് കുട്ടികൾ അറിയില്ല. അതുപോലെ ഈ പാമ്പും ഓലകൾക്കിടയിലൂടെ, മുളകൾക്കിടയിലൂടെ ഇഴഞ്ഞിഴഞ്ഞ് പുറത്ത് പോയിക്കൊള്ളും. താഴെവീണാൽ അവിടെയിരിപ്പുണ്ടെങ്കിൽ, ടീച്ചറുടെ തലയിലായാലും കുട്ടികളുടെ തലയിലാവില്ല. എട്ടാം ക്ലാസ്സ് A, B, C, D, E കടന്നുവന്ന പാമ്പ് അറ്റത്തുള്ള Fൽ എത്തിച്ചേർന്നിരിക്കയാണ്. മറ്റാരും കാണാത്തത് കണ്ടുപിടിക്കുന്ന ഈ സ്വഭാവം എനിക്ക് പണ്ടേയുള്ളതാണല്ലോ.

കുട്ടികളോട് കാര്യം പറയണോ? 'തലക്കുമുകളിൽ ഒരു പാമ്പുണ്ട്, എഴുന്നേറ്റ് പുറത്തുപോകണം' എന്ന് പറയേണ്ടതാമസം എല്ലാവരും പേടിച്ചോടും. ആ ബഹളത്തിനിടയിൽ പാമ്പ് താഴെ വീണാലോ? കുട്ടികളെ പാമ്പ്കാര്യം അറിയിക്കാതെ, അവരുടെ തലക്കുമുകളിൽ പാമ്പുണ്ടെന്ന് അറിയാതെ അവർ ചിത്രംവര തുടർന്നു.

എന്നാൽ എനിക്കാകെ പ്രശ്നമായി,,,

പാമ്പ് ഇഴഞ്ഞുനീങ്ങി ബോർഡിനു തൊട്ടുമുകളിലെ ഒരു വലിയ മുളയിൽ ചുറ്റിയിട്ട് ഒരേ നില്പാണ്. ഇടയ്ക്കിടെ എന്തോ സംശയം ചോദിക്കാനെന്നപോലെ എന്നെ നോക്കുന്നുണ്ട്. കുട്ടികളുടെ തലയിൽ വീഴാനിടയില്ലെങ്കിലും അങ്ങനെയൊരു പാമ്പ് അവിടെ കിടക്കുമ്പോൾ ക്ലാസ്സിന് മുന്നിൽ ബോർഡിനു സമീപം ഞാനെങ്ങനെ പോകും? പാമ്പ് ഇഴഞ്ഞുനീങ്ങി ഓലമറയിലൂടെ താഴോട്ടിറങ്ങി പോയാൽ പ്രശ്നം തീരും. എന്നാൽ ഇവിടെ ഇഴഞ്ഞു നീങ്ങുന്നത് പാമ്പിനുപകരം സമയമാണ്.ശിഷ്യന്മാർ ഓരോരുത്തരായി ചിത്രം വരച്ചുകഴിഞ്ഞ് വിളിച്ചുപറയാൻ തുടങ്ങി,

'ടീച്ചറെ നമ്മള് വരച്ചുകഴിഞ്ഞു.'

'എല്ലാവരും വരച്ചു തീരട്ടെ.'

ക്ലാസ്സിന്റെ പിന്നിൽനിന്നും പാമ്പിന്റെ ചലനം നിരീക്ഷിച്ചുകൊണ്ട് ഞാൻ പറഞ്ഞു.

വിദ്യാർത്ഥികൾ എന്നെയോ പാമ്പിനെയോ കാണുന്നില്ലെങ്കിലും അവർക്ക് പിന്നിൽ നിന്നുകൊണ്ട് ഞാൻ പാമ്പിനെത്തന്നെ നോക്കുകയാണ്. മുന്നിൽ ബോർഡിനു സമീപം പോകാനുള്ള ധൈര്യം എന്നിൽനിന്നും ചോർന്നുപോയി.

പെട്ടെന്ന്...

അത് സംഭവിച്ചു...

ക്ലാസ്സിനുമുന്നിൽ ബോർഡിനുസമീപം...

പാമ്പ് മൂത്രമൊഴിക്കുന്നു. ചെറുമഴപോലെ. അല്ല; പെരുമഴപോലെ...

തുറന്ന ക്ലാസ്സിൽ അദ്ധ്യാപികയും 42 വിദ്യാർത്ഥികളും നോക്കിനിൽക്കെ... ഒരു പാമ്പ്, ഒന്നും രണ്ടും കാര്യങ്ങൾ ഭംഗിയായി നിർവ്വഹിച്ചിരിക്കുന്നു; ഒപ്പം അസഹനീയമായ ദുർഗന്ധവും.

അനുവാദത്തിനു കാത്തുനിൽക്കാതെ നാൽപ്പത്തിരണ്ട് വിദ്യാർത്ഥികളും വെളിയിലേക്ക് ഓടുമ്പോൾ ക്ലാസ്സിന്റെപിന്നിൽ നിന്നുകൊണ്ട് അപൂർവ്വദൃശ്യം ഞാൻ വീക്ഷിക്കുകയാണ്. അങ്ങനെ അന്തംവിട്ട് നോക്കിനിൽക്കുമ്പോൾ അടുത്ത ക്ലാസ്സിൽ പഠിപ്പിച്ചുകൊണ്ടിരിക്കുന്ന പിള്ളമാസ്റ്റർ ഓടിവന്നിട്ട് ചോദിച്ചു,

'ടീച്ചറേ എന്ത് പറ്റീ?'

'അത് ടീച്ചർ വിസർജ്ജനം പഠിപ്പിക്കുമ്പോൾ പാമ്പ് വിസർജ്ജനം നടത്തിയതാ.'

ഞാൻ പറയുന്നതിനു പകരം എന്റെ ശിഷ്യന്മാർ മറുപടി നൽകി.

കുട്ടികളുടെ ദേഹത്ത് മൂത്രാഭിഷേകം നടന്നില്ലെങ്കിലും അവരെല്ലാം ദേഹശുദ്ധിവരുത്താനായി ടോയ്‌ലറ്റിലും കിണറ്റിൻകരയിലും പോയി. അവർ അറിയിച്ചതനുസരിച്ച് ക്ലാസ് വൃത്തിയാക്കാനായി നമ്മുടെ പ്യൂൺ കുട്ടിയമ്മ സ്വന്തം ചൂലുമായി പ്രവേശനം ചെയ്തപ്പോൾ, ബക്കറ്റുമെടുത്ത് പൂഴിവാരാൻ തയ്യാറായിട്ട് ഏതാനും ശിഷ്യന്മാർ വന്നു.

ഇത്രയൊക്കെ പൊടിപൂരം നടക്കുന്നതിനിടയിൽ രണ്ട് സംഗതികൾ ശ്രദ്ധിക്കപ്പെട്ടു.

ഒന്ന്: മറ്റു ക്ലാസ്സുകളിലെ ഒരു വിദ്യാർത്ഥിപോലും വെളിയിലിറങ്ങിയില്ല. അങ്ങനെയൊരു അച്ചടക്കം വളർത്തിയിരുന്നു.

രണ്ട്: ക്ലാസ്സിൽകയറിയിട്ട് ഒന്നും രണ്ടും നടത്തിയ പാമ്പ് എവിടെയോ ഓടിയൊളിച്ചു.

സമയം പതിനൊന്നര.

ഇന്റർവെൽ മണിയടിച്ചു; ക്ലാസ്സിൽ നിന്നും സ്റ്റാഫ്റൂമിൽ എത്തിയ എന്നെ കണ്ടപ്പോൾ പിള്ള മാസ്റ്റർ എല്ലാവരും കേൾക്കെ വിളിച്ചുപറഞ്ഞു.

'അദ്ധ്യാപകരെ പേടിച്ച് കുട്ടികളിൽ ചിലർ ക്ലാസ്സിൽ മൂത്രമൊഴിക്കാറുണ്ട്; ഇവിടെ പഠിപ്പിക്കുന്നത് ബയോളജി ടീച്ചറാണെന്നറിഞ്ഞപ്പോൾ, ക്ലാസ്സിൽ കയ്യറിവന്നൊരു പാവംപാമ്പ്, പേടിച്ച് മൂത്രമൊഴിച്ചുപോയി.'

അച്ഛനെ ഇഷ്ടപ്പെടാത്ത മകൻ

അതുവരെ മുഖത്തുനോക്കി തന്റേടത്തോടെ ഉത്തരം പറഞ്ഞവൻ തല താഴ്ത്തി മിണ്ടാതെ നിന്നു. അടുത്തുപോയി അവന്റെ തല പിടിച്ചുയർത്തിയപ്പോൾ എനിക്ക് മനസ്സിലായി, അവൻ കരയുകയാണ്. കണ്ണുകളിൽനിന്നും ഒഴുകുന്ന കണ്ണുനീർ, തുള്ളികളായി താഴോട്ടൊഴുകി ഡസ്ക്കിനു മുകളിൽ തുറന്നുവെച്ച പുസ്തകത്തിൽ പതിക്കുകയാണ്. ചോദ്യത്തിനുള്ള ഉത്തരം അവനിൽനിന്നും ലഭിക്കില്ലെന്ന് മനസ്സിലാക്കിയ ഞാൻ ഇരിക്കാൻ പറഞ്ഞശേഷം ബാക്കിയുള്ള ജോലി പൂർത്തിയാക്കാൻ തുടങ്ങി.

അവനെന്തിനാണ് കരഞ്ഞത്? കരയാൻ മാത്രം ചോദ്യങ്ങളൊന്നും അവനോട് ഞാൻ ചോദിച്ചില്ലല്ലോ,, കുട്ടികളുടെ നോട്ടുപുസ്തകം നോക്കുന്നതിനിടയിൽ അതുതന്നെയായിരുന്നു ചിന്ത. ശ്രദ്ധ പതറിയപ്പോൾ പുസ്തകങ്ങളെല്ലാം അടച്ചുവെച്ച്, എഴുന്നേറ്റ് നടക്കാൻതുടങ്ങി.

വർഷങ്ങൾക്കുമുൻപ്, അദ്ധ്യാപികയായി ആദ്യനിയമനം ലഭിച്ച കണ്ണൂർ താലൂക്കിന്റെ വടക്കെ അറ്റത്തുള്ള ഗവണ്മെന്റ് ഹൈസ്ക്കൂളിൽ രണ്ട് ഷിഫ്റ്റ് ആയിട്ടാണ് അദ്ധ്യയനം. ആൺകുട്ടികളും പെൺകുട്ടികളും ചേർന്ന മിക്സഡ് ക്ലാസ്സുകളാണ് എല്ലാം. എനിക്ക് ഡ്യൂട്ടി 12.30ന് ആരംഭിക്കുന്ന ഉച്ചപ്പണിയാണ്. വളരെ അകലെനിന്നും വരുന്ന എനിക്ക്, എട്ട് മണിക്ക് മോർണിങ്ങ് ഷിഫ്റ്റ് ആരംഭിക്കുന്ന പ്രാർത്ഥന കാണാനും കേൾക്കാനും കഴിഞ്ഞിട്ടില്ല. പകരം അഞ്ചുമണിക്ക് ദേശീയഗാനം കേട്ട് അറ്റൻഷനായി നിന്നശേഷം സ്ഥലംവിടും.

ഒരു സയൻസ് അദ്ധ്യാപിക ആയതിനാൽ കൂടുതൽ സമയവും ലബോറട്ടറിയിലാണ് എന്റെ വാസം. ആവശ്യം വരുമ്പോൾ ക്ലാസ്സ്മുറി ആയും നമ്മുടെ ലാബ് രൂപാന്തരപ്പെടും. ഒഴിവ് പിരീഡുകളിൽ എക്സ്ട്രാ വർക്കുകൾ ലഭിക്കുമ്പോൾ വിദ്യാർത്ഥികളോട് സയൻസ് ലാബിൽ നിശബ്ദമായി ഇരുന്ന് പഠിക്കാൻ പറയും. അവരുടെ കൂടെ ഞാനുംഇരുന്ന് എഴുതുകയോ വായിക്കുകയോ ചെയ്യുന്നുണ്ടാവും.

അന്ന് ലാബിലിരുന്ന് പഠിക്കുന്നത് 'എട്ടാം ക്ലാസ്സ് ജി' ഡിവിഷനിലെ വിദ്യാർത്ഥികളാണ്. അവർ നിശബ്ദമായി പഠിക്കുമ്പോൾ ഞാൻ കുട്ടിക

ളുടെ നോട്ടുപുസ്തകം നോക്കി തെറ്റുകൾ തിരുത്തുകയാണ്. നിശബ്ദമായ അന്തരീക്ഷത്തിൽ ഏതോ ഒരു പയ്യൻ താളംതെറ്റാതെ ഡസ്ക്കിനുമുകളിൽ കൊട്ടുകയാണ്. ശ്രദ്ധിച്ചപ്പോൾ കക്ഷി മുൻബഞ്ചിലിരിക്കുന്നവൻ തന്നെ; താളംപിടിക്കുന്നത് കാലുകൊണ്ടാണെന്ന് മാത്രം.

അവനെ എഴുന്നേല്പിച്ചു നിർത്തി ഞാൻ ചോദിച്ചു,

'നിന്റെ അച്ഛന്റെ ജോലി എന്താണ്.'

എന്നെ അത്ഭുതപ്പെടുത്തിക്കൊണ്ട് പെട്ടെന്നുതന്നെ അവൻ മറുപടി പറഞ്ഞു,

'അച്ഛൻ മരിച്ചുപോയി.'

പെട്ടെന്ന് ഞെട്ടിയെങ്കിലും ഒരു ഭാവമാറ്റവും ഇല്ലാതെ നിൽക്കുന്നവനോട് വീണ്ടും ചോദിച്ചു.

'നിന്നോട് ചോദിച്ചത് അച്ഛന്റെ ജോലിയല്ലേ. അതിന്റെ ഉത്തരം നിനക്ക് പറയാമല്ലോ.'

പയ്യൻ ശബ്ദം കുറച്ചുകൂടി ഉയർത്തി അല്പം പരുക്കനായി അതേ വാക്ക് ആവർത്തിക്കുകയാണ്.

'അച്ഛൻ മരിച്ചുപോയി.'

വീണ്ടും അതേ വാക്ക് കേട്ടപ്പോൾ എനിക്ക് വാശിയായി. ഞാൻ ദേഷ്യപ്പെട്ടു.

'അതേയ് തന്റെ അച്ഛന്റെ ജോലിയാണ് ഞാൻ ചോദിച്ചത്. മരിക്കുന്നതിനു മുൻപ് എന്തായിരുന്നു തൊഴിൽ ചെയ്തത്? അതുപറഞ്ഞിട്ട് ഇരുന്നാൽ മതി.'

ഏതാനും മിനുട്ടുകൾ കഴിഞ്ഞ് അവൻ കരയുന്നത് കണ്ടപ്പോൾ ആകെയൊരു വിഷമം. എന്റെ ചോദ്യം കുട്ടിയുടെ മനസ്സിൽ ഒരു പോറൽ ഏല്പിച്ചിരിക്കുന്നു. മരിച്ചുപോയ പിതാവിന്റെ ഓർമ്മകൾ കാരണം ഒരു മകന് ഉണ്ടായ ദുഖമാണ് കണ്ണുനീർതുള്ളികളായി താഴോട്ടുപതിച്ചത്. അത്രക്ക് തീവ്രമായ സ്നേഹം അവർ തമ്മിൽ ഉണ്ടായിരിക്കാം. ക്ലാസ്സിലെ തരികിട ആയ അവൻ ഡസ്ക്കിൽ തലചായ്ച്ച് കിടക്കുകയാണ്; കരയുകയായിരിക്കാം. ആലോചിക്കാതെയുള്ള എടുത്തുചാട്ടം വഴി ഉണ്ടായ മനപ്രയാസം ഒഴിവാക്കാനായി, ഞാൻ അങ്ങനെയൊന്ന് നടന്നിട്ടില്ലെന്ന് വിശ്വസിക്കാൻ ശ്രമിച്ചു.

അവന്റെ അച്ഛന്റെ തൊഴിലെന്തിനാണ്, ഞാൻ അറിയുന്നത്?

അവനെ വഴക്കുപറയാൻ തന്നെ. അക്കാലത്ത് എന്റെ മുന്നിലിരിക്കുന്ന ഭാവി വാഗ്ദാനങ്ങൾ, ക്ലാസ്സിലെത്തുമ്പോൾ പലതരം വികൃതികൾ കാണിക്കുന്നവരാണ്. ശബ്ദിക്കാതെ വായിക്കുന്നവർ ചിലപ്പോൾ കൈ

യോ കാലോ ഉപയോഗിച്ച് ശബ്ദം ഉണ്ടാക്കും. അപ്പോൾ അവനെ ശകാരിക്കണം; 'അച്ഛന്റെ തൊഴിൽ ചെണ്ട കൊട്ടലല്ലല്ലോ, പിന്നെ നീയെന്തിനാ വെറുതെ കൊട്ടുന്നത്?' അങ്ങനെ അടിക്ക് പകരം ഇങ്ങനെയൊരു ശകാരം കൊടുത്താൽ പിന്നെ മര്യാദക്കാരനായി ഇരുന്നുകൊള്ളും. അതിനുള്ള ആദ്യപടിയാണ് എന്റെയീ തൊഴിലന്വേഷണം.

ബല്ലടിച്ചതോടെ കുട്ടികളെയെല്ലാം പുറത്ത്വിട്ട് സ്റ്റാഫ്റൂമിൽ എത്തിയിട്ട് സംഭവം പറഞ്ഞു. ഞാൻ പറഞ്ഞതു കേട്ടപ്പോൾ നാട്ടുകാരനായ ഡ്രോയിംഗ് മാസ്റ്റർ പയ്യന്റെ പേര് ചോദിച്ചു,

'പേര് രാമകൃഷ്ണൻ സി, എട്ട് ജി.'

'അവനെന്താ പറഞ്ഞത് അച്ഛൻ മരിച്ചെന്നോ?'

മാസ്റ്റർ സംശയത്തോടെ ചോദിച്ചപ്പോൾ എനിക്കും സംശയമായി.

'ടീച്ചർ ആ ക്ലാസ്സിലെ രജിസ്റ്റർ എടുത്ത് അവന്റെ ബയോഡാറ്റ നോക്കിയാട്ടെ.'

അദ്ദേഹം പറഞ്ഞതുപോലെ 8 ജി യിലെ രജിസ്റ്റർ എടുത്ത് അവന്റെ പേര് ഉച്ചത്തിൽ വായിച്ചു.

'രാമകൃഷ്ണൻ സി. ചന്ദ്രക്കാരൻ വീട്, പിന്നെ,

'അവന്റെ അമ്മയുടെയും അച്ഛന്റെയും പേര് വായിച്ചാൽ മതി.'

മാസ്റ്റർ പ്രത്യേകം പറയുന്നത് കേട്ട് മറ്റുള്ളവരും ശ്രദ്ധിച്ചു.

'അമ്മയുടെ പേര് പ്രസന്ന സി, അച്ഛൻ,,, അത്,,, 'മുഹമ്മദ്കുഞ്ഞി', അപ്പോഴത്?'

ഞാൻ തല ഉയർത്തി.

'അത് തന്നെയാണ് കാര്യം. അവന് അമ്മ മാത്രമാണുള്ളത്. സ്ക്കൂളിൽ ചേർക്കുന്ന സമയത്ത് അയാൾ ചെലവിന് കൊടുക്കുകയോ അംഗീകരിക്കുകയോ ചെയ്യുന്നില്ലെങ്കിലും മകന്റെ പിതാവിന്റെ പേര് കൂടി ചേർക്കണമല്ലോ. ഈ സത്യം നാട്ടുകാർക്കും ആ പയ്യനും അറിയാം. അവന്റെ അമ്മ കൂലിവേല ചെയ്താണ് മകനെ പോറ്റുന്നത്.'

'അപ്പോൾ സ്വന്തം അച്ഛൻ മരിച്ചെന്ന് പറഞ്ഞതോ?'

എനിക്കാകെ സംശയമായി.

'ടീച്ചർ ജോലി ചോദിച്ചാൽ അവന് അക്കാര്യം അറിയില്ലല്ലോ. പിന്നെ വീണ്ടും വീണ്ടും ചോദ്യങ്ങൾ ആവും. ഹിന്ദുവായി വളരുന്ന കുട്ടി, അവനെ ഇല്ലാതാക്കാൻ ശ്രമിച്ചിരുന്ന അച്ഛന്റെ പേര് പറയാൻ ഒരിക്കലും ഇഷ്ടപ്പെടില്ല. മരിച്ചെന്ന് പറഞ്ഞാലെങ്കിലും ടീച്ചർ ചോദ്യം നിർത്തുമെന്ന് അവന് തോന്നിയിരിക്കാം. അയാളിപ്പോഴും നാട്ടിലെ വലിയ പണക്കാരനായി ജീവിക്കുന്നുണ്ട്. ആ വീട്ടുപറമ്പിലെ തൊഴിലാളി ആയിരു

ന്നു അവന്റെ അമ്മ'

കാര്യം പിടികിട്ടി; അവൻ അമ്മയുടെ മാത്രം മകനാണ്. അച്ഛൻ എന്നത് അവനെ സംബന്ധിച്ചിടത്തോളം വെറുപ്പുണ്ടാക്കുന്ന ഒരു ഘടകമാണ്. മകനെ അംഗീകരിക്കാത്ത അച്ഛനെ, മകനും അംഗീകരിക്കുന്നില്ല. മുന്നിലുള്ള ജീവിതപാതയിലൂടെ അവന് ബഹുദൂരം സഞ്ചരിക്കാനുണ്ട്.

സ്ക്കൂൾ പ്രവേശന സമയത്ത് അമ്മയുടെ ജാതി ചേർക്കുന്ന, രക്ഷിതാവിന് പ്രാധാന്യം കൊടുക്കുന്ന ആ കാലത്ത് ചില വിദ്യാർത്ഥികളുടെ അച്ഛൻ ഒരു പേരിൽ മാത്രം ഒതുങ്ങുകയാണ് പതിവ്. സർക്കാർ ജോലി ലഭിച്ചപ്പോൾ എന്റെ മനസ്സിലുണ്ടായ അഹങ്കാരത്തിന് വലിയൊരു ഓർമ്മപ്പെടുത്തലാണ് ഈ സംഭവം.

അടിയുടെ പാട്

ഞങ്ങളുടെ സ്ക്കൂളിൽ മാതൃഭാഷയായ മലയാളത്തിനൊരു സുവർണ്ണകാലം ഉണ്ടായിരുന്നു. സമരം പൊടിപൊടിക്കുന്ന, തോൽവി കൊടി കുത്തി വാഴുന്ന ആ കാലഘട്ടത്തിൽ എല്ലാ വിദ്യാർത്ഥികളും ജയിക്കുന്ന വിഷയമാണ് മലയാളം. അതുപോലെ വിദ്യാർത്ഥികളെല്ലാം അനുസരിക്കുന്നതും കൂടുതൽ ഇഷ്ടപ്പെടുന്നതും മലയാളം അദ്ധ്യാപകരെയാണ്. മറ്റുള്ളവർക്കില്ലാത്ത ചില കഴിവുകൾ അക്കാലത്തുള്ള കണ്ണൂർ ജില്ലക്കാരല്ലാത്ത ഏതാനും മലയാളം അദ്ധ്യാപകർക്ക് മാത്രമായി ഉണ്ടായിരുന്നു.

അധ്യയനവർഷത്തിന്റെ ഒടുവിലായി ഒരു മാർച്ച് മാസം, ഒന്നാമത്തെ ആഴ്ച, പത്താം തരക്കാരുടെ സ്റ്റഡീലീവ് സമയം. കഥാനായികയായ സീനിയർ മലയാളം ടീച്ചറും ഞാനും ചേർന്ന് വിദ്യാർത്ഥികളുടെ വീടുകൾതോറും സന്ദർശിക്കുകയാണ്. കുട്ടികളുടെ പഠനനിലവാരം അറിയാനുള്ള ഈ യാത്രകൾ ഞങ്ങളുടെ പതിവാണ്.

എന്റെ കൂടെയുള്ള മലയാളം ടീച്ചർക്ക് ധാരാളം പ്രത്യേകതകൾ ഉണ്ട്.

ടീച്ചർ കോട്ടയക്കാരിയാണ്; എന്നാൽ ഭാഷയും വേഷവും തനി കണ്ണൂർ മോഡൽ.

രൂക്ഷമായ പ്രമേഹരോഗം ഉണ്ട്; ഭക്ഷണക്രമം, വ്യായാമം ഇവയിലൂടെ രോഗത്തെ ഒതുക്കി നിർത്തുന്നു.

സ്വന്തമായി കുട്ടികളില്ല; എന്നാൽ എല്ലാ കുട്ടികളേയും സ്വന്തമെന്നപോലെ നോക്കുന്നു,

ആൾ വളരെ മെലിഞ്ഞതാണ്; എന്നാൽ മറ്റുള്ളവരെക്കാൾ ശക്തിയുണ്ട്.

(മറ്റ് സ്ക്കൂളുകളിൽ മെലിഞ്ഞവരിൽ ഒന്നാംസ്ഥാനം എനിക്കായിരുന്നു)

ടീച്ചർ ഈ നാട്ടുകാരിയല്ലെങ്കിലും സ്ക്കൂളിനടുത്തുള്ള വീടുകളും സ്ഥലങ്ങളും നന്നായി അറിയാം. പരിചയപ്പെട്ട എല്ലാ കുട്ടികളുടെയും പേർ, വീട്, ബന്ധുക്കൾ തുടങ്ങിയ ബയോഡാറ്റകളെല്ലാം ടീച്ചറിന് മന

പ്പാഠം. നാട്ടുകാരിയായ ഞാൻ എത്ര ശ്രമിച്ചിട്ടും ഒരു ക്ലാസിലുള്ള മുഴുവൻ കുട്ടികളുടെയും പേരുകൾപോലും ഓർക്കാൻ കഴിഞ്ഞിട്ടില്ല.

ടീച്ചറുടെ ഭർത്താവിന് (കോട്ടയക്കാരൻ തന്നെ) കണ്ണൂർ ജില്ലയിലുള്ള സർക്കാർ ഓഫീസിൽ ജോലിയായതിനാൽ അവരുടെ ഓഫീസ് വക ക്വാർട്ടേഴ്സിലാണ് താമസം.

ഇനി കാര്യം പറയാം...

ഞങ്ങളങ്ങിനെ പത്താം തരക്കാരുടെ വീടുകൾ തിരക്കി കുറ്റിക്കാടുകളും തോടുകളും വയലും കടന്ന് ഇടവഴിയിൽ എത്തിയപ്പോൾ ഒരു ചെറുപ്പക്കാരൻ മുന്നിൽവന്ന് 'ടീച്ചറേ' എന്ന് വിളിച്ചു.

വിളിച്ചത് എന്നെയാവില്ല,,, കാരണം കക്ഷിക്ക് മുപ്പതിനടുത്ത് പ്രായം തോന്നും. മലയാളം ടീച്ചർ അവന്റെ പേര് വിളിച്ചിട്ട് വിശേഷങ്ങൾ തിരക്കി.

അവൻ മിലിട്ടറിയിൽനിന്നും ലീവിൽ വന്നതാണെന്നും ഒരു മാസത്തിനകം കല്ല്യാണം ഉണ്ടെന്നും കല്ല്യാണത്തിന് ടീച്ചറെ ക്ഷണിക്കുമെന്നും പറഞ്ഞശേഷം വിനയത്തോടെ പിൻവാങ്ങി.

അവൻ പോയതിനുശേഷം മലയാളം എന്നോട് ചോദിച്ചു.

'അവനെ അറിയുമോ?'

'ഇല്ലല്ലോ'

'ഏതാനും വർഷം മുൻപ് ഞാൻ പഠിപ്പിച്ചവനാണ്, ഒരു തവണ ഞാനവനെ അടിച്ചപ്പോൾ ചോര വന്നു.'

'അടിച്ചപ്പോൾ ചോര വരാനോ? എന്നിട്ട്?'

ഫ്ളാഷ് ബാക്ക്...

സംഭവം നടന്നത് വർഷങ്ങൾക്കു മുൻപാണ്, നമ്മുടെ മലയാളം ടീച്ചർ ജോലിയിൽ പ്രവേശിച്ചതിന്റെ മൂന്നാം വർഷം. മിക്ക ക്ലാസ്സുകളിലും അദ്ധ്യാപകർ പഠിപ്പിക്കുന്നു, കുട്ടികൾ കളിക്കുന്നു.

അങ്ങനെ എട്ടാം ക്ലാസ്സിൽ മലയാളം പഠിപ്പിക്കുമ്പോഴാണ് തൊട്ടടുത്ത ഇംഗ്ലീഷ് ക്ലാസ്സിൽ ബഹളം ഉണ്ടായത്. കാരണം.

ടീച്ചർ പുസ്തകംനോക്കി വായിച്ചുകൊണ്ടിരിക്കെ പിന്നിലിരിക്കുന്ന ഏതോ വികൃതി 'ആറോ'(arrow) അയച്ചു!!

കടലാസ് മടക്കിയിട്ട് നിർമ്മിക്കുന്ന ഈ സാധനം ഇപ്പോഴത്തെ കുട്ടികൾക്ക് അറിയില്ലെങ്കിലും പണ്ടുകാലത്ത് സ്ക്കൂളിലും കോളേജിലും സുലഭമായിരുന്നു.

ആറോ പ്രശ്നമല്ല; പക്ഷെ...

അത് നേരെ മുകളിലേക്ക് പറന്നുവന്ന് പതിച്ചത് ഇംഗ്ലീഷ് ടീച്ചറുടെ കഴുത്തിനു താഴെ നേരെമുന്നിൽ!. പോരേപൂരം.

ഇംഗ്ലീഷ് വടിയുമായി ക്ലാസ്സ് മുഴുവൻ ഓടിനടന്നിട്ടും പ്രതിയെ പിടികിട്ടിയില്ല, ബല്ലടിച്ചതോടെ 'ആറോ' മേശപ്പുറത്തിട്ടശേഷം ടീച്ചർ സ്ഥലം വിട്ടു.

തെങ്ങോലകൊണ്ട് മുകൾഭാഗം മേഞ്ഞതും അതേപോലുള്ള ഓലകൾ മറയാക്കി വേർതിരിച്ചതുമാണ് അക്കാലത്തെ ക്ലാസ്സുകൾ. ഓലമറയുടെ ദ്വാരത്തിലൂടെ അയലത്തെ ക്ലാസ്സിലെ സംഭവങ്ങൾ കണ്ടുകൊണ്ടിരിക്കുന്ന നമ്മുടെ മലയാളത്തിനു കലികയറി. അടുത്ത പിരീഡ് ആ ക്ലാസ്സിലാണ് മലയാളം. നേരെ ക്ലാസ്സിൽ കടന്നുവന്ന ടീച്ചർ മേശപ്പുറത്തു നിന്നും 'ആറോ' കൈയിലെടുത്ത് ഉയർത്തിപ്പിടിച്ചിട്ട് ഒരു ചോദ്യം,

'ഇതാര് നിർമ്മിച്ചിട്ടാണ് അയച്ചത്?'

അതാ പിൻബഞ്ചിൽനിന്നും കറുത്തുമെലിഞ്ഞ പയ്യൻ പതുക്കെ എഴുന്നേൽക്കുന്നു...

അവന്റെ അടുത്തുപോയിട്ട് ടീച്ചർ പറഞ്ഞു.

'വലത് കൈ നീട്ടു?'

നീട്ടിപിടിച്ച ആ കൈയിൽ ചൂരൽകൊണ്ട് ശക്തിയിൽ ഒരടി കൊടുത്തിട്ട് പറഞ്ഞു.

'ഇനി ഇരുന്നോളൂ.'

തിരികെവന്ന് എല്ലാവരോടുമായി പറഞ്ഞു.

'പാഠപുസ്തകം തുറക്ക്, മുപ്പത്തിഏഴാം പേജ്.'

അല്പം കഴിഞ്ഞപ്പോൾ അടികിട്ടിയവന്റെ അടുത്തിരിക്കുന്നവൻ വിളിച്ചു പറഞ്ഞു.

'ടീച്ചറേ, ചോര...'

എല്ലാവരും ഞെട്ടി, ടീച്ചറും. അടി കിട്ടിയവന്റെ സമീപം പോയി നോക്കി, വലതു കൈയിൽനിന്നും ചോര വരുന്നുണ്ട്. ആ ചോര നോക്കിക്കൊണ്ട് ടീച്ചർ പറഞ്ഞു.

'പിന്നേ, വീട്ടിൽപോയാൽ വലതുകൈ കാണിച്ച് അച്ഛനോടും അമ്മയോടും പറയണം, മലയാളം ടീച്ചർ അടിച്ചപ്പോൾ കൈ മുറിഞ്ഞു എന്ന്. അടികിട്ടാനുള്ള കാരണം കൂടി പ്രത്യേകം പറയണം. അപ്പോൾ രക്ഷിതാക്കൾ ഇടതുകൈയും അടിച്ച് പൊട്ടിച്ചുകൊള്ളും, കേട്ടോ.'

ഇത്രയും പറഞ്ഞുകൊണ്ട് ടീച്ചർ ക്ലാസ്സ് തുടർന്നു.

അടി കിട്ടിയതിനുശേഷം ശിഷ്യന് ടീച്ചറോട് ഭയവും ബഹുമാനവും കൂടി. കിട്ടേണ്ടത് കിട്ടിയപ്പോൾ കുട്ടി നന്നായി.

ഇനി നമ്മുടെ വഴിയിലേക്ക് തിരിച്ചുവരാം...

ആ കുട്ടിയാണ് ഇപ്പോൾ മുന്നിലൂടെ പോയത്. അന്ന് കൊണ്ട അടിയുടെ പാട് ഇപ്പോഴും അവന്റെ കൈയിൽ കാണുമോ?

അടുത്ത കുട്ടിയുടെ വീട്ടിലെത്തുന്നതുവരെ ഞങ്ങൾ അന്യോന്യം മിണ്ടിയില്ലെങ്കിലും അക്കാര്യം ചിന്തിക്കുകയായിരുന്നു.

അച്ഛന്റെ പൊന്ന്; അമ്മയുടെ മുത്ത്

'നമ്പർ സവന്റീൻ.'

രണ്ടാം തവണയും നമ്പർ വിളിച്ചശേഷം ആൺകുട്ടികൾക്കിടയിലേക്ക് ഞാൻ നോക്കി; 'അവനിന്നും വന്നിട്ടില്ല. അവൻമാത്രം വന്നിട്ടില്ല.'

തോൽവിയിൽ നിന്ന് കരകയറിയിട്ട് നൂറ് ശതമാനം വിജയത്തിലേക്ക് കുതിച്ചുകൊണ്ടിരിക്കുന്ന സർക്കാർ ഹൈസ്ക്കൂളിൽ, പത്താംതരത്തിൽ പഠിക്കുന്ന ഒരുകുട്ടി ഇടയ്ക്കിടെ വരാതിരിക്കുന്നത് ക്ലാസ്ടീച്ചറെന്ന നിലയിൽ എനിക്ക് വിഷമം ഉണ്ടാക്കി. +2 ക്ലാസ്സിൽ പഠിക്കുന്ന അവന്റെ സഹോദരി ഇന്നലെ പറഞ്ഞത്, 'അവന് തലവേദനയുണ്ട്, ഡോക്റ്ററെ കാണാൻ പോകും' എന്നായിരുന്നു. സ്വന്തം സഹോദരന്റെ കാര്യമല്ലേ; ഇന്നും അവളെ വിളിപ്പിക്കാം...

എന്റെ നിർദ്ദേശം ലഭിച്ച ഉടനെ ക്ലാസ്ലീഡർ +2 സയൻസ് ക്ലാസ്സിൽ പോയി, ആബ്സന്റായ ലിജേഷിന്റെ സഹോദരി ലിജിഷയെ വിളിക്കാൻ. അവൾ വരുന്നനേരത്ത് ക്ലാസ്സിൽനിന്നിറങ്ങി ഞാൻ വരാന്തയിൽ നിന്നു, 'കുറ്റം പറയുന്നത് അവന്റെ സഹപാഠികൾ കേൾക്കരുത്'.

പഠനസമയത്ത് ക്ലാസ്സിൽ നിന്ന് വിളിച്ചിറക്കിയതിലുള്ള അമർഷം ഉള്ളിലൊതുക്കിയിട്ട് ഇത്തിരി ചമ്മലോടെ എന്റെ മുന്നിലെത്തിയ ചേച്ചി പറയാൻ തുടങ്ങി,

'ടീച്ചറെ പൊന്നു ഇന്നും വന്നില്ല, അവന്...'

'അവനെന്ത് പറ്റി?'

ഞാനവളുടെ സമീപം എത്തിയപ്പോൾ അവൾ പതുക്കെ പറഞ്ഞു.

'അത് ടീച്ചറെ അവന് തലവേദന മാറിയിട്ടില്ല.'

'ഇതൊക്കെ കുട്ടികളുടെ സ്ഥിരം തട്ടിപ്പല്ലേ. നീയെന്തിനാണ് അനുജനെ സപ്പോർട്ട് ചെയ്ത് പറയുന്നത്? സ്ക്കൂളിൽ വരാൻ അവൻ മടികാണിച്ചിരിക്കും. ഇതൊക്കെ പത്താം തരക്കാർക്ക് പറ്റിയതാണോ? ശരിക്കും സംഭവം പറ.'

തൊട്ടടുത്ത് നിൽക്കുന്ന എന്റെ ചെവിയിൽ അവളൊരുകാര്യം പറഞ്ഞതുകേട്ട് ഞാൻ അമ്പരന്നു.

'ടീച്ചറെ,, പൊന്നൂന് സാമൂഹ്യം ടീച്ചറെ പേടിയാണ് പോലും, അതാ

ണ് സ്‌കൂളിൽ വരാഞ്ഞത്.'

'അതെന്താ,, ടീച്ചറവനെ അടിച്ചോ?'

'അടിച്ചിട്ടൊ വഴക്ക് പറഞ്ഞിട്ടോ അല്ല; ടീച്ചറെ കാണുമ്പോൾ അവന് പേടി.'

'അതിനിപ്പം എന്തുചെയ്യും? ഏതായാലും ഇന്ന് ഉച്ചയ്ക്ക് ലിജേഷിനെ കാണാനായി വീട്ടിലേക്ക് വരുന്നുണ്ട്, അക്കാര്യം അവനോട് പറയണ്ട.'

'ശരി ടീച്ചർ'

'അനുജന്റെ കാര്യമല്ലേ, നിനക്കിതിൽ പ്രയാസമൊന്നും തോന്നേണ്ട. ക്ലാസിൽ പോയിക്കോ.'

ഇപ്പോൾ ഞാനാണ് പ്രശ്നത്തിലായത്, പത്താം തരത്തിൽ പഠിക്കുന്ന ഒരു ആൺകുട്ടിക്ക് അദ്ധ്യാപികയെ കാണുമ്പോൾ പേടിയാണെന്ന് പറയുക, അതുകാരണം സ്‌കൂളിൽ വരാതിരിക്കുക, ഇവനെക്കൊണ്ട് തോറ്റല്ലോ...

എന്റെ വിദ്യാലയത്തിലെ എസ്.എസ്.എൽ.സി. ക്ലാസ്സിൽ ആ വർഷം ആകെ എൺപത് വിദ്യാർത്ഥികളാണുള്ളത്. അദ്ധ്യയന വർഷാരംഭത്തിൽ എട്ട്, ഒൻപത്, പത്ത് ക്ലാസ്സുകളിലേക്ക് കുട്ടികളെ ഡിവിഷൻ തിരിച്ച് രജിസ്റ്ററിൽ ചേർക്കുന്ന ഡ്യൂട്ടി ഏതാനും വർഷങ്ങളായി എനിക്കാണ്. അങ്ങനെ പത്താംക്ലാസ് തരംതിരിക്കുന്നതിനിടയിൽ ലിജേഷിനെ എന്റെ ഡിവിഷനിൽ തന്നെ ചേർത്തത് അവന്റെ സ്വഭാവം മനസ്സിലാക്കിയിട്ടു തന്നെ ആയിരുന്നു. ചെറിയകാര്യത്തിനുപോലും കരയുന്ന, സ്‌കൂളിൽ വരാൻ മടികാണിക്കുന്ന ഈ കുട്ടിയെ പ്രത്യേകം ശ്രദ്ധിക്കണമല്ലോ. ക്ലാസ്സിന്റെ മദ്ധ്യഭാഗത്ത് മൂന്നാമത്തെ ബഞ്ചിലിരിക്കുന്ന ലിജേഷിനെ 'അടിക്കാനോ വഴക്കുപറയാനോ പാടില്ല', എന്ന് അവനെ പഠിപ്പിക്കുന്ന എല്ലാ അദ്ധ്യാപകരെയും അറിയിച്ചിരുന്നു. അടിശിക്ഷ അക്കാലത്ത് അപൂർവ്വമായി ഉണ്ടെങ്കിലും ലിജേഷിനെപോലൊരു കുട്ടിക്ക് ഒരിക്കലും അതിന്റെ ആവശ്യം വരാനിടയില്ല. ചിലപ്പോൾ ശകാരിച്ചെന്ന് വരാം, അതിന് ഇവനിങ്ങനെ സ്‌കൂളിൽ വരാതായാൽ? ടീച്ചറെ കാണുമ്പോൾ പേടി എന്ന് പറയുന്ന ഒരു ആൺകുട്ടിക്ക് ഭാവിജീവിതത്തിൽ എന്തെല്ലാം പ്രശ്നങ്ങൾ തരണം ചെയ്യാനുണ്ട്!

ഗ്രാമത്തിലെ ഒരേഒരു സർക്കാർ ഹൈസ്‌കൂളിൽ സർവ്വീസ് കൂടിയവരാണ് അദ്ധ്യാപകരിൽ അധികംപേരും. കുട്ടികളെ നോക്കിയും കണ്ടും പഠിപ്പിക്കാൻ അറിയുന്നവർ. ഒറ്റനോട്ടത്തിൽ ഉയരവും വണ്ണവും ഉള്ളവരാണെങ്കിലും നമ്മുടെ സാമൂഹ്യശാസ്ത്രം കുട്ടികളോട് വളരെ സ്നേ

ഹത്തോടെയാണ് പെരുമാറുന്നത്. ഈ കുട്ടി അവരെ ഭയപ്പെടാൻ എന്തായിരിക്കും കാരണം? ക്ലാസ്സ് കഴിഞ്ഞപ്പോൾ ടീച്ചറോട് കാര്യം തിരക്കി.

'ഇന്നലെ ടീച്ചർ ലിജേഷിനെ വഴക്ക് പറഞ്ഞോ?'

'ഇന്നലെ അവനെ മാത്രമല്ല, നിങ്ങളുടെ ക്ലാസ്സിലെ ഒരു കുട്ടിയെ പോലും വഴക്ക് പറഞ്ഞില്ല. സത്യം പറഞ്ഞാൽ ചെറിയൊരു തലവേദന ആയതുകൊണ്ട് ഇന്നലെ നിശബ്ദമായിരുന്ന് പഠിക്കാനാണ് കുട്ടികളോട് പറഞ്ഞത്.'

'എന്നാൽ ഇന്നവൻ ക്ലാസ്സിൽ വന്നില്ല,, കാരണം സാമൂഹ്യം ടീച്ചറെ പേടി.'

ഞാൻ പറഞ്ഞത് കേട്ടപ്പോൾ സഹപ്രവർത്തകർക്കെല്ലാം ആശ്ചര്യമായി. അത് കേട്ട സംഗീതം ടീച്ചർ പറഞ്ഞു.

'പേടിയോ? സാധാരണ കണക്ക് ടീച്ചേഴ്സിനെ പേടിക്കാറുണ്ടെന്ന് കേട്ടിട്ടുണ്ട്. ഇതിപ്പം സോഷ്യൽ പഠിപ്പിക്കുന്ന ടീച്ചറേ പേടി, അതും പത്താം തരത്തിൽ പഠിക്കുന്ന മുതിർന്ന ആൺകുട്ടിക്ക്!'

മറ്റുള്ളവരുടെ അഭിപ്രായ പ്രകടനത്തിനിടയിൽ സാമൂഹ്യം ടീച്ചർ മറുപടി പറഞ്ഞു,

'ഞാനിന്നലെ ധരിച്ചത് കറുപ്പ് നിറമുള്ള സാരി ആയതുകൊണ്ടായിരിക്കാം. അങ്ങനെയാണെങ്കിൽ അവന്റെ വീട്ടിലൊന്ന് പോകണമല്ലോ.'

'ഉച്ചഭക്ഷണം കഴിഞ്ഞാൽ നമുക്ക് ലിജേഷിന്റെ വീട്ടിലേക്ക് പോവാം.'

'അതാണ് നല്ലത്,, അവന്റെ രക്ഷിതാക്കളെ കണ്ട് സംഭവം അന്വേഷിക്കാമല്ലോ.'

ഭക്ഷണം കഴിഞ്ഞഉടനെ ഞാനും സാമൂഹ്യശാസ്ത്രം അദ്ധ്യാപികയും ലിജേഷിന്റെ വീട്ടിലേക്ക് പുറപ്പെട്ടു. കണ്ണൂർ പട്ടണത്തിന് സമീപമുള്ള ഗ്രാമത്തിൽ സ്ഥിതിചെയ്യുന്ന വിദ്യാലയത്തിൽ പഠിക്കുന്നവരിൽ അധികവും സമീപവാസികളായതിനാൽ അവരുടെ രക്ഷിതാക്കളുമായി അദ്ധ്യാപകർക്ക് അടുപ്പം കൂടുതലാണ്. പത്താം തരത്തിലെ ക്ലാസ്ടീച്ചറെന്ന നിലയിൽ കുട്ടികളുടെ അഡ്രസ്സും ഫോൺ നമ്പറുകളും എന്റെ പക്കലുണ്ട്. അതുപോലെ എന്റെ ഫോൺനമ്പർ ആദ്യദിവസം തന്നെ കുട്ടികൾക്ക് നൽകിയതിനാൽ അത്, എല്ലാ രക്ഷിതാക്കളുടെയും പക്കലുണ്ട്. മക്കളുടെ കാര്യം പറയാൻ അവരെല്ലാം പലപ്പോഴും ഫോൺ ചെയ്യാറുണ്ട്.

ഇടവഴികളിലൂടെ നടന്ന ഞങ്ങൾ, നാട്ടുകാരുമായി വിശേഷങ്ങൾ പങ്കുവെച്ചുകൊണ്ട് വേലിയും മതിലും കടന്നു. വലിയൊരു ഇരുനില വീ

ടിനു മുന്നിലെത്തിയപ്പോൾ തുറന്ന ഗെയ്റ്റിലൂടെ അകത്തേക്ക് പ്രവേശിച്ചു; അത് ലിജേഷിന്റെ വീടാണ്. വീട്ടുപണി തുടരുന്നതുകൊണ്ടാവണം സിമന്റും മണലും മുറ്റത്ത് കൂട്ടിയിട്ടിട്ടുണ്ട്. വെറും ഓലയുംതകരവും വെച്ച്കെട്ടിയ കുടിലിൽ പാർക്കുന്ന അനേകം ശിഷ്യന്മാരെ ആ നേരത്ത് ഞാനോർത്തുപോയി. ഞങ്ങളെ കണ്ടിട്ടാവണം തുണിയലക്കിക്കൊണ്ടിരിക്കുന്ന ലിജേഷിന്റെ അമ്മ ഓടിവന്നു.

'അല്ല ടീച്ചർമാരോ, പൊന്നു ഇന്ന് വരാത്തതുകൊണ്ടായിരിക്കും, അവനു പനിയാണ്.'

'പനിയാണെന്ന് അവന്റെ ചേച്ചി പറഞ്ഞു, അതുകൊണ്ട് അവനെയൊന്ന് കാണണമെന്ന് തോന്നി.'

എന്റെ മറുപടി കേട്ടപ്പോൾ അവർ പറഞ്ഞു,

'ഇന്ന് പനി കുറവുണ്ട്,, ഞാനവനെ വിളിക്കാം... മോനേ... പൊന്നൂ...'

അവർ നീട്ടിവിളിച്ചപ്പോൾ അകത്തുനിന്ന് പതിഞ്ഞ സ്വരത്തിൽ മറുപടി വന്നു,

'എന്താ അമ്മേ...'

'എന്റെ മുത്തിങ്ങ് താഴെയിറങ്ങി വാ... മോനെക്കാണാൻ രണ്ട് ടീച്ചർമാര് വന്നിട്ടുണ്ട്.'

'ഞാൻ വരുന്നുണ്ടമ്മേ'

അല്പസമയം കഴിഞ്ഞപ്പോൾ അവൻ വന്നു... നമ്മുടെ പ്രീയശിഷ്യൻ. അമ്മയുടെ മുത്ത്...

'അമ്മേ, എന്തിനാ എന്നെ വിളിച്ചത്?'

'മുത്തിനെ കാണാൻ ടിച്ചർമാര് വന്നത് കണ്ടോ. പൊന്നുമോനെ സ്കൂളിൽ കാണാത്തതുകൊണ്ടല്ലേ, അവര് വന്നത്. പനി മാറിയതുകൊണ്ട് നാളെ വരുമെന്ന് ഞാനവരോട് പറഞ്ഞു.'

ലിജേഷിനെ സമീപിച്ച് അവന്റെ നെറ്റിയിൽ കൈവെച്ച് നോക്കിയപ്പോൾ അവനൊരു രോഗവും ഇല്ലെന്ന് മനസ്സിലായി. ടീച്ചറെ ഭയപ്പെടുന്നുണ്ടെന്ന കാര്യത്തെപറ്റി ഒരക്ഷരവും ഞങ്ങൾ പറഞ്ഞില്ല. പകരം അവനെ ആശ്വസിപ്പിച്ചു.

'മോൻ ചേച്ചീടെ ഒപ്പം നാളെമുതൽ എല്ലാദിവസവും സ്ക്കൂളിൽ വരണം. നല്ല കുട്ടിയല്ലേ... പിന്നെ 210 മാർക്ക് വാങ്ങിയാൽ പോര, ഫസ്റ്റ് ക്ലാസ് തന്നെ വാങ്ങി എസ്.എസ്.എൽ.സി. പാസ്സാവണം.'

'ശരി ടീച്ചർ.'

ലിജേഷിന്റെ അമ്മ ഞങ്ങളെ സ്വീകരിച്ചു,

'ടീച്ചറിരുന്നാട്ടെ ചായ എടുക്കാം.'

'അയ്യോ വേണ്ട ചോറ് തിന്നതേയുള്ളു, കുട്ടിയുടെ പനി മാറിയതു കൊണ്ട് നാളെ സ്ക്കൂളിലയക്കണം.'

'അത് ഞാനയക്കാം.'

തുടർന്ന് മകനോടായി പറഞ്ഞു,

'എന്റെ തേനല്ലേ, പോയി അകത്തിരുന്ന് പഠിച്ചോ,, മോനെ കാണാൻ ടീച്ചർമാര് വീട്ടില് വന്നില്ലേ; അതുകൊണ്ട് തീർച്ചയായും എന്റെ മുത്ത് നാളെ സ്ക്കൂളിൽ പോകണം.'

'നാളെ ഞാൻ പോകുന്നുണ്ടമ്മേ.'

ഗെയ്റ്റ് കടന്ന് ഇടവഴിയിൽ തിരിച്ചെത്തിയപ്പോൾ സാമൂഹ്യം ടീച്ചർ സ്വയമെന്നവണ്ണം പറഞ്ഞു,

'അച്ഛന്റെ പൊന്ന്, അമ്മയുടെ മുത്ത്, അദ്ധ്യാപകർക്ക് വെറും ന മ്പർ; കുട്ടികൾ നമ്മളെ ഭയപ്പെടാതിരിക്കുമോ? അദ്ധ്യാപകർ ഇനിയും ധാരാളം പഠിക്കാനുണ്ട്.'

മാസങ്ങൾ കഴിഞ്ഞു, മെയ് മാസം വന്നെത്തി; ലിജേഷടക്കം ഞങ്ങ ളുടെ വിദ്യാലയത്തിലെ എൺപത് വിദ്യാർത്ഥികൾ പത്താം തരം വിജ യകരമായി പൂർത്തിയാക്കി പരീക്ഷാഫലം കാത്തിരിക്കുന്ന ദിവസം. അ ന്നത്തെ കാലത്ത് രാവിലെ പത്രത്തിൽ വായിച്ചാണ് റിസൽറ്റ് അറിയു ന്നതെങ്കിലും തലേദിവസംതന്നെ അറിയാനുള്ള ഇന്റർനെറ്റ് സംവിധാന ങ്ങൾക്ക് തുടക്കം കുറിച്ചിരുന്നു. വീട്ടിലെ കമ്പ്യൂട്ടറിൽ നിന്ന് റിസൽട്ട് അറിയാനുള്ള പരിശ്രമങ്ങൾ നടക്കുന്നതിനിടയിൽ ഒരു ഫോൺകോൾ എന്നെ തേടിയെത്തി,

'ഹലോ ടീച്ചറെ ഇതു ഞാനാ പൊന്നൂന്റെ അച്ഛൻ, എന്റെ പൊന്നു പാസ്സായി.'

'വളരെ സന്തോഷം...'

'ടീച്ചറേ അവന്റെ കാര്യത്തിൽ നമ്മളാകെ സംശയിച്ചിരുന്നു,,, എന്റെ പൊന്നു പത്താംതരം വരെ സ്ക്കൂളിൽ പോകുമോ എന്നുപോലും പേടി ച്ചിരുന്നു.'

സന്തോഷം സഹിക്കവയ്യാതെ ലിജേഷിന്റെ പിതാവ് വിശേഷങ്ങൾ പറയുകയാണ്; ഞാനും അവരുടെ സന്തോഷത്തിൽ പങ്കുചേർന്നു. എ ന്റെ അദ്ധ്യാപകജീവിതത്തിൽ ആഹ്ലാദം അനുഭവിച്ച വിലപ്പെട്ട നിമിഷ ങ്ങളിൽ ഒന്നായിരുന്നു അത്.

ലീലാവിലാസം

മുപ്പത്തിരണ്ട് വയസ്സുകഴിഞ്ഞ അവിവാഹിതയായ ലീല ഗർഭിണിയായി.

വീട്ടുകാരും അയൽക്കാരുമായ സ്ത്രീജനങ്ങളും പുരുഷന്മാരും ചോദ്യം ചെയ്തു.

അവൾക്ക് ഒരൊറ്റ ഉത്തരം മാത്രം.

എനിക്കറിയില്ല.

നിനക്കറിയാതെ പിന്നെ ഞങ്ങളാണോ അറിയുന്നത്? ഇത് നമ്മുടെ വയറ്റിലൊന്നും അല്ലല്ലോ?

അത് ഞാനെങ്ങിനെ അറിയാനാണ്?

എടീ അടുത്തകാലത്ത് നീ കമ്പനിയിൽ പണിക്ക് പോയിട്ടില്ലേ, അവിടെയുള്ള ഏതെങ്കിലും ആളാണോ വയറ്റിലുണ്ടാക്കിയത്?

അതൊന്നും എനിക്കറിയില്ല.

അത് പിന്നെ,

പിന്നെ?

ഒടുവിൽ അവൾ പറഞ്ഞതുകേട്ട് വീട്ടുകാരും നാട്ടുകാരും ഞെട്ടി.

ആരാണെന്നോ?

മറ്റാരുമല്ല, പഞ്ചായത്ത് പ്രസിഡണ്ട്.

പ്രസിഡണ്ട് മാത്രമല്ല, പഞ്ചായത്ത് മൊത്തം ഞെട്ടി.

എഴുപത് കഴിഞ്ഞ മക്കളും ചെറുമക്കളും ഉള്ള പ്രസിഡണ്ടിന് ലീല ഏതാണെന്നോ അവളുടെ വീടേതാണെന്നോ അറിയില്ല. അതോടെ നാട്ടുകൂട്ടം ഭീഷണിയുമായി വന്നപ്പോൾ വീട്ടുകാർ ഞെട്ടി.

അവർ ലീലയോട് പറഞ്ഞു.

എടീ നീ കാരണം നാട്ടുകാർ വീടിന് തീവെക്കും. ഇവിടെ പത്തു പതിനഞ്ച് ആളുകൾ ഉള്ളതാണ്.

അന്നേരം ലീലയുടെ വായയിലൂടെ സത്യം ഇറങ്ങിവന്നു.

'എന്നെ ഗർഭിണി ആക്കിയവന്റെ പേരറിയില്ല. എല്ലാരും ഭീഷണിപ്പെടുത്തിയപ്പോൾ അനക്ക് തോന്നിയത് പറഞ്ഞതാ, പഞ്ചായത്ത് പ്ര

സിഡണ്ട് ആരാണെന്ന് അറിയില്ല. അയാളെ ഇതുവരെ കണ്ടിട്ടില്ല.'

അങ്ങിനെ ആ പ്രശ്നം സോൾവ് ആയി.

ലീല സുന്ദരിയായ ഒരു പെൺകുഞ്ഞിനെ പ്രസവിച്ചു. അവിഹിതത്തിലും പീഡനത്തിലും പിറക്കുന്ന ശിശു എപ്പോഴും പെണ്ണ് ആയിരിക്കും. അതിനുള്ള ഉദാഹരണം ധാരാളം ഉണ്ടെങ്കിലും കാരണം എനിക്കറിയില്ല. അദ്ധ്വാനിക്കുന്ന തൊഴിലാളി ആയ ലീല സ്വന്തം മകളെ അച്ഛനില്ലാതെ അല്ലലില്ലാതെ വളർത്തി. അങ്ങിനെ.

ലീല ഒന്നാം ഭാഗം അവസാനിക്കുന്നു.

ലീല രണ്ടാം ഭാഗം തുടങ്ങുന്നു.

ലീലയുടെ സുന്ദരിയായ മകളാണ് സുഹാസിനി.

പഠനത്തിൽ പിന്നിലാണെങ്കിലും അവൾ പത്താം തരം വരെ തോൽക്കാതെ എത്തി. സർക്കാർ സ്ക്കൂളിൽ വിജയശതമാനം 100 ആക്കാനുള്ള തീവ്രയത്ന പരിശ്രമത്തിന്റെ കാലം. ഹൈസ്ക്കൂളിൽ പത്ത് സി ഡിവിഷന്റെ ക്ലാസ് ടീച്ചറാണ് ഞാൻ. എന്റെ ക്ലാസ്സിലാണ് ലീലയുടെ മകൾ സുഹാസിനി പഠിക്കുന്നത്.

കാണാൻ സുന്ദരിയായ സുഹാസിനിയും പാസായിട്ട് 100% റിസൽട്ട് ഉണ്ടാക്കിയെടുക്കാനുള്ള തീവ്രപരിശ്രമത്തിലാണ് ടീച്ചേർസ് എല്ലാവരും. പഠനത്തിൽ പിന്നിലായ അവളെന്റെ നോട്ടപ്പുള്ളി ആയതിനാൽ ഒന്നാമത്തെ ബെഞ്ചിൽ ഒന്നാം സ്ഥാനത്തുതന്നെ ഇരുത്തി. പഠനത്തിൽ പിന്നിലുള്ളവർ മുന്നിലും, മുന്നിലുള്ളവർ പിന്നിലും ഇരിക്കുന്നത് എന്റെ ക്ലാസ്സിലെ പതിവാണ്.

അങ്ങനെയുള്ള കാലത്ത്, എസ്.എസ്.എൽ.സി. ബുക്കിൽ (അത് പുസ്തകമായ കാലത്ത്) ബയോഡാറ്റ ചേർക്കാൻ ജാതി, മതം, അച്ഛൻ, അമ്മ, രക്ഷിതാവ്, ആദിയായവയുടെ പേരും, അഡ്രസ്സും കൃത്യമായി വേണം. അതിനായി സ്ക്കൂളിൽ നിന്നും ബയോഡാറ്റ പൂരിപ്പിക്കാനായി പ്രത്യേക ഫോറം ഓരോ കുട്ടിക്കും കൊടുക്കും. അവർ രക്ഷിതാക്കളുമായി ചർച്ച ചെയ്ത് പൂരിപ്പിച്ച് കൊണ്ടുവന്നത് അഡ്മിഷൻ രജിസ്റ്ററുമായി ഒത്തു നോക്കി തെറ്റുകൾ തിരുത്തും.

ആധാർ കാർഡ് കണ്ടുപിടിക്കാത്ത കാലമാണ്.

മറ്റു കുട്ടികൾക്കൊപ്പം കഥാനായികക്കും ബയോഡാറ്റ പൂരിപ്പിക്കാനായി ഫോറം കൊടുത്തു. പിറ്റേദിവസം എല്ലാവരും ബയോഡാറ്റ പൂരിപ്പിച്ചത് കൊണ്ടുവന്നു. അവ ഓരോന്നും അഡ്മിഷൻ രജിസ്റ്ററുമായി ഒത്തുനോക്കി പരിശോധിച്ചു കൊണ്ടിരിക്കെ നമ്മുടെ സുഹാസിനിയുടെ

കടലാസെടുത്ത് വായിച്ചു;

നെയിം ഓഫ് ഫാദർ: ലീല

നെയിം ഓഫ് മദർ: ലീല

നെയിം ഓഫ് ഗാർഡിയൻ: ലീല

എല്ലാം 'ലീലാവിലാസം' കുട്ടിക്ക് ആകെ അറിയാവുന്നത് എഴുതിയിരിക്കുന്നു. പക്ഷെ എസ്. എസ്. എൽ. സി. ബുക്കിൽ ചേർക്കാൻ അച്ഛനെ ഇറക്കുമതി ചെയ്യണമല്ലോ. അവളെ അടുത്ത് വിളിച്ച് ദേഷ്യത്തോടെ കടലാസ് കൊടുത്തിട്ട് പറഞ്ഞു,

'ഇതെന്താ അച്ഛനും അമ്മയും രക്ഷിതാവും ഒരാൾ ? നാളെ ശരിയാക്കി എഴുതിക്കൊണ്ടുവാ.'

പിറ്റേദിവസം ആ കുട്ടി ബയോഡാറ്റ പൂരിപ്പിച്ചത് കൊണ്ടുവന്നു. അമ്മയും രക്ഷിതാവും ലീല.

അച്ഛൻ?

നമ്മുടെ ഗ്രാമ പഞ്ചായത്തിലോ ജില്ലയിലോ കേൾക്കാത്ത ഒരു നാമം. ആശ്വാസം ഇനി സമാധാനമായി എസ്.എസ്.എൽ.സി. ബുക്ക് എഴുതാമല്ലോ. അവൾ എഴുതിക്കൊണ്ടുവന്ന പേര് ഞാൻ ചേർത്തു.

അപ്പോൾ ഇതെവിടെന്ന് കിട്ടീ?

ഏതാനും ദിവസം കഴിഞ്ഞപ്പോൾ അവളുടെ ബന്ധു പറഞ്ഞിട്ടാണ് കുട്ടിയുടെ വീട്ടിൽ സംഭവിച്ചതെല്ലാം അറിയുന്നത്. ഒന്നാം ദിവസം അമ്മ ലീലയുടെ സഹായത്തോടെ മകൾ സുഹാസിനി ബയോഡാറ്റ പൂരിപ്പിക്കുന്നു.

നെയിം ഓഫ് ഫാദർ?

നെയിം ഓഫ് മദർ?

നെയിം ഓഫ് ഗാർഡിയൻ?

മകൾ അമ്മയോട് ചോദിച്ചു.

മക്കൾ ചോദിക്കേണ്ടതും അമ്മ ഉത്തരം പറയേണ്ടതുമായ ചോദ്യം.

'അതെല്ലാം ഞാൻ തന്നെയാ', അമ്മ അറിയിച്ചു. മകൾ എഴുതി, 'ലീല'

രണ്ടാം ദിവസം.

മകൾ ചോദിക്കുന്നു,

'എല്ലാ കുട്ടികളുടേയും ഫോറത്തിൽ അച്ഛന്റെ പേര് എഴുതിയിട്ടുണ്ട്, ഫോറം പൂരിപ്പിക്കാൻ എനിക്കും അച്ഛന്റെ പേര് വേണം.'

'നിന്റച്ഛൻ മരിച്ചു പോയില്ലേ, പിന്നെ എന്തിനാ പേര് എഴുതുന്നത്?'

'മരിച്ചാലും ഇല്ലെങ്കിലും പത്താം ക്ലാസ്സിൽ പരീക്ഷ എഴുതണമെങ്കിൽ അച്ഛന്റെ പേര് ചേർക്കണം.'

'നിന്റെ ടീച്ചറോട് പറ അച്ഛനില്ലെന്ന്.'

'അതെങ്ങനെയാ എനിക്കു മാത്രം അച്ഛനില്ലാതാവുന്നത്? അമ്മക്ക് ടീച്ചറെ നന്നായി അറിയില്ലേ, അച്ഛന്റെ പേര് എഴുതിയില്ലെങ്കിൽ നാളെ രാവിലെ ടീച്ചറിങ്ങോട്ട് വരും.'

'ടീച്ചറ് വന്നാൽ ഞാൻ പറഞ്ഞോളും ഇവൾക്ക് തന്തയില്ലെന്ന്.'

'അമ്മ അച്ഛന്റെ പേർ പറഞ്ഞില്ലെങ്കിൽ ഞാൻ കിണറ്റിൽ ചാടും.'

'നീ കിണറ്റിൽ ചാടിയാലൊന്നും ഞാൻ പറയില്ല.'

'എന്നാൽ ഞാനിതാ ചാടുന്നേ, അമ്മ അച്ഛന്റെ പേർ പറയുന്നുണ്ടോ?'

വീടിന്റെ മുറ്റത്ത് വടക്കുഭാഗത്തുള്ള കിണറിനടുത്തേക്ക് അവൾ നടന്നു.

ഒരു നിമിഷം,

ലീലക്ക് ചിരി വന്നു.

അടുത്തനിമിഷം നായിക കിണറ്റിന്റെ കയറ് മാറ്റിയിട്ട് മുകളിൽ കയറി,, ലീല ഞെട്ടി.

ആഴമുള്ള കിണറ്റിൽ മകൾ ചാടാൻ കുതിക്കുമ്പോഴെക്കും ആ മാതൃഹൃദയം പിടഞ്ഞു. പിന്നെ അധികം വൈകിയില്ല, കിണറ്റിനടുത്തേക്ക് ഓടി മകളെ കെട്ടിപ്പിടിച്ച് കരയാൻ തുടങ്ങി. അല്പസമയം കഴിഞ്ഞപ്പോൾ കരച്ചിൽ നിർത്തിയിട്ട് കണ്ണുനീർ തുടച്ചശേഷം എസ്.എസ്.എൽ.സി. ബുക്കിൽ എഴുതാനായി മാത്രം അച്ഛന്റെ പേര് മകളുടെ ചെവിയിൽ പറഞ്ഞു കൊടുത്തു.

അങ്ങനെ എസ്.എസ്.എൽ.സി. ബുക്ക് പൂർത്തിയായി.

ഇത്രയൊക്കെ ത്യാഗങ്ങൾ സഹിച്ചിട്ടും നമ്മുടെ കഥാനായിക സുഹാസിനിയുടെ ജീവിത വിജയങ്ങൾക്ക് അച്ഛനോ അച്ഛന്റെ പേരോ ആവശ്യമായി വന്നില്ല. എസ്.എസ്.എൽ.സി. റിസൽട്ട് വന്നപ്പോൾ അദ്ധ്യാപകരുടെ 100% വിജയം എന്ന സ്വപ്നം തകർന്നു. കൂടെ പഠിച്ചവരെല്ലാം കൂടുതൽ പഠിച്ചിട്ട് ജോലിയും കൂലിയും ഇല്ലാതെ തെക്കുവടക്ക് നടക്കുന്ന നേരത്ത് ലീലയുടെ മകൾ കല്ല്യാണം കഴിഞ്ഞ് കുട്ടികളുടെ അമ്മയായി ഭർത്താവുമൊത്ത് കുടുംബിനിയായി സസുഖം കഴിയുന്നു.

ജാതിയും മതവും ഉള്ള ജീവൻ

ഇത് 'മതമില്ലാത്ത ജീവൻ' അല്ല;

മതവും ജാതിയും ഉള്ള, കുലത്തൊഴിൽ കൈമുതലായി ഒപ്പം കൊണ്ടുനടന്ന് ജീവിതമാർഗ്ഗം കണ്ടെത്തിയിട്ട് വിജയിച്ച, എന്റെ പ്രീയപ്പെട്ട ശിഷ്യനാണ്.

'ജീവൻ'

എന്റെ വിദ്യാർത്ഥികളുടെ കൂട്ടത്തിലുള്ള ഒരേഒരു ജീവൻ.

അമ്പലങ്ങളിൽ ഇടയ്ക്കിടെ പോകുന്ന ശീലം എനിക്കില്ലെങ്കിലും ഏതാനും ദിവസം മുൻപ് തൊട്ടടുത്ത അമ്പലത്തിൽ മകളോടൊപ്പം പോയി. അവിടെ പ്രാർത്ഥനയും വഴിപാടും കഴിഞ്ഞ് തിരിച്ചുപോകാൻ നേരത്താണ് ഒരു വശത്തുള്ള കെട്ടിടത്തിൽ ധാരാളം ശില്പങ്ങൾ കണ്ടത്. ആരാധനാലയങ്ങളിൽ പുനർനിർമ്മാണം നടന്നുകൊണ്ടിരിക്കുന്ന കാലമാണ്. അവിടെ പല ആകൃതിയിൽ മരത്തിൽ കൊത്തിയുണ്ടാക്കിയ ജീവൻ തുടിക്കുന്ന ശില്പങ്ങളാൽ അലംകൃതമായ തൂണുകൾ നിരത്തി വെച്ചിരിക്കുന്നു. തൊട്ടടുത്ത് ഒരുവശത്തായി പലരും ജോലി ചെയ്യുന്നുണ്ട്. എല്ലാം കണ്ട് തിരിച്ചുപോരാൻ നേരത്ത് പിന്നിൽ നിന്നൊരു വിളി,

'ടീച്ചറേ'

തിരിഞ്ഞു നോക്കിയപ്പോൾ പെട്ടെന്നുതന്നെ അവനെ തിരിച്ചറിയാൻ കഴിഞ്ഞു,

ജീവൻ.

എന്റെ പ്രിയശിഷ്യൻ ജീവൻ.

'ജീവനിപ്പോൾ ഇവിടെയാണോ?'

'ഏതാനും ദിവസങ്ങളായി ഞാനിപ്പോൾ ഇവിടെയാണ്, അടുത്തുതന്നെ ഗൾഫിൽ പോകും. അതിനുള്ള പണമൊക്കെ ജോലിചെയ്തുണ്ടാക്കിയിട്ട്, ഒരു വിസകിട്ടാൻ കൊടുത്തിരിക്കയാ?'

ഇലകളും പൂക്കളും ദൈവരൂപങ്ങളും മരത്തിൽ കൊത്തിയുണ്ടാക്കിയിട്ട് ജീവൻ കവിത വിരിയിക്കുകയാണ്. വിശേഷങ്ങളെല്ലാം ചോദിച്ചറിഞ്ഞശേഷം അവൻ തൊഴിലിൽ മുഴുകിയപ്പോൾ ഞാൻ നടന്നു.

പഠിക്കാൻ വലിയ മിടുക്കനല്ലെങ്കിലും ക്ലാസ്സിൽ ഒരിക്കലും പിന്നില

ല്ലാത്ത, അദ്ധ്യാപികയായ എന്നോട് തുറന്നു സംസാരിക്കുന്ന എന്റെ ജീവനെ വർഷങ്ങൾ കഴിഞ്ഞപ്പോൾ അവിചാരിതമായി കണ്ടുമുട്ടിയിരിക്കുന്നു. മറ്റുള്ളവരിൽ നിന്ന് വേറിട്ട് നിൽക്കുന്ന ചില കഴിവുകൾ അവൻ ജന്മനാ സ്വായത്തമാക്കിയിട്ടുണ്ട്. പാഠ്യേതര കാര്യത്തിലുള്ള അവന്റെ ശേഷികളാണ് എന്നെ ആകർഷിച്ച ഘടകം. എന്റെ വിദ്യാലയത്തിനുവേണ്ടി പ്രവൃത്തിപരിചയ മേളകളിൽ പങ്കെടുക്കാൻ ഞാനും ജീവനും എത്രയോ തവണ ഒന്നിച്ച് യാത്ര ചെയ്തിട്ടുണ്ട്.

അതുപോലെ ഒരു യാത്ര.

എന്റെ ഓർമ്മയിൽ തങ്ങിനിൽക്കുന്ന, നേട്ടം സ്വന്തമാണെങ്കിലും സ്ക്കൂളിനുവേണ്ടി ജീവൻ പങ്കെടുത്ത ഒടുവിലത്തെ മത്സരം,

ചിന്തകൾ പിറകോട്ട് സഞ്ചരിക്കാൻ ആരംഭിച്ചു. ഏതാനും വർഷങ്ങൾക്കു മുൻപ്.

സ്ഥലം കണ്ണൂർ റെയിൽവെ സ്റ്റേഷൻ...

സമയം മൂന്ന് മണി കഴിഞ്ഞു,

ടിക്കറ്റ് കൗണ്ടറിന് അല്പം അകലെയായി ജീവനും ഞാനും ഇരിക്കുകയാണ്. ഒരു അദ്ധ്യാപികയുടെ തൊട്ടടുത്ത് ഒരു വിദ്യാർത്ഥി ഇരിക്കുന്നത് അന്നത്തെ കാലത്ത് അപൂർവ്വമാണെങ്കിലും എന്റെ വിദ്യാലയത്തിലെ കുട്ടികൾ ഇരിക്കും. സ്ക്കൂളിന് വെളിയിലെത്തിയാൽ അവർ അദ്ധ്യാപകരോട് കൂട്ടുകൂടാൻ മത്സരിക്കും, ആൺ പെൺ വ്യത്യാസമില്ലാതെ സുഹൃത്തുക്കളായി മാറും. ജില്ലാതല 'പ്രവൃത്തിപരിചയ' മത്സരത്തിൽ 'ബുക്ക് ബൈന്റിംഗിൽ' (നോട്ട്ബുക്ക് നിർമ്മാണം) ഒന്നാം സ്ഥാനം നേടിയ ജീവൻ സംസ്ഥാനതല മത്സരത്തിൽ പങ്കെടുക്കാൻ തിരുവനന്തപുരത്തേത്തേക്ക് പോവുകയാണ്. കണ്ണൂർ ജില്ലയിൽനിന്നും പോകുന്ന മറ്റ് മത്സരാർത്ഥികളുടെയും അദ്ധ്യാപകരുടെയും കൂടെ ജീവനെയും ട്രെയിനിൽ കയറ്റിവിടണം, അതാണ് ആദിവസം എന്റെ സ്പെഷ്യൽ ഡ്യൂട്ടി.

ദൂരയാത്ര പോകുന്നതിന്റെ പ്രയാസം ജീവനുണ്ടെങ്കിലും അവനത് പരമാവധി വെളിയിൽ കാണിച്ചില്ല, ആൺകുട്ടികൾ അങ്ങനെയാവേണ്ടവരാണല്ലോ. മത്സരസമയത്ത് ശ്രദ്ധിക്കേണ്ട കാര്യങ്ങൾ ഞാൻ വീണ്ടും വീണ്ടും ഓർമ്മിപ്പിച്ചപ്പോൾ അവനെല്ലാം മൂളിക്കേട്ടു. മേളക്ക് കൊണ്ടുപോകാനുള്ള സാധനങ്ങൾ പ്രത്യേകം സ്യൂട്ട്കെയ്സിലാണ്,, പേപ്പർ റോൾ, പശ, റക്സിൻ, കാർഡ്ബോർഡ്, ഫാൻസി പേപ്പർ, നൂല്, സൂചി, ബ്ലെയ്ഡ്, കത്രിക, ഉളി, അങ്ങനെ എല്ലാം അതിലുണ്ട്. അവയെല്ലാം കണ്ണൂരിൽ നിന്നും ഞാൻതന്നെ വാങ്ങി അവന് നൽകിയതാണ്.

പിന്നെ നാല് ദിവസത്തേക്ക് വേണ്ട വസ്ത്രങ്ങളും മറ്റ് അവശ്യവസ്തുക്കളും മറ്റൊരു ബാഗിലാക്കിയിട്ടുണ്ട്.

ജീവന് കരകൗശലങ്ങൾ പലതും അറിയാമെങ്കിലും ഈ മത്സരം 'ബുക്ക് ബൈന്റിംഗ്' ഞാനും ജീവനും ചേർന്ന് സെലക്റ്റ് ചെയ്തതാണ്. ഒരു സയൻസ് അദ്ധ്യാപികയാണെങ്കിലും കരകൗശലവസ്തുക്കളുടെ നിർമ്മാണം ഒരുകാലത്ത് എന്റെ ഹോബി ആയിരുന്നു. ഹൈസ്ക്കൂളിൽ എട്ടാം തരത്തിൽ ചേർന്ന കുട്ടികളിൽനിന്നും പ്രത്യേക കഴിവുള്ളവരെ കണ്ടെത്തി പ്രോത്സാഹനം നൽകുന്നവരാണ് എന്റെ ഹൈസ്ക്കൂളിലെ അദ്ധ്യാപകർ. ജീവനടക്കം അവന്റെ ആറ് സഹോദരങ്ങളിൽ മൂന്ന് പേരെ ഞാൻ പഠിപ്പിച്ചിട്ടുണ്ട്. മരപ്പണി നന്നായി അറിയുന്ന ജീവനും മൂന്ന് ഏട്ടന്മാരും അച്ഛന്റെ മരണത്തോടെ ചെറുപ്പത്തിലെ ഉളിപിടിച്ച് ജീവിതമാർഗ്ഗം കണ്ടെത്തിയവരാണ്. അവന്റെ മൂത്ത സഹോദരങ്ങളും മത്സരത്തിന് പങ്കെടുത്ത് സമ്മാനങ്ങൾ വാങ്ങിയിട്ടുണ്ട്. അവരെല്ലാം മത്സരിച്ച ഐറ്റം 'വുഡ് കാർവിങ്' ആയിരുന്നു, കാണികളെ അത്ഭുതപ്പെടുത്തുന്ന ശില്പങ്ങൾ മരത്തിൽ നിർമ്മിക്കുന്നതിൽ അവർ മിടുക്കന്മാരായിരുന്നു.

എട്ടാം തരത്തിൽ പഠിക്കുമ്പോൾ മൂത്ത സഹോദരങ്ങളെപ്പോലെ ജീവനും വുഡ്കാർവിംഗിൽ പങ്കെടുത്തെങ്കിലും സംസ്ഥാന തലത്തിൽ പങ്കെടുക്കാനുള്ള യോഗ്യത അവന് ലഭിച്ചില്ല. ഒരു ദിവസം അവന്റെ നോട്ടുബുക്ക് നോക്കുന്നതിനിടയിൽ അതിന്റെ പുറംമോടി എന്നെ ആകർഷിച്ചു. മറ്റ് വിദ്യാർത്ഥികളുടെ പുസ്തകങ്ങളിൽനിന്നും വ്യത്യസ്തമാണ് ജീവന്റെ പുസ്തകങ്ങളെന്ന് ഞാൻ കണ്ടെത്തി. എന്റെ സംശയം ശരിയായിരുന്നു, ജീവന് എഴുതാനുള്ള പുസ്തകങ്ങൾ വെള്ളക്കടലാസ് വാങ്ങി സ്വയം നിർമ്മിക്കുന്നവയാണ്. മരപ്പണിയും ശില്പനിർമ്മാണവും മാത്രമല്ല, ബുക്ക് ബയിന്റിംഗ്, ഫയൽ നിർമ്മാണം, ചിത്രരചന തുടങ്ങിയ ഒട്ടനവധി കാര്യങ്ങൾ അവനറിയാം. ഒഴിവ് ദിവസങ്ങളിലും വെക്കേഷൻ സമയത്തും മരപ്പണിക്ക് പോയിട്ട്, സ്വന്തം ചെലവിനുള്ള വക കണ്ടെത്തുന്ന കാര്യവും അറിയാൻ കഴിഞ്ഞു.

ഞങ്ങളുടെ ഹൈസ്ക്കൂളിൽ പ്രവൃത്തിപരിചയം (Work experience) പഠിപ്പിക്കാൻ പ്രത്യേകം അദ്ധ്യാപകനെ നിയമിച്ചിട്ടില്ലെങ്കിലും കുട്ടികളിൽ ഉറങ്ങിക്കിടക്കുന്ന സർഗ്ഗവാസനകളെ പരിപോഷിപ്പിക്കാൻ അദ്ധ്യാപകരെല്ലാം തയ്യാറാണ്. അങ്ങനെ ജീവന്റെ ബുക്ക് ബൈന്റിംഗ് വഴി ക്ലാസ്സുകളിൽ ആവശ്യമായ കൈയെഴുത്തു മാസികകളെല്ലാം തയ്യാറാക്കി. ഒൻപതാം ക്ലാസ്സിലെത്തിയപ്പോൾ ബുക്ക് ബൈന്റിംഗിൽ 3 മണിക്കൂറി

നുള്ളിൽ 200 പേജുകൾ വീതമുള്ള അഞ്ച് നോട്ട് ബുക്കുകൾ ഉണ്ടാക്കിയ ജീവൻ ജില്ലാതല മത്സരത്തിൽ രണ്ടാം സ്ഥാനം നേടി. രണ്ടാം സ്ഥാനം ആയതിനാൽ സംസ്ഥാനതലത്തിൽ മത്സരിക്കാനാവാത്തതിൽ അവൻ വളരെയധികം നിരാശപ്പെട്ടു.

ഇത്തവണ ജീവൻ പത്താം തരത്തിലാണ്, അവന്റെ ക്ലാസ്ടീച്ചർ ഞാനാണ്. ജില്ലാതല മത്സരത്തിൽ ഏഴ് പുസ്തകം ബൈന്റ് ചെയ്ത അവന്റെ ടാർജറ്റ് എട്ട് നോട്ട്ബുക്കുകളാണ്. സംസ്ഥാനമത്സരത്തിൽ ഒന്നാം സ്ഥാനം നേടുക എന്നത് അവന്റെ ലക്ഷ്യമാണ്. അതുവഴി ലഭിക്കുന്ന ഗ്രെയ്സ് മാർക്കിലാണ് അവന്റെയും എന്റെയും പ്രതീക്ഷകൾ.

സഹയാത്രികരെയും കാത്തിരിക്കുന്ന ജീവനോടൊപ്പം റെയിൽവെ സ്റ്റേഷനിൽ ഇരിക്കാൻ തുടങ്ങിയിട്ട് അര മണിക്കൂറിലധികമായി. ജില്ലാതലത്തിൽ ചാർജ്ജുള്ള ടീം മാനേജർ പറഞ്ഞത് എല്ലാവരും കണ്ണൂർ റെയിൽവെ സ്റ്റേഷനിൽ എത്താനാണ്. കൂടെപോകുന്ന മറ്റു വിദ്യാർത്ഥികളിൽ ചിലരെ കണ്ടാൽ ജീവന് തിരിച്ചറിയാം.

ഏതാനും മിനിട്ടുകൾ കഴിഞ്ഞപ്പോൾ കൈ ചൂണ്ടിയിട്ട് ജീവൻ പറഞ്ഞു,

'ടീച്ചറെ, അത് രതീഷ്, ടോയ് മെയ്ക്കിംഗിൽ ജില്ലയിൽ ഒന്നാം സ്ഥാനം കിട്ടിയവനാണ്.'

ജീവനെക്കാൾ ചെറിയൊരു പയ്യൻ സമീപത്തേക്ക് നടന്നുവന്നു. കൂടെയുള്ളത് അടുത്തുള്ള ഹൈസ്കൂളിലെ അദ്ധ്യാപികയാണ്.

ടീച്ചർ എന്നെ സമീപിച്ച ഉടനെയൊരു ചോദ്യം,

'മേളയിൽ പങ്കെടുക്കുന്നത് മകനായിരിക്കും, ഏതാണ് ഐറ്റം?'

ഇങ്ങനെയൊരു ചോദ്യം കേൾക്കുന്നത് ആദ്യമായിട്ടല്ല; ഒരു സ്ത്രീയുടെ കൂടെയുള്ളവർ ബന്ധുക്കളാണെന്ന മുൻധാരണയാണ് എല്ലാ മലയാളികൾക്കും. അതുപോലെ സ്ക്കൂളിനു വെളിയിൽവെച്ച്, അദ്ധ്യാപികയുടെ കൂടെ സ്ക്കൂൾ പ്രായത്തിലുള്ള കുട്ടി ഉണ്ടെങ്കിൽ അത് മകനോ മകളോ ആണെന്ന് മറ്റുള്ളവർ ഉറപ്പിക്കും.

ഞാൻ മറുപടി പറഞ്ഞു.

'മകനല്ല ശിഷ്യനാണ്. ഐറ്റം ബുക്ക് ബൈന്റിംഗ്; ഇത് മകനായിരിക്കും, ടീച്ചറും ഒപ്പം പോകുന്നുണ്ടോ?'

'ഇതെന്റെ മകനാണ്, കൂടെ ഞാനും പോയില്ലെങ്കിൽ ഇവനെല്ലാം കൊളമാക്കും. ഇപ്പോഴിവൻ എസ്.എസ്.എൽ.സി. ആയതുകൊണ്ട്, ടോയ് മെയ്ക്കിംഗിൽ പുതിയ ഐറ്റം പഠിക്കാൻ രണ്ട് ആഴ്ചയാ ട്രെയിനിംഗിന് പോയത്. ഫസ്റ്റ് കിട്ടിയാൽ ഗ്രെയ്സ് മാർക്കുണ്ടല്ലൊ'

ടീച്ചറുടെ നോട്ടം ഗ്രെയ്സ് മാർക്കിലാണ്, എനിക്ക് സംശയം വർദ്ധിച്ചു.

'അതെങ്ങനെയാ ടീച്ചറേ മകൻ എസ്.എസ്.എൽ.സി. യല്ലേ? ധാരാളം പഠിക്കാനുള്ള കുട്ടി എങ്ങനെയാ ട്രെയിനിംഗിന് പോയത്?'

'ട്രെയിനിംഗിന് പോയത് മകനല്ല, ഞാനാണ്; കഴിഞ്ഞ വെക്കേഷനിൽ രണ്ടാഴ്ച 'ടോയ് മെയ്ക്കിംഗ്' പഠിക്കാനായിട്ട് 'കോയമ്പത്തൂരിൽ പോയി. എന്നിട്ട് ഞാനത് ഇവനെ പഠിപ്പിച്ചു.'

'ഏതായാലും ഇങ്ങനെ കഠിനാദ്ധ്വാനം ചെയ്തതുകൊണ്ട്, ഇത്തവണ ടീച്ചറുടെ സ്ക്കൂളിനൊരു ഒന്നാം സ്ഥാനം ഉറപ്പിക്കാമല്ലോ.'

'അതെങ്ങനെയാ എന്റെ സ്ക്കൂളിന് നേട്ടമുണ്ടാകുന്നത്? എന്റെ മകൻ പഠിക്കുന്നത് അടുത്തുള്ള എയിഡഡ് സ്ക്കൂളിലാണ്.'

'അതെയോ? അതെന്താ സ്വന്തം സ്ക്കൂളിൽ സ്വന്തം മകനെ ചേർക്കാഞ്ഞത്?'

എന്റെ മക്കളെല്ലാം ഞാൻ പഠിപ്പിക്കുന്ന ഗവണ്മെന്റ് സ്ക്കൂളിൽ പഠിച്ചതുകൊണ്ട് ഇങ്ങനെയൊരു ചോദ്യം ധൈര്യമായി എനിക്ക് ചോദിക്കാം. ടീച്ചർ മറുപടി പറഞ്ഞു.

'എന്റെ സർക്കാർ സ്ക്കൂളിൽ ഞാൻ മാത്രമേ നന്നായി പഠിപ്പിക്കുന്നുള്ളു; മറ്റുള്ളവരെല്ലാം ഒഴപ്പന്മാരായതിനാൽ തൊട്ടടുത്ത സ്ക്കൂളിൽ മകനെ ചേർത്തു.'

ടീച്ചർ പറഞ്ഞതോർത്ത് എനിക്ക് ചിരി വന്നു.

അപ്പോഴേക്കും വിദ്യാർത്ഥികളും അദ്ധ്യാപകരുമായി അനേകംപേർ വന്നു. യാത്ര പോകാനുള്ളവർക്ക് ബുക്ക് ചെയ്ത ടിക്കറ്റുകളുമായി വന്ന ടീം മാനേജർ വിദ്യാർത്ഥികളെ ഒന്നിച്ച് നിർത്തിയിട്ട് നിർദ്ദേശങ്ങൾ നൽകുമ്പോൾ ജിവനും അവരിലൊരാളായി മാറി. എല്ലാവരും ചേർന്ന് ഫ്ളാറ്റ്ഫോമിൽ പ്രവേശിക്കാൻ നേരത്ത് ജീവനോട് യാത്ര പറഞ്ഞ് ഞാൻ പുറത്തിറങ്ങി.

എന്റെ വിദ്യാലയത്തിന് സംസ്ഥാനതലത്തിലൊരു സമ്മാനം, അതാണ് എന്റെ പ്രതീക്ഷ. മൂന്ന് മണിക്കൂറിനുള്ളിൽ കടലാസുകൾ എണ്ണിമുറിച്ച്, കട്ടിയുള്ള നൂലുകൊണ്ട് കെട്ടി, പശതേച്ച്, റെക്സിനും ഫാൻസി പേപ്പറും ഒട്ടിച്ച്, ഉളികൊണ്ട് അളന്നുമുറിച്ച് അവൻ നിർമ്മിക്കുന്നത് എട്ട് നോട്ട്ബുക്കുകൾ,, ഇത്തവണ ജീവനെ ജയിക്കാൻ മറ്റാരും ഉണ്ടാവുമെന്ന് തോന്നുന്നില്ല. മത്സരങ്ങൾക്ക് ഗ്രെയ്ഡ് കൊടുക്കുന്ന രീതി വരുന്നതിന് മുൻപായതിനാൽ, ഫസ്റ്റ്, സെക്കന്റ് , തേർഡ് എന്നീ സ്ഥാനങ്ങൾക്ക് മാത്രമാണ് പരിഗണനകളുള്ളത്. പ്രതീക്ഷകൾ പുലർത്തിക്കൊണ്ട്

വർദ്ധിച്ച സന്തോഷത്തോടെ ഞാൻ വീട്ടിലേക്കുള്ള ബസ്സിൽ കയറി.

രണ്ട് ദിവസം കഴിഞ്ഞപ്പോൾ പത്രത്തിലൂടെ എനിക്ക് അറിയാൻ കഴിഞ്ഞു, പ്രതീക്ഷിച്ചതുപോലെയൊന്നും സംഭവിച്ചില്ല. 'ബുക്ക് ബൈന്റിംഗിൽ കണ്ണൂർ ജില്ലക്ക് ഒന്നാം സ്ഥാനം ഇല്ല', അതായത് ജീവന് ഒന്നാം സ്ഥാനം കിട്ടിയില്ല. സാരമില്ല, രണ്ടും മൂന്നും സ്ഥാനങ്ങൾ ബാക്കിയുണ്ടല്ലോ...

സംസ്ഥാന മത്സരത്തിന് ശേഷം തിരിച്ചുവന്ന ജീവൻ സ്ക്കൂളിലെത്തിയ അന്ന് രാവിലെ എന്റെ സമീപം വന്നു. മത്സര സമയത്ത് അവൻ നിർമ്മിച്ച് എട്ട് നോട്ട്ബുക്കുകൾ എനിക്ക് തന്നു. അതിൽ രണ്ടെണ്ണം അവന് നൽകിയിട്ട് കാര്യങ്ങൾ ഓരോന്നായി ഞാൻ ചോദിച്ചു. അവൻ പറഞ്ഞ സംഭവങ്ങൾ കേട്ട് ഞാൻ ഞെട്ടി,

'ടീച്ചറെ സമ്മാനമൊന്നും കിട്ടിയില്ല, അത് കിട്ടാൻ അല്പം തട്ടിപ്പൊക്കെ പഠിക്കണം.'

'നീയെന്താ പറയുന്നത്? തട്ടിപ്പോ?'

'ഒന്നും രണ്ടും മൂന്നും സ്ഥാനങ്ങളൊക്കെ സമർത്ഥന്മാർ കൊണ്ടുപോയി. ഒന്നാം സ്ഥാനക്കാരി പതിനാല് നോട്ട്ബുക്ക് ബൈന്റ് ചെയ്തു, രണ്ടാം സ്ഥാനക്കാരി ഉണ്ടാക്കിയത് പന്ത്രണ്ട് നോട്ട്ബുക്ക്.'

'മൂന്ന് മണിക്കൂറിനുള്ളിൽ 200 പേജുള്ള പതിനാല് പുസ്തകം ഉണ്ടാക്കാനോ?'

'അതെ ടീച്ചറെ, അവൾ എന്റെ തൊട്ടടുത്ത സീറ്റിലായിരുന്നു, മത്സരം തുടങ്ങുന്നതിന് മുൻപ് എല്ലാവരും കൊണ്ടുവന്ന സാധനങ്ങളെല്ലാം ജഡ്ജസ് പരിശോധിച്ചതായിരുന്നു. ഈ ഒന്നാം സ്ഥാനക്കാരി ഏതാനും കടലാസുകൾ മുറിച്ചതല്ലാതെ ഒരു ബുക്കുപോലും നിർമ്മിച്ചതായിട്ട് ഞാൻ കണ്ടിട്ടില്ല.'

'പിന്നെ എങ്ങനെയാ ഒന്നാം സ്ഥാനം കിട്ടിയത്?'

'മൂന്ന് മണിക്കൂറും ആ കുട്ടി എന്റെ പണി നോക്കിയിരിക്കുകയായിരുന്നു. എന്നാൽ ജഡ്ജസ് വന്നപ്പോൾ ആ കുട്ടിയുടെ മുന്നിൽ പതിനാല് നോട്ട്ബുക്കുകൾ!!!'

ജീവൻ പറയുന്നതെല്ലാം ഒരു കഥ കേൾക്കുന്നതുപോലെയാണ് എനിക്ക് തോന്നിയത്,

'അപ്പോൾ അതെങ്ങനെ?'

'കൂടെയുള്ള ഒരു കുട്ടി പറയുന്നതുകേട്ടു, അവളുടെ സ്യൂട്ട്കെയിസിന്റെ അടിവശത്തുള്ള രഹസ്യഅറയിൽ ആദ്യമേ നിർമ്മിച്ച പുസ്തകങ്ങൾ അടുക്കിവെച്ചത് പുറത്തെടുത്തതായിരിക്കുമെന്ന്.'

'എന്നിട്ട് ഈ കള്ളത്തരം ആരും കണ്ടില്ലേ?'

'ടീച്ചറേ, സമ്മാനം കിട്ടാൻ ഇങ്ങനെയെല്ലാം ചെയ്യുമെന്ന് ആരെങ്കിലും വിശ്വസിക്കുമോ? നമുക്ക് നല്ലത് പഠിച്ച് നല്ല മാർക്ക് വാങ്ങി പാസ്സാവുന്നതാണ്.'

തട്ടിപ്പ് നടത്തുന്നവരെ ജയിക്കാൻ പ്രയാസമാണെന്ന് ജീവനും ഞാനും തിരിച്ചറിഞ്ഞു.

വിദ്യാർത്ഥികൾ പഠനത്തിനാണ് ഒന്നാം സ്ഥാനം കൊടുക്കേണ്ടത്, മറ്റെല്ലാം പിന്നീട് എന്ന ആശയം അവനിൽനിന്നും ഞാൻ മനസ്സിലാക്കി. എന്റെ ശ്രദ്ധ ജീവന്റെയും മറ്റുള്ള വിദ്യാർത്ഥികളുടെയും പഠനത്തിൽ മാത്രമായി മാറി. എസ്.എസ്.എൽ.സി. 100% വിജയം എന്റെ വിദ്യാലയത്തിലെ കുട്ടികൾ നേടിയെടുത്തു. അന്ന് മാത്രമല്ല, വർഷങ്ങൾക്കു ശേഷവും ഇപ്പോഴും വിജയം തുടരുന്നു.

ജീവൻ പത്താം തരത്തിൽ നല്ല മാർക്ക് ലഭിച്ച് പാസ്സായെങ്കിലും തുടർപഠനം ഒഴിവാക്കി ജോലി ചെയ്യാൻ തുടങ്ങി. മറ്റുള്ള വിദ്യാർത്ഥികൾ രക്ഷിതാക്കളെ ആശ്രയിച്ച് പഠനം തുടരുമ്പോഴും ജീവൻ സ്വന്തമായി അദ്ധ്വാനിച്ച് സാമ്പത്തികമായി ഉയർന്നിരുന്നു. ജീവിക്കാൻ പഠിച്ച ജീവന്റെ ജീവിതം മുന്നേറിക്കൊണ്ടിരിക്കുന്നു.

ഡ്യൂപ്ലിക്കേറ്റ് രക്ഷിതാവ്

ആവശ്യമുള്ളതെന്തും ഡ്യൂപ്ലിക്കേറ്റായി ലഭിക്കുന്ന കാലമാണിത്. അച്ഛനും അമ്മയും ബന്ധുക്കളും മാത്രമല്ല, അവനവന്റെ ഡ്യൂപ്ലിക്കേറ്റ് പോലും ആവശ്യമനുസരിച്ച് മുൻകൂട്ടി തയ്യാറാക്കാം. ഒറിജിനൽ അറിയാതെ ഒറിജിനലിനെ വെല്ലുന്ന ഡ്യൂപ്ലിക്കേറ്റ് വരെ ചിലർ നിർമ്മിക്കാറുണ്ട്. ഡ്യൂപ്ലിക്കേറ്റിനെ കൊണ്ട് നമുക്ക് ഗുണങ്ങളും ദോഷങ്ങളും ഉണ്ടാവും. ഒരുകാലത്ത് വിദ്യാലയങ്ങളിലെ പ്രോഗ്രസ്സ് ഒപ്പിടാനും രക്ഷിതാക്കളുടെ മീറ്റിങ്ങിലും ഒറിജിനലുകൾക്കിടയിൽ ഏതാനും ഡ്യൂപ്ലിക്കേറ്റുകൾകൂടി ഉണ്ടാവും. 'ഞാൻ അവന്റെ അമ്മയെപ്പോലെയാണ്, ഞാൻ അവളുടെ അച്ഛനെപ്പോലെയാണ്' എന്ന് പറയാൻ ധാരാളം പേരുണ്ടാവും. ആ കൂട്ടത്തിൽ കുറ്റവാളിയായ കുട്ടികളുടെ രക്ഷിതാവായി ചമഞ്ഞ് വരുന്നവർ കൂടുതൽ കുറ്റം ചെയ്യാനുള്ള പ്രേരണ അവന് നൽകുകയാണ്.

ഇനി സംഭവത്തിലേക്ക് കടക്കാം.

സ്ക്കൂളുകളിൽ സമരം അരങ്ങുതകർക്കുന്ന കാലം. രാഷ്ട്രീയ പിൻബലം ഉള്ളതിനാൽ സമരമുഖത്ത് വരുന്നവർക്ക് കണ്ണുകാണില്ല. അദ്ധ്യാപക വിദ്യാർത്ഥി ബന്ധങ്ങളെല്ലാം ഈ അവസരങ്ങളിൽ ഇല്ലാതാവും. അതായത് സമരത്തിന് മുന്നിൽ വന്നുപെടുന്ന എല്ലാവരും അവർക്ക് ശത്രുക്കളാണ്. ഇഷ്ടമില്ലാത്തതെല്ലാം അടിച്ചു തകർക്കാനും ഇഷ്ടമില്ലാത്തവർക്ക് രണ്ട് പൊട്ടിച്ചുകൊടുക്കാനും കഴിയുന്ന അപൂർവ്വ അവസരം കൂടിയാണ് സമര ദിവസങ്ങൾ. അങ്ങനെയൊരു സമര ദിവസമാണ് നമ്മുടെ സീനിയർ കണക്ക് മാഷിന്റെ ബൈക്ക് തകരാറ് ആയത്, അല്ല ആക്കിയത്.

ഞങ്ങളുടെ ഹൈസ്ക്കൂൾ അദ്ധ്യാപകരിൽ ഒരാൾക്ക് മാത്രമാണ് അക്കാലത്ത് മോട്ടോർബൈക്ക് ഉള്ളത്, ഒരു അടിപൊളി വണ്ടി. നിത്യേന സുന്ദരൻ വണ്ടിയിൽ ചെത്ത് സ്റ്റൈലിൽ വരുന്ന കണക്ക് മാഷെ വിദ്യാർത്ഥികളും അദ്ധ്യാപകരും നോക്കിനിന്നു പോകും. എല്ലാ കണക്ക് സാറന്മാരെപ്പോലെ തന്നെ ചൂരൽ പ്രയോഗവും കണക്കുവെച്ച് പ്രയോ

ഗിക്കാൻ അദ്ദേഹത്തിന് നന്നായി അറിയാം. ഇക്കാരണത്താൽ ധാരാളം ശത്രുക്കൾ ശിഷ്യന്മാർക്കിടയിലുണ്ട്. സമരസമയത്ത് അദ്ധ്യാപകനോടുള്ള പക ശിഷ്യന്മാർ ബൈക്കിനോട് തീർത്തു.

ബൈക്ക് തകർത്ത പ്രധാനപ്രതി ഒൻപതാം ക്ലാസ്സുകാരനെ പിറ്റേദിവസം തന്നെ കണ്ടുപിടിച്ചു. ശിക്ഷയുടെ ഒന്നാം ഗഡുവായി ഇനി രക്ഷിതാവിനെ കൂട്ടി ക്ലാസ്സിൽ വന്നാൽമതിയെന്ന് അറിയിച്ചു. പുസ്തകമെടുത്ത് പുറത്തിറങ്ങിയവൻ വൈകുന്നേരം വരെ സ്ക്കൂൾ ഗേറ്റിനു സമീപം തന്നെ നില്പാണ്. മണിയടിച്ച് സ്ക്കൂൾ വിട്ടതോടെ അവൻ സ്ഥലം വിട്ടു.

ദിവസങ്ങൾ മൂന്ന് കഴിഞ്ഞിട്ടും രക്ഷിതാവ് എത്തിയില്ല. അവനെ സഹായിക്കാൻ അവനൊപ്പം സമരാഹ്വാനം ചെയ്ത നേതാക്കളും വന്നില്ല. പയ്യനാണെങ്കിൽ സ്ക്കൂൾ ഗേറ്റിനു മുന്നിലും കടകളിലുമായി ചുറ്റിക്കറങ്ങുന്നതു കണ്ടതിനാൽ അടുത്ത വീട്ടിലെ കുട്ടികളോട് അന്വേഷിച്ചപ്പോഴാണ് ഒരു കാര്യം മനസ്സിലായത്, 'അവന്റെ അച്ഛൻ അമ്മയുമായി പിണങ്ങി രണ്ടു വർഷം മുൻപ് നാടു വിട്ടതാണ്'. അച്ഛനില്ലെങ്കിൽ രക്ഷിതാവായി അമ്മ സ്ഥലത്തുണ്ടല്ലോ; അമ്മയെ കാര്യം അറിയിക്കാനായി മറ്റു കുട്ടികളെ ഏല്പിച്ചു. അങ്ങനെ ഏല്പിച്ച ദിവസം വൈകുന്നേരമാണ് പ്രതിയുടെ അച്ഛനാണെന്ന് പറഞ്ഞ് ഒരാൾ ഓഫീസിൽ വന്ന് ഹെഡ്മാസ്റ്ററെ കണ്ടത്. വെള്ള മുണ്ടും ഷർട്ടും ധരിച്ച് ചുമലിലൊരു ഷാളുമായി ഏതാണ്ട് അൻപത് കഴിഞ്ഞ മാന്യനായ മനുഷ്യൻ. നാടു വിട്ട അച്ഛൻ തിരിച്ചു വന്നതാണെന്ന് കരുതിയ ഹെഡ്മാസ്റ്റർക്ക് രക്ഷിതാവിനെ കണ്ടപ്പോൾ ആശ്വാസം വന്നു. ബൈക്ക് കേസിന് ഒരന്ത്യം ഉണ്ടാകുമല്ലോ...

രക്ഷിതാവ് സ്വയം പരിചയപ്പെടുത്തിയ ശേഷം പറഞ്ഞു,

'എന്റെ മോനെ പൊറത്താക്കിന്ന് കേട്ടു. ചെറിയ കുട്ടിയെ മാഷ്മ്മാര് ഇങ്ങനെ ചെയ്താൽ?'

അപ്പോൾ കുറ്റം അദ്ധ്യാപകർക്കാണ്.

'മകൻ ചെയ്ത കുറ്റം അറിയുമോ? അവനെന്താ നിങ്ങളുടെ കൂടെ വരാത്തത്?'

ഹെഡ്മാസ്റ്റർ ചോദിച്ചു.

'അവൻ പേടിച്ചിട്ട് വരാത്തതാണ്, ഗേറ്റിനു മുമ്പിൽത്തന്നെയുണ്ട്.'

പേടിയുള്ള ശിഷ്യൻ തന്നെ...

ബൈക്കിന്റെ ഉടമയായ അദ്ധ്യാപകൻ പ്രതിയുടെ അച്ഛൻ ഹാജരുണ്ടെന്ന് അറിഞ്ഞപ്പോൾ ക്ലാസ്സിൽനിന്നും വന്നു. ഹെഡ്മാസ്റ്ററുടെ മു

ന്നിലിരിക്കുന്ന അച്ഛനെ കണ്ടപ്പോൾ മാസ്റ്റർ ഞെട്ടി,

'അല്ല നിങ്ങൾ എന്റെ ഭാര്യവീടിനടുത്തുള്ള ആളല്ലേ? മാധവിയമ്മയുടെ ഭർത്താവ്? ഒരു മകനുള്ളത് ഗൾഫിലാണല്ലോ. പിന്നെ ഇവിടെ പഠിക്കുന്നവൻ ആരാണ്?'

അതുവരെ അദ്ധ്യാപകരെ കുറ്റം പറഞ്ഞിരുന്ന രക്ഷിതാവാണ് ഇപ്പോൾ ഞെട്ടിയത്,

'അത് ഞാൻ... ആ കുട്ടി വീട്ടിൽവന്ന് കരഞ്ഞതുകൊണ്ട് ഇവിടെ വന്നതാ. അച്ഛനാണെന്ന് പറഞ്ഞാൽ ക്ലാസ്സിൽ കയറ്റുമെന്ന് അവൻ പറഞ്ഞു.'

'ഏതായാലും ഇനി പോലീസിനെ വിളിച്ച് കേസാക്കാം. അച്ഛനും മകനും ഒന്നിച്ച് പോലീസ് സ്റ്റേഷനിൽ പോകുന്നതാണ് നല്ലത്, ബൈക്ക് റിപ്പെയറിന് ചെലവായ പണം കൂടി തരണം.'

ഹെഡ്മാസ്റ്റർ ടെലിഫോൺ എടുത്തു.

'അയ്യോ മാഷേ ഞാൻ പോകുവാ, ഏതായാലും ഇനി ഞാനിങ്ങോട്ടില്ല, ആകെ നാണക്കേടായി.'

അങ്ങനെ ഡ്യൂപ്ലിക്കേറ്റ് അച്ഛൻ സൂപ്പർ ഫാസ്റ്റായി സ്ഥലം വിട്ടു.

പിറ്റേദിവസം പുറത്താക്കപ്പെട്ടവനും അവന്റെ അമ്മയും പത്തുമണിക്കുമുൻപ് സ്ക്കൂളിൽ ഹാജരായി. കള്ളിച്ചെല്ലമ്മ മോഡൽ നാടൻ വേഷമണിഞ്ഞ വനിതാരത്നം, സംഭാഷണവും അതേ മോഡൽ. മകന്റെ എല്ലാ കുറ്റവും അറിഞ്ഞു കൊണ്ടാണ് വരവ്.

കാര്യങ്ങൾ വിശദമായി അറിഞ്ഞപ്പോൾ 'ഇനി എന്തെങ്കിലും തെറ്റ് ചെയ്താൽ സ്ക്കൂളിലെ പഠനം അവസാനിപ്പിച്ച് കൂലിപ്പണി ചെയ്യേണ്ടി വരും' എന്ന് സ്വന്തം മകനെ അവർ ഭീഷണിപ്പെടുത്തി. അങ്ങനെ ചെറുതാണെങ്കിലും വലിയൊരു പ്രശ്നം അവസാനിച്ചപ്പോൾ ശിഷ്യൻ ക്ലാസ്സിലിരുന്ന് പഠിക്കാൻ തുടങ്ങി.

രണ്ട് ദിവസം കഴിഞ്ഞു.

അന്ന് വൈകുന്നേരം ഞാൻ ബസ് കാത്ത് നിൽക്കുകയാണ്. ബസ്സ്റ്റോപ്പിന്റെ എതിർവശത്ത് ഗ്രാമത്തിലെ റേഷൻ കടയാണ്. അതിനു മുന്നിലൊരു നീണ്ട ക്യൂ. ആ ക്യൂവിൽ ശിഷ്യരും പൂർവ്വ ശിഷ്യരും രക്ഷിതാക്കളും ഉണ്ട്. നോക്കിയിരിക്കെ പെട്ടന്നൊരു ബഹളം; തുടർന്ന് പുരുഷന്റെയും സ്ത്രീയുടെയും ഉച്ചത്തിലുള്ള സംസാരം. നമ്മുടെ കള്ളിച്ചെല്ലമ്മ ഡ്യൂപ്ലിക്കേറ്റ് അച്ഛനെ പിടിച്ചു നിർത്തിയിരിക്കയാണ്. ആ മനുഷ്യന്റെ കുപ്പായത്തിൽ പിടിച്ചുകൊണ്ട് അവൾ ചോദിക്കുന്നു,

'എടാ... എന്റെ മോന്റെ അച്ഛനാണെന്ന് പറഞ്ഞ് നീയല്ലേ സ്ക്കൂളിൽ

പോയത്? അതിനുള്ള സമാധാനം നാട്ടുകാരുടെ മുന്നിൽവെച്ച് പറയാതെ നിന്നെ വിടുന്ന പ്രശ്നമില്ല. നീയെപ്പോഴാടാ...'

പിന്നീട് പറഞ്ഞ തെറികൾ കേൾക്കാൻ ധൈര്യം വന്നില്ല. നാട്ടിലേക്ക് പോകുന്നതാണോ എന്ന് നോക്കാതെ ആദ്യംവന്ന ബസ്സിൽ കയറി ഞാൻ സ്ഥലം വിട്ടു.

ഉച്ചഷട്ടിണിയുടെ രുചി

എന്റെ ജീവിതത്തിൽ ആരോടും പറയാത്തതും പറയാൻ കഴിയാത്തതുമായ സംഭവങ്ങൾ ഉണ്ടായിരുന്നു. പറയാത്തതിന് രണ്ട് കാരണങ്ങളുണ്ട്; ബന്ധുക്കളോട് പറഞ്ഞാൽ വഴക്കുപറയും, സഹൃത്തുക്കളോട് പറഞ്ഞാൽ പരിഹസിക്കും. അങ്ങനെ ആരോടും പറയാതെ മനസ്സിൽ ഒളിപ്പിച്ച എന്റെ മാത്രം സ്വന്തം 'അമളികൾ' എല്ലാവരോടും വിളിച്ചു പറയാൻ സമയമായെന്ന് ഞാനറിയുന്നു.

കല്ല്യാണപ്രായം?

പെണ്ണിന് പതിനെട്ട്, ആണിന് ഇരുപത്തി ഒന്ന്.

മുപ്പതും മുപ്പത്തിഅഞ്ചും വയസ്സ് കഴിഞ്ഞിട്ടും വിവാഹം കഴിയാത്ത ധാരാളം യുവതീയുവാക്കൾ നാട്ടിലുണ്ടെങ്കിലും ഈ നിയമം ഇല്ലാത്ത കാലത്ത് പെണ്ണിന്റെ പ്രായം മിക്കവാറും പതിനെട്ടിൽ താഴെ ആയിരിക്കും. സ്ക്കൂൾ വിദ്യാർത്ഥിനികളുടെ വിവാഹം ഒരു കാലത്ത് സാധാരണ സംഭവമാണ്. ഒൻപതാം ക്ലാസ്സിൽ പഠിക്കുന്ന പെൺകുട്ടിയെ അതേ സ്ക്കൂളിലെ അദ്ധ്യാപകൻ വിവാഹം കഴിച്ച സംഭവം എന്റെ പഠന കാലത്ത് ഉണ്ടായിരുന്നു. എനിക്ക് പങ്കെടുക്കാൻ കഴിയാതെ പോയ എന്റെ ശിഷ്യയുടെ കല്ല്യാണവിശേഷമാണ് ഇവിടെ പറയുന്നത്.

ഹൈസ്ക്കൂളിൽ പഠിപ്പിക്കാനുള്ള യോഗ്യത ലഭിച്ചതിനാൽ പി.എസ്.സി. കനിഞ്ഞപ്പോൾ എനിക്ക് സർക്കാർ ഹൈസ്ക്കൂളിൽ ജോലി കിട്ടിയത് വീട്ടിൽനിന്നും അകലെയാണെന്ന് പറയാം. കണ്ണൂർ ജില്ലയിൽ കണ്ണൂർ താലൂക്കിന്റെ വടക്കെ അറ്റം. വീട്ടുകാരും നാട്ടുകാരും ദൂരെയാണെന്ന് പറയുന്നുണ്ട്,

കാരണം?

രാവിലെ 9 മണിക്ക് പുറപ്പെട്ടാൽ 12 മണിക്ക് സ്ക്കൂളിൽ എത്തുന്നു. വൈകുന്നേരം 5 മണിക്ക് പുറപ്പെട്ടാൽ 7.30 ന് വീട്ടിലെത്തുന്നു. ഇതാണ് സംഗതി.

ധാരാളം കുട്ടികൾ ഉള്ളതിനാൽ രണ്ട് ഷിഫ്റ്റ് ആയി സ്ക്കൂൾ പ്രവർത്തിക്കുന്നു. 12.30 മുതൽ വൈകുന്നേരം 5 മണി വരെയാണ് എന്റെ അദ്ധ്യയനസമയം. 12 മണി നട്ടുച്ചയ്ക്ക് സ്ക്കൂളിലെത്തുന്നത് അവിടെ സ്

ക്കൂളിനു സമീപമുള്ള ഹോട്ടലിൽനിന്നും ഭക്ഷണം കഴിക്കാനാണ്. ബസ്യാത്ര, ഹോട്ടൽ ഭക്ഷണം എന്നിവ ഇഷ്ടപ്പെടുന്നതാണെങ്കിലും എന്റെ അനാരോഗ്യത്തിന്റെ രഹസ്യം ഇവയാണ്. ഇതിനിടയിൽ വീടിനും സ്കൂളിനും ഇടയിൽ ഒരു മണിക്കൂർ കാൽനടയാണ്. 9 മണിക്ക് പുറപ്പെട്ടാൽ ഒരു മണിക്കൂർ നടന്നിട്ടുവേണം കണ്ണൂരിലേക്കുള്ള ബസ്സിൽ കയറാൻ. അതായത് നിത്യേന രണ്ട് മണിക്കൂർ നടത്തം. പെട്ടെന്ന് ട്രാൻസ്ഫർ കിട്ടും ഭരിക്കുന്നത് നമ്മുടെ സർക്കാരാണ്, എന്നൊക്കെ പറഞ്ഞാണ് ജോലിയിൽ പ്രവേശിച്ചതെങ്കിലും ഏഴ് വർഷം കഴിഞ്ഞാണ് അവിടെനിന്നും പടി ഇറങ്ങിയത്.

പുത്തനച്ചി പുരപ്പുറം തൂക്കും എന്നു പറഞ്ഞതുപോലെ മറ്റുള്ളവരുടെ പിരീഡുകൂടി കടം വാങ്ങി പഠിപ്പിക്കുന്ന കാലം. ജോലിയിൽ പ്രവേശിച്ച് രണ്ടുമാസം കഴിഞ്ഞു. ഓണപ്പരീക്ഷ അടുത്ത സമയം. ഒരു ദിവസം സ്ക്കൂളിന്റെ സമീപമുള്ള ഒരു വീട്ടിൽനിന്നും അദ്ധ്യാപകരെ കല്ല്യാണത്തിന് ക്ഷണിക്കാനായി രണ്ടുപേർ വന്നു. കല്ല്യാണപ്പെണ്ണ് ഞങ്ങളുടെ സ്ക്കൂളിലെ പത്താം ക്ലാസ്സുകാരിയാണെന്ന് അറിഞ്ഞപ്പോൾ എനിക്കാകെ അത്ഭുതം. എന്റെ ക്ലാസ്സിൽ ഏറ്റവും നന്നായി ബയോളജി പഠിക്കുന്ന പെൺകുട്ടി. ക്ലാസ്സിൽവെച്ച് പ്രത്യുല്പാദനം പഠിപ്പിക്കുന്നതിനു മുൻപുതന്നെ അവൾ കല്ല്യാണം കഴിഞ്ഞ് പോവുകയാണ്. വിവാഹശേഷവും അവൾ സ്ക്കൂളിൽ വരുമെന്ന് ക്ഷണിക്കാൻ വന്ന അവളുടെ അച്ഛനും സഹോദരനും ഉറപ്പുപറഞ്ഞു, കാരണം പയ്യൻ അമ്മാവന്റെ മകനാണ്. ഓ, മച്ചുനന്റെ അവകാശമാണല്ലൊ, എന്നാലിത് SSLC കഴിഞ്ഞിട്ട് പോരെ എന്നു ചോദിക്കാൻ തോന്നിയെങ്കിലും ഞാനത് ചോദിച്ചില്ല. പിന്നെ ഒരു കാര്യം കൂടി പറയാം, ഇതേ പത്താം ക്ലാസ്സിൽ വിവാഹിതകളായ രണ്ട് പെൺകുട്ടികൾ കൂടി ഉണ്ട്. അപ്പോൾ മൂന്ന് വിവാഹിതകളെ പ്രത്യുല്പാദനം പഠിപ്പിക്കാനാണ് എന്റെ നിയോഗം.

ശിഷ്യയുടെ കല്ല്യാണത്തിനു പോകാൻ എനിക്കു തീരെ താല്പര്യം തോന്നിയില്ലെങ്കിലും എല്ലാവരും പങ്കെടുക്കുമ്പോൾ ഞാൻമാത്രം എന്തിന് ഒഴിഞ്ഞുമാറണം? അന്ന് പരീക്ഷാദിവസമാണ്, രാവിലത്തെ പരീക്ഷ 12 മണിക്ക് അവസാനിച്ചശേഷം ഉച്ചക്ക് 2 മണിക്കാണ് അടുത്ത പരീക്ഷ. എല്ലാവരും സ്ക്കൂളിലെത്തിയിട്ട് 12.20ന് കല്ല്യാണവീട്ടിലേക്ക് പോകാൻ തീരുമാനിച്ചു. ഹോട്ടൽ ഭക്ഷണം ഒഴിവാക്കിയിട്ട് ആ ദിവസം സദ്യ ഉണ്ണാമല്ലൊ.

കല്ല്യാണദിവസം പതിവിലും അരമണിക്കൂർ നേരത്തെ കൂട്ടത്തിൽ നല്ല സാരിയും ധരിച്ച് വീട്ടിൽനിന്നും പുറപ്പെട്ടു. നാട്ടിൽ നിന്നുള്ള ബ

സ്സിൽ കയറി കണ്ണൂരിലെത്തിയിട്ട് വേണം പയ്യന്നൂർ ബസ്സിൽ കയറാൻ. ഞാൻ കയറിയ ബസ് മേലേചൊവ്വ എത്തി; അപ്പോൾ വരുന്നു, ഒരു ചുവപ്പൻ ജാഥ.

ഇവിടെ ഒന്നല്ല, രണ്ട് ചൊവ്വ ഉണ്ട്, ഒന്ന്: താഴെ ചൊവ്വ, രണ്ട്: മേലേ ചൊവ്വ.

രണ്ടും ഭൂമിയിൽ തന്നെയാ.

ജാഥ ചുവപ്പു കടലായി; തിരയടങ്ങാനുള്ള ഭാവമില്ല.

അങ്ങനെ ഞാനിരുന്നു. ഒരു മണിക്കൂർ.

എല്ലാ തിരയും അടങ്ങി, ഒടുവിൽ സ്ക്കൂളിലെത്തിയപ്പോൾ സമയം ഒരു മണി. എന്നെ കണ്ട ഉടനെ പ്യൂൺ ചോദിച്ചു,

'ടീച്ചർ കല്ല്യാണത്തിന് പോവുന്നില്ലേ?'

'ഇല്ല'

'പന്ത്രണ്ടര വരെ ടീച്ചറെ കാത്തിരുന്നു. പന്ത്രണ്ട് മണിക്ക് വരുന്ന ടീച്ചർ കല്ല്യാണത്തിന് പോവാൻ താല്പര്യമില്ലാത്തതു കൊണ്ടായിരിക്കാം ലെയിറ്റാവുന്നതെന്ന് പറഞ്ഞു.'

മറുപടിയൊന്നും ഞാൻ പറഞ്ഞില്ല.

പതുക്കെ നടന്ന് ഒറ്റയ്ക്ക് സ്റ്റാഫ്റൂമിൽ ഇരിക്കുമ്പോഴാണ് വിശപ്പ് തുടങ്ങിയത്. സാധാരണ ഭക്ഷണം കഴിക്കാറുള്ള ഹോട്ടൽ കല്ല്യാണ വീടിന്റെ സമീപമായതിനാൽ മിക്കവാറും അടച്ചിരിക്കാനാണ് സാധ്യത. മുൻപരിചയമില്ലാത്ത കല്ല്യാണവീട്ടിൽ ഭക്ഷണത്തിനു മാത്രം പോവുക; എനിക്കത് ശരിയായി തോന്നിയില്ല. അങ്ങനെ ഭക്ഷണത്തെ കുറിച്ച് ചിന്തിച്ചുചിന്തിച്ച് ഭക്ഷണം കഴിക്കാതിരുന്നു.

അങ്ങനെ രാത്രി ഏഴ് മണി വരെ,

വീട്ടിൽ എത്തിയപ്പോൾ കല്ല്യാണത്തെപ്പറ്റി അമ്മ ചോദിച്ചു. ഞാൻ മറുപടി പറഞ്ഞു:

'ഉഗ്രൻ കല്ല്യാണം, സദ്യ കേമം; സാമ്പാറും തൈരും പരിപ്പും നെയ്യും പപ്പടവും എല്ലാം ചേർന്നത്. തിന്നുകഴിഞ്ഞപ്പോൾ വയറ് നിറഞ്ഞു.'

അങ്ങനെ...

ജീവിതത്തിൽ ഇതുവരെ ഉച്ചഭക്ഷണം ഉപേക്ഷിക്കാത്ത ഞാൻ ഉച്ചപ്പട്ടിണിയുടെ രുചി ആദ്യമായി അറിഞ്ഞു.

കുട്ടിയമ്മയുടെ കടം

രാവിലെ ബസ്സ്റ്റോപ്പിൽ എത്തിയ കുട്ടിയമ്മ, സ്ക്കൂൾ വഴിയിലൂടെ ചുറ്റിക്കറങ്ങി പോകുന്ന ബസ്സിനെയും പ്രതീക്ഷിച്ച് നിൽക്കുമ്പോഴാണ്, ഒരാഴ്ചമുൻപ് ട്രാൻസ്ഫറായി വന്ന അന്നമ്മടീച്ചറെ കണ്ടത്. മറുനാട്ടുകാരിയായ മലയാളം വിദുഷിയുമായി നല്ല ബന്ധത്തിലാവുന്നത് എന്തുകൊണ്ടും ലാഭമുള്ള കാര്യമാണെന്ന് കുട്ടിയമ്മക്ക് അറിയുന്നതിനാൽ അവർ മലയാളത്തെ സമീപിച്ച് പതുക്കെ വിളിച്ചു,

'ടീച്ചറേ?'

വിളികേട്ട മലയാളം ആശങ്കയോടും ശങ്കയോടും കുട്ടിയമ്മയെ നോക്കി; ഈ നാട്ടിൽ ആരാണ്?

'ഇത് ഞാനാ ടീച്ചറെ, കുട്ടിയമ്മ; ടീച്ചർ ജോലി ചെയ്യുന്ന ഹൈസ്ക്കൂളിലല്ലേ ഞാനും വർക്ക് ചെയ്യുന്നത്, മറന്നുപോയോ?'

'ഓ കുട്ടിയമ്മ സ്ക്കൂളിലെ പ്യൂൺ'

'അയ്യോ പ്യൂണൊന്നുമല്ല, ഞാനവിടത്തെ എഫ്.ടീ.സി.എം ആണ്. പിന്നെ ടീച്ചറിവിടെ അടുത്താണോ താമസം?'

'നാട്ടിൽനിന്നും വന്നദിവസം തന്നെ പുള്ളിക്കാരൻ അന്വേഷിച്ചപ്പോൾ ഇവിടെ അടുത്തൊരു വീട് ലഭിച്ചതിനാൽ എന്നെ തനിച്ചിവിടെ വിട്ട് അങ്ങേര് നാട്ടിലേക്ക് പോയി. ഞാനടക്കം ആറ് പേർ ഒന്നിച്ച് താമസിക്കുന്നു. പിന്നെ, ഇവിടെത്തെ ചെലവൊക്കെ ഒത്തിരിയാ,, ജീവിക്കാൻ ഒക്കത്തില്ല.'

'എന്നാലും ഈ കാട്ടുമൂലയിൽ ടീച്ചർക്കൊരു വീടൊത്തുകിട്ടിയത് വലീയ ഭാഗ്യമാണ്...'

പറഞ്ഞത് മനസ്സിലാവാതെ ടീച്ചർ രണ്ടുകണ്ണും തുറന്ന് നോക്കുന്നതിനിടയിൽ ബസ് വന്നു.

നാട്ടിൻപുറത്തുകൂടി ഓടുന്ന ബസ്സിൽ സ്ഥിരമായി പോകുന്ന കുട്ടിയമ്മ, രണ്ട് ടിക്കറ്റ് ആവശ്യപ്പെട്ടപ്പോൾ പരിചയക്കാരനായ കണ്ടക്റ്റർ ചോദിച്ചു,

'അതാരാപ്പാ രണ്ടാള്?'

മറുപടി പറയുന്നതിന് മുൻപായി പുതുമുഖം മലയാളം ഇടയിൽകയറി പറഞ്ഞു,

'അതേയ് കുട്ടിയമ്മയോടൊത്ത് ആദ്യമായി ഈ വണ്ടിയിൽ കയറുന്നതല്ലേ, അതുകൊണ്ട് ഇത്തവണ ടിക്കറ്റിന്റെ കാശ് ഞാൻ കൊടുക്കാം.'

കുട്ടിയമ്മക്ക് സന്തോഷം വന്നിട്ടങ്ങ് ഇരിക്കാനും നിൽക്കാനും വയ്യാതായി. സ്വന്തം വിദ്യാലയത്തിലുള്ള എത്രയോ അദ്ധ്യാപികമാരോടൊപ്പം യാത്രചെയ്യാനുള്ള അവസരം ഉണ്ടായിട്ടുണ്ടെങ്കിലും ഇതുവരെ അവരാരുംതന്നെ തന്റെ ടിക്കറ്റിന് പണം കൊടുത്തിട്ടില്ല. ഇപ്പോഴിതാ മറുനാട്ടുകാരിയായ ഒരു അദ്ധ്യാപിക ചെറുതെങ്കിലും തനിക്കായി ഒരു ടിക്കറ്റ് വെച്ചുനീട്ടുന്നു. ടീച്ചർ പണം കൊടുത്ത് ബാക്കി കൈയിൽവാങ്ങി ബാഗിലിടുന്നത് നോക്കിയിരിക്കെ ബസ്സ് മുന്നോട്ട് പോയി. സ്ക്കൂളിന് സമീപമുള്ള സ്റ്റോപ്പിൽ ഇറങ്ങുന്നതുവരെ അവരൊന്നും മിണ്ടിയില്ലെങ്കിലും ഇറങ്ങിയ നിമിഷം മുതൽ കുട്ടിയമ്മയും മലയാളവും മത്സരിച്ച് നാട്ടുവിശേഷങ്ങൾ കൈമാറി.

സ്ക്കൂൾ ജോലികൾ തിരക്കിട്ട് ചെയ്യുന്നതിനിടയിൽ കുട്ടിയമ്മ മലയാളത്തെ മറവിയിലേക്ക് തള്ളിവിട്ടു. മണിയടിയും മുറ്റമടിയും വെള്ളമടിയും കഴിഞ്ഞ് കുട്ടികളും അദ്ധ്യാപകരും ചേർന്ന് പഠിക്കുകയും പഠിപ്പിക്കുകയും ചെയ്തുകൊണ്ടിരിക്കുമ്പോഴാണ് കുട്ടിയമ്മക്ക് ഡ്യൂട്ടി കിട്ടിയത്. അങ്ങനെ മെമ്മോബുക്കുമായി ക്ലാസ്സുകൾതോറും കയറിയിറങ്ങി ഒടുവിൽ പത്ത് ബീയിൽ എത്തിയപ്പോഴാണ് മലയാളം മിസ്സ് അന്നമ്മയെ കണ്ടത്.

കുട്ടിയമ്മയുടെ കൈയിൽ നിന്ന് മെമ്മോബുക്ക് വാങ്ങിയശേഷം മലയാളം അവരെനോക്കി ചിരിച്ചുകൊണ്ട് പറഞ്ഞു,

'കുട്ടിയമ്മെ ഒരു ചോക്കുപീസ് കൊണ്ടുവരാമോ?, എളുപ്പം വേണം.'

ഒരുനിമിഷം ഞെട്ടി. ക്ലാസ്സിൽ ചോക്ക് എത്തിക്കുന്നത് ഓഫീസ് സ്റ്റാഫിന്റെ ജോലിയല്ല. 'ഹെഡ്മാസ്റ്റർ ഒഴികെ മറ്റാരു പറഞ്ഞാലും ഒരു ഡ്യൂട്ടിയും ചെയ്യാൻ പാടില്ല' എന്നാണ് ചട്ടം. അദ്ധ്യാപകർക്ക് അത്യാവശ്യമായ ചോക്ക്, പുസ്തകം ആദിയായ പഠനോപകരണങ്ങൾ ക്ലാസ്സിലെത്തിക്കുന്നത് തന്റെ ജോലിയല്ലെന്ന് അവർക്ക് നന്നായി അറിയാം. അങ്ങനെ ചെയ്തുപോകരുതെന്ന് റിട്ടയർ ചെയ്യുന്നതിന് മുൻപ് പ്യൂൺ ബാലേട്ടൻ പറഞ്ഞതാണെങ്കിലും രാവിലെതന്നെ പരിചയപ്പെട്ട് തന്റെ ബസ്കൂലി കൊടുത്ത അന്യജില്ലക്കാരി പറഞ്ഞാൽ എന്തുചെയ്യും? ബാലേട്ടനെ മറന്നുകൊണ്ട് ഒരു തവണ ചോക്ക് എത്തിച്ചുകൊടുക്കാം.

പാർട്ടിമാറി വോട്ടുചെയ്യുന്ന ആളെപ്പോലെ കുട്ടിയമ്മ ചോക്ക് എടുക്കാൻ നടന്നു.

ഉച്ചസമയത്ത് സ്റ്റാഫ്റൂമിൽ വന്നപ്പോൾ കുട്ടിയമ്മയുടെ തലയിൽ അ

ടുത്ത കുരിശ് വീണു. അവർ അകത്തുകടന്ന ഉടനെ എല്ലാവരും കേൾക്കെ അന്നമ്മടീച്ചർ വിളിച്ചുപറഞ്ഞു,

'കുട്ടിയമ്മേ ഒരുഗ്ലാസ് ചൂടുവെള്ളം എത്തിച്ചുതരാമോ?'

'അയ്യോ, ചൂടുവെള്ളം ഇവിടെ കിട്ടാൻ പ്രയാസമാണ് ടീച്ചറേ'

മറുപടി പറഞ്ഞ ഉടനെ സ്റ്റാഫ്റൂമിൽ നിന്നും കുട്ടിയമ്മ ഇറങ്ങിനടന്നു. അധികം നിന്നാൽ എച്ചിൽപാത്രം കഴുകാനും കൂടി പറഞ്ഞാലോ?

നാല്മണി നേരത്താണ് കൂട്ടമണി അടിക്കേണ്ടത്; ആ മണിയടി കേട്ടാലാണ് ഉറുമ്പിൻകൂട്ടം മണ്ണിനടിയിൽനിന്നും ഇളകിവന്ന് നാലുപാടും ചിതറിയോടുന്നതുപോലെ വിദ്യാർത്ഥികൾ കൂട്ടമായി വെളിയിൽവന്ന് ഇറങ്ങിഓടുന്നത്. കുട്ടിയമ്മക്ക് തിരക്ക് കൂടുന്ന നേരമാണ്; സ്ക്കൂൾ ഓഫീസും പരിസരവും വൃത്തിയാക്കണം, ഓരോ ക്ലാസ്സിലും പോയിനോക്കി ആരുമില്ലെന്ന് ഉറപ്പുവരുത്തിയിട്ട് വാതിലടക്കണം, ഹാജർപട്ടികകൾ എല്ലാം പെറുക്കിയെടുത്ത് ഓഫീസിനകത്ത് മേശപ്പുറത്ത് അടുക്കിവെക്കണം. അങ്ങനെ പതിനഞ്ച് രജിസ്റ്ററുമായി ഓഫീസിലേക്ക് നടക്കുമ്പോഴാണ് സ്റ്റാഫ്റൂമിനകത്തുനിന്നും വിളികേട്ടത്. നോക്കിയപ്പോൾ നമ്മുടെ മലയാളം.

'കുട്ടിയമ്മ വീട്ടിലേക്ക് പോവാറായോ?'

'അയ്യോ ടീച്ചറേ, എന്റെ സമയം അഞ്ചുമണിവരെയാണ്, ടീച്ചർക്ക് വഴി പരിചയമില്ലേ? ബസ്സ്റ്റോപ്പിൽ നിന്നാൽ ഇപ്പോൾ നാട്ടിലേക്കുള്ള ബസ് കിട്ടും.'

'വഴിയൊക്കെ അറിയാം എന്നാലും, ഒന്നിച്ച് പോവാമല്ലോ.'

'എന്നാലും ടീച്ചറേ ഇനിയും ധാരാളം സമയം വെറുതെയിരിക്കണമല്ലോ.'

'ഞാൻ കാത്തിരിക്കാം, ഇവിടെ ഒട്ടനവധി പത്രങ്ങളൊക്കെ വായിക്കാനുണ്ടല്ലോ.'

സമയം ഇഴഞ്ഞുനീങ്ങി, കുട്ടിയമ്മക്ക് ആകെയൊരസ്വസ്ഥത. കമ്പ്യൂട്ടർലാബ് അടിച്ചുവാരുന്നതിനിടയിൽ ഒളിഞ്ഞുനോക്കിയപ്പോൾ തന്നെയും കാത്ത് വരാന്തയിൽ നിൽക്കുന്ന അദ്ധ്യാപികയെകണ്ട് കുട്ടിയമ്മ ആശ്ചര്യപ്പെട്ടു. ഈ ടീച്ചറെന്തിനാ തന്നെയും കാത്ത് ഒറ്റയ്ക്ക് നിൽക്കുന്നത്, ഇതൊരു പതിവായാൽ ശല്യമാവുമല്ലോ...

അഞ്ചുമണിക്ക് ഡ്യൂട്ടി അവസാനിച്ച കുട്ടിയമ്മ ക്ലാസ്സ്റൂമുകളെല്ലാം അടച്ചുപൂട്ടിയെന്ന് ഉറപ്പുവരുത്തിയശേഷം ബാഗുമെടുത്ത് വെളിയിലേക്കിറങ്ങിയപ്പോൾ തൊട്ടുമുന്നിൽ വന്ന് മലയാളം ചിരിച്ചു,

'സമയം അഞ്ചുമണി, നമുക്കിനി പോവാമല്ലോ'

'ടീച്ചറെന്തിനാ എന്നെ വെയിറ്റ് ചെയ്യുന്നത്? നാലുമണിക്ക് സ്ക്കൂൾ വിട്ടതല്ലേ...'

'ഇന്നേതായാലും ഞാൻ കുട്ടിയമ്മയുടെ ഒപ്പമാണ് വീട്ടിലേക്ക് പോവുന്നത്...'

'അത്?'

'രാവിലെ ടിക്കറ്റിന്റെ പണം ഞാനല്ലേ കൊടുത്തത്, അതുകൊണ്ട് തിരിച്ചുപോവുമ്പോൾ താനല്ലെ എന്റെ ബസ്കൂലി കൊടുക്കേണ്ടത്. അതുകൊണ്ടാണ് ഇത്രയുംനേരം വെയിറ്റ് ചെയ്തത്.'

തന്നെക്കാൾ ആയിരങ്ങൾ ശമ്പളമായി വാങ്ങുന്ന ഒരു അദ്ധ്യാപിക ബസ്കൂലിയായി കൊടുത്ത ചില്ലറ പണത്തിന് കണക്കുപറയുന്നത് കേട്ടപ്പോൾ വെറും പ്യൂണായ കുട്ടിയമ്മ ആശ്ചര്യപ്പെട്ടു. അവർക്ക് അതൊരു പുത്തൻ അനുഭവം ആയിരുന്നു.

ശരിക്കും ശരി

പഠിക്കാനിഷ്ടമില്ലാത്ത കുട്ടികളും അവരെ പഠിപ്പിച്ച് 100% വിജയത്തോടെ പത്താംതരം കടത്തിവിടുമെന്ന് വാശിപിടിക്കുന്ന അദ്ധ്യാപകരും ഒത്തുചേർന്ന സർക്കാർ വിദ്യാലയത്തിന്റെ സുവർണ്ണകാലത്ത് ഹൈസ്ക്കൂളിൽ പത്താംക്ലാസ് A ഡിവിഷന്റെ ക്ലാസ്ടീച്ചറാണ് ഞാൻ. റിസൽട്ട് നന്നാക്കണമെന്ന ലക്ഷ്യം ഉള്ളതിനാൽ പത്താം ക്ലാസ്സിൽ ചാർജ്ജ് ലഭിക്കുന്നവർ ഭീകരികളും ഭീകരന്മാരും ആയിരിക്കും. ആയതിനാൽ പത്താംതരം B ഡിവിഷന്റെ ചാർജ്ജിന് അർഹത നേടിയത് എന്നെക്കാൾ ഭീകരനായ ഒരു കണക്ക് അദ്ധ്യാപകൻ ആയിരുന്നു. പിന്നെ C എന്നൊരു ഡിവിഷൻ ഇല്ലാത്തതിനാൽ മറ്റൊരു ഭീകരന് ചാൻസ് ഇല്ലാതായി.

പത്ത് മണി മുതൽ നാല് മണിവരെയാണ് പഠനസമയമെന്ന് പറയുന്നുണ്ടെങ്കിലും നമ്മുടെസമയം 9 മുതൽ 5.30 വരെയാണ്. പത്താം തരത്തിലെ ഓരോ കുഞ്ഞിനെയും കണ്ണിലെ ലെൻസ് പോലെ സൂക്ഷിച്ച് കൈകാര്യം ചെയ്യുന്ന അദ്ധ്യാപകർ എല്ലായ്പ്പോഴും ചൂരലിന്റെ അകമ്പടിയോടെയാണ് അദ്ധ്യാപനമെങ്കിലും മിക്കവാറും പ്രയോഗിക്കാനുള്ള അവസരം ഒത്തുവരാറില്ല.

ഒരു തിങ്കളാഴ്ച നല്ലൊരു ദിവസം.

കുട്ടികൾ പഠിക്കുകയും അദ്ധ്യാപകർ പഠിപ്പിക്കുകയും ചെയ്തുകൊണ്ടിരിക്കെ ഒന്നാമത്തെ പിരീഡ് കഴിഞ്ഞപ്പോൾ അതുവരെ പഠിപ്പിച്ചുകൊണ്ടിരിക്കുന്ന ക്ലാസ്സിൽ നിന്നിറങ്ങിയിട്ട് സ്റ്റാഫ്റൂമിൽ പോയി വെള്ളംകുടിച്ചശേഷം നേരെ പത്ത് B ക്ലാസ്സിനെ ലക്ഷ്യമാക്കി ഞാൻ നീങ്ങി. ക്ലാസിനകത്തേക്ക് പ്രവേശിക്കാൻ നേരത്ത്... വാതിലിന് പിന്നിൽ അതേ ക്ലാസ്സിലെ ഒരു വിദ്യാർത്ഥി.

പഠനത്തിൽ പിന്നിലും കളിയിൽ മുന്നിലും നിൽക്കുന്നവൻ,,,

'ഉം. എന്തുപറ്റീ?'

'ക്ലാസ്സ്മാഷെന്നെ പൊറത്താക്കിയതാണ്.'

'അതിന് മാഷ് പോയില്ലേ, ഇനി അകത്തു കടന്നിരിക്ക്.'

'അതുപറ്റില്ല ടീച്ചറെ, ഇന്ന് വൈകുന്നേരം വരെ ക്ലാസ്സിലിരിക്കേണ്ട എന്നാണ് മാഷ് പറയുന്നത്.'

'നിന്നെയിങ്ങനെ വെളിയിൽ നിർത്തിയിട്ട് എനിക്ക് പഠിപ്പിക്കാനാവില്ല. മാഷെവിടെയാണെന്ന് കണ്ടുപിടിച്ച് പെർമിഷൻ ചോദിച്ചിട്ട് വാ.'

'ടീച്ചറേ മാഷ് അടിക്കും.'

'ചോദിച്ചില്ലെങ്കിൽ ഞാനും അടിക്കും.'

ഇത്തിരി പ്രയാസത്തോടെ ആ പയ്യൻ നടന്നു. മറ്റൊരാൾ ഇറക്കിവിട്ടവനെ ചോദിക്കാതെ ക്ലാസ്സിൽ കയറ്റിയതുകൊണ്ട് ഉണ്ടായ കശപിശയുടെ ഓർമ്മ എന്റെ മനസ്സിലുണ്ട്. ഞാൻ ക്ലാസ്സിനകത്തു കടന്ന് കുട്ടികൾ 'ഗുഡ് മോർണിങ്ങ്' പറയുമ്പോഴേക്കും പോയവൻ തിരികെ വന്നു,

'മാഷ് പറഞ്ഞു അകത്ത് കടന്നിരിക്കാൻ.'

'ഇത്ര പെട്ടെന്നോ? നീ മാഷെ കണ്ടിട്ടു തന്നെയാണോ വരുന്നത്?'

'അതേ ടീച്ചർ.'

'എനിക്ക് വിശ്വാസം പോര,, മാഷോട് കടലാസ്സിൽ എഴുതിത്തരാൻ പറ, ഒപ്പിട്ടാലും മതി.'

'അത് ടീച്ചറേ, മാഷ്.'

'നീ പോകുന്നില്ലെങ്കിൽ നിന്റെകൂടെ ഞാനും വരാം.'

മറുത്തൊന്നും പറയാതെ പയ്യൻ ഓടിപ്പോയി, ഉം, എന്നോടാ കളി?

എത്രയെണ്ണത്തിനെ ഇതുപോലെ കണ്ടതാണ്.

അല്പസമയം കഴിഞ്ഞപ്പോൾ ശിഷ്യൻ വീണ്ടും വാതിൽക്കൽ,,

ചെറിയൊരു പുഞ്ചിരിയുമായ്.

'ടീച്ചറെ മാഷ് സമ്മതിച്ചു; ഞാനകത്തു കടക്കട്ടെ.'

'അതെങ്ങനെയാ, എഴുതി ഒപ്പിട്ടു തന്നിട്ടുണ്ടോ?'

'തന്നിട്ടുണ്ട് ടീച്ചർ.'

'എവിടെ?'

ഇടതുവശത്തേക്ക് തിരിഞ്ഞ് വലത്തെ കവിൾ എന്നെ കാണിച്ചുകൊണ്ട് അവൻ പറഞ്ഞു,

'മാഷ് ചോദിച്ചു, ഇതു മതിയോ എന്ന്.'

വെളുത്ത ചോക്കുകൊണ്ട് അവന്റെ വലത്തെ കവിളിൽ എഴുതിയ ശരി അടയാളം നോക്കിക്കൊണ്ട് ഞാൻ പറഞ്ഞു:

'ഇതുമതി... ഇതാണല്ലോ ശരിക്കും ശരി.'

കീറിയ ബ്ലൗസ്

പത്രങ്ങൾ വായിച്ചാൽ നിത്യേന കാണുന്ന വാർത്തകളിൽ ഒന്നാണ് പീഡന വാർത്ത. സ്ത്രീപീഡനം, പുരുഷപീഡനം, ശിശുപീഡനം, ഭർത്തൃപീഡനം, ഭാര്യാപീഡനം, അദ്ധ്യാപകപീഡനം, ലൈംഗികപീഡനം.

ഓ, മതിയായി.

പീഡനത്തിനു സ്ഥലമോ, സമയമോ, കാലമോ, ഒന്നും ബാധകമല്ല.

അത് വിമാനത്തിലാവാം, വീട്ടിലാവാം, വിദ്യാഭ്യാസ സ്ഥാപനത്തിലാവാം, ജോലിസ്ഥലത്താവാം, ബസ്സിലാവാം, റോഡിലാവാം.

അങ്ങനെയുള്ള ചെറിയൊരു പീഡനത്തിന്റെ കഥയാണിത്.

എന്റെ വിദ്യാലയത്തിലെ അദ്ധ്യാപകർ വിദ്യാർത്ഥികളിൽ നടത്തുന്ന പീഡനമുറകൾ അനേകമാണ്. ശാരീരിക പീഡനത്തെക്കാൾ കൂടുതൽ വാക്കുകൊണ്ടുള്ള പീഡനമായിരിക്കും. ഇതിനു ശേഷി കുറഞ്ഞ എന്നെപ്പോലുള്ളവർ ഒതുക്കാൻ കഴിയാത്ത വില്ലന്മാരെ പിടിച്ച് ആണുങ്ങളെ ഏല്പിക്കും. 210 മാർക്ക് കിട്ടിയാൽ എസ്.എസ്.എൽ.സി. പാസാവുന്ന അന്നത്തെ കാലത്ത് രക്ഷിതാക്കൾ നന്നായി സഹകരിക്കുന്നവരാണ്. വീട്ടിൽവെച്ച് അവർക്കു നന്നാക്കാൻ കഴിയാത്തവനെ സ്കൂളിൽ വെച്ച് ശരിയാക്കിത്തരണം എന്ന അപേക്ഷകൾ പലപ്പോഴും വരാറുണ്ട്. നേരാംവണ്ണം ക്ലാസ്സിൽ വരാതെയും പഠിപ്പിക്കാതെയും നടക്കുന്ന ടീച്ചേർസിനെ വഴിതടഞ്ഞ് ചോദ്യം ചെയ്യുന്ന രക്ഷിതാക്കളും നമ്മുടെ നാട്ടിലുണ്ട്. അങ്ങനെ ഒരു ഭീകരാന്തരീക്ഷം സൃഷ്ടിച്ച് 100% റിസൽറ്റിനു വേണ്ടി പരിശ്രമിക്കുന്ന കാലം.

അദ്ധ്യാപകരെല്ലാം സ്റ്റാഫ് റൂമിൽ ഒത്തുചേർന്ന് ഉച്ചഭക്ഷണം കഴിക്കാൻ ആരംഭിക്കുമ്പോഴാണ് നമ്മുടെ കൂട്ടത്തിൽ ഒരാളായ സാമൂഹ്യശാസ്ത്രം ടീച്ചർ ക്ലാസ്സിൽനിന്നും ആകെ വിയർത്തുകൊണ്ട് ഓടി വന്നത്. നേരെ എന്റെ അടുത്തുവന്ന് ഒറ്റ വീർപ്പിൽ പറഞ്ഞു.

'ടീച്ചറേ നിങ്ങളുടെ പത്ത് ഏ ക്ലാസ്സിലെ ഒരു പെൺകുട്ടിയുടെ ബ്ലൌസിന്റെ കൈയുടെ ഒരറ്റം ഞാൻ പിടിച്ചപ്പോൾ ചെറുതായി കീറിപ്പോയി.'

'അതെന്താ ടീച്ചറെ വീട്ടിൽപോയിട്ട് കീറിയതു മാറ്റിയിട്ട് വരാൻ പറഞ്ഞാൽ പോരേ.'

ഒരു സാധാരണ സംഭവം പോലെ ഞാൻ പറഞ്ഞു.

'ടീച്ചറേ അടികിട്ടുന്ന കേസ് വല്ലതുമാണോ?'

ഭക്ഷണം കഴിച്ചുകൊണ്ടിരിക്കുന്ന കെമിസ്ട്രി അദ്ധ്യാപകന്റെ കമന്റ് കൂട്ടച്ചിരിക്കു വക നൽകി.

'അതുപിന്നേ നാലാമത്തെ പിരീഡ് തുടങ്ങുമ്പോൾ നോട്ട് നോക്കാനായി അവളുടെ അടുത്തുപോയപ്പോൾ കൈയൊന്ന് ഞാൻ പിടിച്ചു. പഴയ ബ്ലൌസായിരിക്കണം അതിന്റെ അറ്റത്ത് ഇസ്ത്രിയിട്ടപ്പോഴുണ്ടായ മടക്കിലൂടെ ചെറുതായി ഒരു കീറൽ. പ്രശ്നം അതൊന്നുമല്ല, കക്ഷി അതിനുശേഷം ഡസ്കിൽ തലചായ്ച്ചു കിടന്നു കരച്ചിലാണ്. കരച്ചിൽ നിർത്തുകയോ വീട്ടിൽ പോവുകയോ കൊണ്ടുവന്ന ലഞ്ച് കഴിക്കുകയോ ചെയ്യുന്നില്ല.'

'അതൊക്കെ ശരിയാക്കാം ആരാണ് കക്ഷി? ഏതായാലും എന്റെ ക്ലാസ്സിലെ കുട്ടിയല്ലേ.'

ടീച്ചർ അവളുടെ പേര് പറഞ്ഞതോടെ ഞാൻ ചിരിക്കുന്നത് നിർത്തി. അച്ചൻ മരിച്ചുപോയ കുട്ടിയാണ്, അവളുടെ അമ്മ കൂലിപ്പണിയെടുത്ത് മോളെ പോറ്റുന്നു. അതൊന്നുമല്ല കാര്യം, പിടിഎ മീറ്റിങ്ങിനു വന്നപ്പോൾ ക്ലാസ്സിലെ ഓരോ വിഷയവും പഠിപ്പിക്കുന്ന അദ്ധ്യാപകരെ, പ്രത്യേകം കണ്ടെത്തിയിട്ട് ചോദ്യം ചെയ്ത ആ അമ്മയെ എല്ലാവർക്കും കുറച്ചൊക്കെ പേടിയാണ്. എനിക്കും,,

ഭക്ഷണം കഴിച്ച് പുറത്തിറങ്ങുമ്പോൾ എന്റെ വിദ്യാർത്ഥിസംഘം വന്നു. ആൺകുട്ടികളും പെൺകുട്ടികളും ചേർന്ന ഈ ഗ്രൂപ്പാണ് ക്ലാസ്സിലെ കാര്യങ്ങൾ അദ്ധ്യാപകരെ അറിയിച്ച് പരിഹാരം കാണുന്നത്. ലാസ്റ്റ് പിരീഡ് നടന്ന കാര്യങ്ങൾ കേട്ടശേഷം കൂടെയുള്ള ക്ലാസ്ലീഡറോട് ഓട്ടോറിക്ഷ വിളിച്ച് ക്ലാസ്സിന്റെ സമീപത്ത് വരാനായി പറഞ്ഞു.

ഓട്ടോ വരുന്നത് കണ്ടപ്പോൾ നേരെ ക്ലാസ്സിലേക്ക് പോയി നിരാഹാരസമരം നടത്തി ഡസ്ക്കിൽ തലചായ്ച്ച് കിടക്കുന്നവളുടെ കൈ പിടിച്ച് വെളിയിലേക്ക് നടത്തി ഓട്ടോയിൽ ഇരുത്തിയശേഷം ഞാനും അടുത്തിരുന്ന് വീട്ടിലേക്കുള്ള വഴി പറഞ്ഞു കൊടുക്കാൻ പറഞ്ഞു. പതിനഞ്ച് മിനുട്ട് യാത്രക്കുശേഷം അവളുടെ വീട്ടിലെത്തി.

കൊച്ചു വീട്, അതുവരെ ഒരക്ഷരവും മിണ്ടാതെ മുഖം വീർപ്പിച്ചിരിക്കുന്നവൾ വീടിന്റെ മുന്നിലെത്തിയപ്പോൾ പറഞ്ഞു:

'ടീച്ചറേ വീട്ടിലാരും ഇല്ല, അമ്മ പണിക്ക് പോയിരിക്കയാ.'

'വാതിൽ തുറക്കാമോ? പോയി ബ്ലൌസ് മാറ്റിയിട്ട് വാ, ഞാൻ ഓട്ടോ

യിൽ ഇരിക്കാം.'

'വീട്ടിന്റെ താക്കോൽ മാമന്റെ വീട്ടിലാണ്, ഇവിടെ അടുത്തു തന്നെയാ, അവിടെ പോയി താക്കോൽ വാങ്ങിയിട്ട് തുറക്കാം.'

ഓട്ടോയിൽനിന്നും ഇറങ്ങിയവൾ അടുത്ത വീട്ടിൽ പോയി.

അത്രയും സമയം മിണ്ടാതിരുന്ന പൂർവ്വശിഷ്യനായ ഡ്രൈവർ ചോദിച്ചു.

'ടീച്ചറെ എന്താണ് സംഭവം?'

സംഭവം വിവരിക്കുമ്പോൾ ഗ്രാമീണരായ അഞ്ചാറുപേർ സമീപം വന്നു. പ്രശ്നം ഗുരുതരമല്ലെന്ന് അറിഞ്ഞപ്പോൾ അയൽക്കാർ സ്ഥലം വിട്ടു. പോകുമ്പോൾ എനിക്കൊരു ഉപദേശവും തന്നു.

'ടീച്ചറേ പെൺകുട്ടികളെ സ്കൂളിൽനിന്നും നേരത്തെ വീട്ടിലേക്കു വിട്ടേക്കരുത്. ഇതുപോലുള്ള കുട്ടികളുടെ വീട്ടിൽ അസമയത്ത് വന്നാൽ കുട്ടി തനിച്ചാവും. പിന്നേ.'

ബാക്കി അവർ പൂരിപ്പിച്ചില്ല.

വീട് തുറന്ന് അകത്തേക്ക് പോയവൾ യൂനിഫോം ആയ പഴയൊരു വെള്ള ബ്ലൌസ് ധരിച്ച് പുറത്തുവന്നു. താക്കോൽ മാമന്റെ വീട്ടിൽ ഏല്പിച്ചശേഷം ചിരിച്ചുകൊണ്ട് ഓട്ടോയിൽ കയറിയിരുന്നു. അതുവരെ മുഖം വീർപ്പിച്ചവൾ തിരികെയുള്ള യാത്രയിൽ വാചാലയായി. അവളുടെ വെളുത്ത പൂച്ചക്കുഞ്ഞിനെക്കുറിച്ചും പൂന്തോട്ടത്തിലെ റോസാച്ചെടിയെ കുറിച്ചും നിർത്താതെ സംസാരിച്ചു. സ്ക്കൂളിൽനിന്നും വീട്ടിൽ പോയി തിരിച്ചെത്തുന്നതു വരെ ആ കുട്ടിയുടെ കൈ ഞാൻ പിടിച്ചിരുന്നു. ഇത്തരം സ്പർശനം, ഒരു സാന്ത്വനം എല്ലാ കുട്ടികളും കൊതിക്കുന്നതാണ്.

ബ്ലൗസ് കീറിയതിനെ കുറിച്ചോ ക്ലാസ്സിൽവെച്ച് ഉണ്ടായ സംഭവങ്ങളെക്കുറിച്ചോ ഞാനവളോട് ചോദിച്ചില്ല. തിരിച്ചുള്ള യാത്രയിൽ ചെറിയൊരു കീറലിന് എത്രമാത്രം വലുതാവാൻ കഴിയുമെന്ന് ഒരു നിമിഷം ഞാനൊന്ന് ചിന്തിച്ചുപോയി.

'കുട്ടി വീട്ടിലെത്തുന്നു... അമ്മ കീറിയ ബ്ലൗസ് അയൽവാസികളെ കാണിക്കുന്നു. എല്ലാവരും ചേർന്ന് മുറിവ് വലുതാക്കുന്നു.

പ്രശ്നം പള്ളിയിലോ, അമ്പലത്തിലോ, പാർട്ടിയാപ്പീസിലോ വെച്ച് ചർച്ച ചെയ്യപ്പെടുന്നു.

ഒരു കൂട്ടം രക്ഷിതാക്കൾ സ്ക്കൂളിൽ വന്ന് ചോദ്യം ചെയ്യുന്നു.

കേസ്സ്, പത്രവാർത്ത.

എന്നാൽ ഇവിടെ എല്ലാം ശാന്തം.

ആ കുട്ടി ഭക്ഷണം കഴിഞ്ഞ് ക്ലാസ്സിലിരുന്ന് പഠിക്കുന്നു...

നാടകത്തിനിടയിലെ പ്രേമലേഖനം

പ്രേമലേഖനം...

കേൾക്കുമ്പോൾ ഒരു രോമാഞ്ചം, പക്ഷേ?

ഒരുകാലത്ത് അനുഭവിച്ച രോമാഞ്ചത്തിന്റെ ശക്തി ഇന്നത്തെ കാലത്ത് കുറഞ്ഞ് ഇല്ലാതായിരിക്കുന്നു.

സംഭവം നടക്കുന്ന കാലത്ത് കടലാസിൽ എഴുതിയിട്ട് അന്യോന്യം കൈമാറുന്ന പ്രേമലേഖനങ്ങൾക്ക് വംശനാശം സംഭവിക്കുമെന്ന് ഒരിക്കലും ചിന്തിച്ചിരുന്നില്ല.

പ്രേമിക്കുന്നവരുടെ ആത്മാവിൽ നിന്നും ഉയരുന്ന പ്രേമലേഖനങ്ങളുടെ അവസാനകാലം തട്ടിൻപുറത്ത് കഴിച്ച് കൂട്ടിയതിന്റെ ഒടുവിൽ ശിവകാശിയിലെ പടക്കകടകളിൽ വെച്ചായിരുന്നു അന്ത്യം.

മനസ്സുകളെ ഒന്നിക്കുന്ന, ഹൃദയങ്ങളെ ഒന്നിക്കുന്ന, തീവ്രാനുരാഗം തുളുമ്പുന്ന, പ്രേമലേഖനങ്ങൾ കഥകളിൽ മാത്രമായി ഒതുങ്ങി പതുക്കെ അപ്രത്യക്ഷമാവുകയാണ്. കാമുകീകാമുകന്മാരുടെ അനുരാഗം അറിയിക്കാനായി വളരെ രഹസ്യമായി എഴുതിയ കത്തുകൾ,, അവയെപറ്റിയാണ് ഞാനിവിടെ പറയുന്നത്. കൂട്ടത്തിൽ ഒരു നാടകം മാറ്റി എഴുതിയ കഥയും.

ടെലിഫോൺ, കമ്പ്യൂട്ടർ, മൊബൈൽ, ഇന്റർനെറ്റ്, എസ്.എം.എസ്, ഇ.മെയിൽ, ഓർക്കുട്ട്, ഫെയ്സ്ബുക്ക്, ചാറ്റിംഗ്, വാട്ട്സപ്, ഓഡിയോ, വീഡിയോ ആദിയായവ ജനിക്കുന്നതിനു മുൻപ് എഴുതിയുണ്ടാക്കി കൈമാറുന്ന കത്തുകൾ മാത്രമായിരുന്നു അനുരാഗ സന്ദേശവാഹകർ. അതിനു മുൻപ് 'മേഘവും മയൂരവും പ്രാവും' സന്ദേശ വാഹകരായിരുന്നു.

പ്രേമം ഒരു പീഡനമായി മാറാതിരിക്കാൻ ഈ പ്രേമലേഖനങ്ങൾ ഒരുപരിധി വരെ സഹായിച്ചിരുന്നു. കത്തുകൾ മുതിർന്നവരുടെ കൈകളിൽ എത്തിച്ചേരുമ്പോൾ പിന്നെ ഊരുവിലക്കായി, നിരീക്ഷണമായി, അടച്ചുപൂട്ടലായി, അടിയായി. അതോടെ വെറുതെ ഒരു തമാശക്കുള്ള പ്രേമവും, കച്ചവടപ്രേമവും (പ്രേമം നടിച്ച് ഒളിച്ചോടിയിട്ട് പെണ്ണിനെ വിൽക്കുന്ന പീഡനപ്രേമം) അവസാനിക്കും. ആസിഡും പെട്രോളും

തീയും വെടിയും വെട്ടും കുത്തും പെണ്ണിന്റെ ദേഹത്ത് പ്രയോഗിക്കാനുള്ള ചാൻസ് കുറഞ്ഞുകിട്ടുകയും ചെയ്യും.

അപക്വ മനസ്സുകളുടെ ഉടമകളായ ഹൈസ്ക്കൂൾ വിദ്യാർത്ഥിനീ വിദ്യാർത്ഥികൾക്ക് ലഭിക്കുന്ന കത്തുകളിൽ പലതും അപകടസൂചന കാണാൻ കഴിയാറുണ്ട്. ഇത് ഞാൻ പറയുന്നത് മാത്രമാണ്,, ഒരിക്കൽ പത്താം ക്ലാസ്സിലെ ഒരു പെൺകുട്ടിക്ക് ലഭിച്ച കത്തിന്റെ അവസാന ഭാഗം 'എല്ലാവരും ഉറങ്ങിയാൽ പിന്നിലെ വാതിൽ തുറന്ന് വീട്ടിനടുത്തുള്ള പുളിമരച്ചോട്ടിൽ വരണം. ഞാൻ കാത്തിരിക്കും', എഴുതിയത് രണ്ട് കുട്ടികളുടെ പിതാവായ ഓട്ടോ ഡ്രൈവറാണ്. ഇങ്ങനെയുള്ള പ്രേമലേഖനങ്ങൾ പലതും അദ്ധ്യാപകരുടെ കൈകളിൽ എത്തിച്ചേരാറുണ്ട്.

ദിവസങ്ങളോളം റിഹേർസൽ നടത്തിയിട്ട് സ്റ്റേജിൽ കയറാൻ തയ്യാറായ ഒരു നാടകത്തിന് മാറ്റം വരുത്തിയ പ്രേമലേഖനത്തിന്റെ ചരിത്രമാണ് ഇവിടെ ഞാൻ പറയുന്നത്. കലാസാംസ്ക്കാരികമായി കണ്ണൂർ ജില്ലയിൽ ഉയർന്ന നിലവാരം പുലർത്തുന്ന മികച്ച സ്ക്കൂളിൽ പഠിപ്പിക്കുന്ന കാലം. യുവജനോത്സവത്തിൻ ട്രോഫികൾ വാരിക്കൂട്ടുന്ന ഹൈസ്ക്കൂൾ വിദ്യാർത്ഥികളുടെ എല്ലാ നേട്ടങ്ങളുടെയും പിന്നിൽ അദ്ധ്യാപകരുടെ പങ്കുണ്ടാവും. നാടകമാണെങ്കിൽ കഥ, തിരക്കഥ, സംഭാഷണം, അഭിനയം എന്നിവ ഉപതൊഴിലാക്കിയ അദ്ധ്യാപകർ സ്ക്കൂളിൽതന്നെ ഉള്ളതിനാൽ ജില്ലാതലത്തിൽ ഒന്നാം സ്ഥാനം ഉറപ്പാണ്.

അങ്ങിനെയുള്ളൊരു കാലത്ത്

യുവജനോത്സവവും രണ്ടാം പാദവാർഷിക പരീക്ഷയും ഒന്നിച്ചായതിനാൽ വൈകുന്നേരമാണ് നാടകപരിശീലനം. ഒരു ദിവസം പരീക്ഷ കഴിഞ്ഞു പോകുന്ന പെൺകുട്ടികൾ എന്റെ കൈയിലൊരു നോട്ട്ബുക്ക് തന്നിട്ട് പറഞ്ഞു, 'ക്ലാസ്സിൽവെച്ച് കളഞ്ഞു കിട്ടിയതാണ്, പേര് എഴുതാത്തതുകൊണ്ട് ആരുടേതാണെന്നറിയില്ല ടീച്ചർ' ബുക്കിന്റെ അകവും പുറവും പരിശോധിച്ചപ്പോൾ പോസ്റ്റ് ചെയ്യാനായി അഡ്രസ്സ് എഴുതി ഒട്ടിച്ച നീല നിറമുള്ള, ഇൻലന്റ് രൂപത്തിലുള്ള ഒരു കത്ത് വെളിയിൽ ചാടി. From, To ഇവ വളരെ വ്യക്തമായി എഴുതിയിട്ടുണ്ട്. രണ്ടും ആൺകുട്ടികളുടെ പേര്, രണ്ടും ഒരേ പോസ്റ്റൽ ഏരിയയിൽ... പ്രേഷകൻ ഹിന്ദു, സ്വീകർത്താവ് മുസ്ലീം. പ്രശ്നം അതൊന്നുമല്ല,

ഇതെങ്ങനെ പെൺകുട്ടികളുടെ ക്ലാസ്സിൽ വന്നു?

ഇൻലന്റ് പൊളിക്കാതെ ഓട്ടവീക്ഷണം നടത്തിയപ്പോൾ ഉള്ളിൽനിറയേ എണ്ണിയാൽതീരാത്ത ചുടുചുംബനങ്ങൾ. പിന്നെ വൈകിയില്ല, കത്ത് പൊളിച്ചപ്പോൾ ആളെ പിടികിട്ടി. ആ പ്രേമലേഖനത്തിന്റെ കർത്താ

വ്, കർത്താവിന്റെ ആൾ തന്നെ; പത്താം ക്ലാസ്സിലെ കൃസ്ത്യാനി പെൺ കുട്ടി. പൂർണ്ണമായ മതസൗഹാർദ്ദം.

മൂന്ന് പേജുകൾ നിറയേ വളരേ ചെറിയ അക്ഷരങ്ങളിലുള്ള ആദ്യ വരി വായിച്ചു. 'പ്രീയപ്പെട്ട കാമുകൻ വായിച്ച് അറിയാൻ പ്രിയ കാമുകി എഴുതുന്നത്' കുഴപ്പമില്ല സാധാരണ പ്രേമം തലയിൽ കയറിയാലുള്ള അവസ്ഥ. അടുത്ത വരി,

'ഞാൻ മെൻസസ് ആയി'...

അതോടെ ഞാൻ വായന നിർത്തി!!!.

പണ്ടുകാലത്ത് ആദ്യമായി ഒരു പെൺകുട്ടി മെൻസസ് ആയാൽ വയസ്സറിയിക്കുക എന്ന് പറയും. ആ നേരത്ത് ബന്ധുക്കളെയും നാട്ടുകാരെയും അറിയിച്ച് വീട്ടിൽ ആഘോഷം നടത്താറുണ്ട്. ഇത് അങ്ങനെയുള്ളതാവാൻ തരമില്ല,, അപ്പോൾ, ബാക്കി കൂടി വായിച്ചപ്പോൾ സംഗതി പിടികിട്ടി. സ്പെഷ്യൽ ക്ലാസ്സ് എന്ന് വീട്ടിൽ പറഞ്ഞ് സ്പെഷ്യലായി ആഴ്ചയിൽ ഓരോ ഉല്ലാസയാത്ര നടത്തിയ കാര്യം ആരും അറിഞ്ഞിട്ടില്ലെന്ന് പ്രത്യേകം എഴുതിയിട്ടുണ്ട്. പിന്നെ അവസാനം ഒരു അറിയിപ്പ്, 'സ്ക്കൂളിലെ നാടകത്തിൽ നായിക ഞാനാണ്. രാത്രിയിൽ നാടകം കഴിഞ്ഞതിനുശേഷം നമുക്ക് നാട്ടിൽനിന്നും ഒളിച്ചോടാം'. ഇത് നാടകത്തിലെ നായിക തന്നെ രചനയും സംവിധാനവും നിർവഹിച്ചതാണ്. നാടകാന്തം ഒളിച്ചോട്ടവും ഉണ്ടായിരിക്കും.

കാര്യങ്ങളൊക്കെ ഹെഡ്മാസ്റ്റർ അറിഞ്ഞപ്പോൾ പെൺകുട്ടിയെ വിളിച്ച് രക്ഷിതാവിനെ വരുത്തി ബോധവൽക്കരിക്കാൻ തീരുമാനിച്ചു. നാടകത്തിലെ നായികയെ മാറ്റണമെന്ന് അദ്ധ്യാപകരെല്ലാം പറഞ്ഞു. ഹെഡ്മാസ്റ്റർക്ക് ഒരൊറ്റ അഭിപ്രായം മാത്രം,

'ഇനി പെൺകുട്ടികൾ ഇല്ലാത്ത നാടകം മതി'

അങ്ങിനെ പുതിയ നാടകം എഴുതി, സംവിധാനം ചെയ്തു. ആൺകുട്ടികൾ മാത്രമുള്ള നാടകം..

തിരക്കിട്ട പരിശീലനം.

പെട്ടെന്ന് തട്ടികൂട്ടിയ നാടകമാണെങ്കിലും ഒന്നാം സ്ഥാനം ഞങ്ങളുടെ വിദ്യാലയത്തിന് തന്നെ ലഭിച്ചു. പെൺകുട്ടിയുടെ കാര്യമോ?

അവൾ നാടകാഭിനയം നിർത്തി, ഒന്നും സംഭവിക്കാത്ത മട്ടിൽ മറ്റു കുട്ടികളോടൊപ്പം പഠിച്ച് എസ്.എസ്.എൽ.സി. പരീക്ഷ പാസായി.

കൗമാരചാപല്യം

'പ്രേമിക്കുന്നത് തെറ്റാണോ ടീച്ചർ?'

'അല്ലല്ലോ...'

പെട്ടെന്നുള്ള എന്റെ മറുപടി പത്താം ക്ലാസ്സുകാരനായ ആ കുട്ടിക്ക് ആശ്വാസം പകർന്നു, അല്പംകൂടി അടുത്തുവന്ന് എന്നോടവൻ ചോദിച്ചു.

'അപ്പോൾ അവളെ ഞാൻ സ്നേഹിക്കുന്നതിന്,,, ടീച്ചർ എന്തിനാണ് എതിർക്കുന്നത്?'

പെട്ടെന്നുള്ള മറുപടി എനിക്കുതന്നെ വിനയായി മാറിയിരിക്കുന്നു. ശ്രദ്ധിച്ച് കൈകാര്യം ചെയ്തില്ലെങ്കിൽ ഇവനെന്നെ കുടുക്കും; പ്രേമിക്കാൻ അനുവാദം കൊടുത്തത് ഞാനാണെന്ന് അവൻ പറയും.

അല്പനേരം ചിന്തിച്ച് ഞാൻ മറുപടി പറഞ്ഞു,

'നീയിപ്പോൾ പത്താം തരത്തിൽ പഠിക്കുകയാണ്, പഠനമാണ് പ്രധാനലക്ഷ്യം. അതിനിടയിൽ മറ്റുകാര്യങ്ങളൊന്നും ശ്രദ്ധിക്കാൻ പാടില്ല.'

'ടീച്ചർ, ഞാൻ നന്നായി പഠിക്കുന്നുണ്ടല്ലോ, എന്റെ ഡിവിഷനിൽ ഞാനല്ലേ ഫസ്റ്റ്.'

എന്റെ വിദ്യാലയത്തിൽ പത്താം തരം മൂന്ന് ഡിവിഷനാണുള്ളത്, അതിൽ ഡിവിഷൻ 'B'യിൽ നന്നായി പഠിക്കുന്ന അവൻ ഒന്നാമതാണെന്നും എനിക്കറിയാം. എന്നാലും ഇവന്റെയൊരു മുടിഞ്ഞ വൺവേപ്രേമം കൊണ്ട് ഞാൻ ക്ലാസ് ടീച്ചറായ A ക്ലാസ്സിലുള്ള പെൺകുട്ടിക്കാണ് പ്രശ്നം. ഇത്തരം പ്രശ്നങ്ങൾ പെൺകുട്ടികളുടെ വീട്ടുകാർ അറിഞ്ഞാൽ മുൻകാലങ്ങളിൽ പലപ്പോഴും സംഭവിക്കുന്നത് ടി.സി. വാങ്ങി മറ്റേതെങ്കിലും സ്ക്കൂളിലേക്ക് അവളെ മാറ്റി ചേർക്കുകയാവും. അങ്ങനെ സംഭവിക്കുന്നത് അവളുടെ ക്ലാസ്സ്ടീച്ചറായ എനിക്ക് അംഗീകരിക്കാനാവില്ല.

അവനെ ഒന്നുകൂടി ഉപദേശിച്ചു.

'ഈ പ്രേമമൊക്കെ മാറ്റിവെച്ച് നന്നായി പഠിക്കേണ്ട സമയമാണ്, നീ കാരണം ആ പെൺകുട്ടിയുടെ പഠനത്തിന് തടസ്സം ഉണ്ടാവരുത്, പോയി ക്ലാസ്സിലിരിക്ക്.'

മനസ്സില്ലാമനസ്സോടെ അവൻ ക്ലാസ്സിലേക്ക് പോയപ്പോൾ ഞാൻ സയൻസ് ലാബിലേക്ക് പോയി. ഏതാനും ദിവസങ്ങളായി ഈ പയ്യനെ ഞാൻ പഠിപ്പിക്കുന്നതിനു പകരം അവനെന്നെ പഠിപ്പിക്കുകയാണ്, അവന്റെ ഒരു ദിവ്യപ്രേമം!!!

നമ്മുടെ സംഭവത്തിലെ അവന് 'രാഹുൽ' എന്ന് പേരിടുന്നു, അവളെ 'ഷിനി' എന്നും വിളിക്കാം. ഷിനി ഹൈസ്ക്കൂളിലെ എട്ടാം തരത്തിൽ ചേർന്നപ്പോൾ എനിക്ക് അതിയായ സന്തോഷം തോന്നിയിരുന്നു. ഇപ്പോൾ അവൾ ഒൻപത് കഴിഞ്ഞ് പത്തിൽ എത്തിയത് എനിക്ക് ക്ലാസ്ചാർജ്ജുള്ള 'പത്താം തരം A' യിൽ. അവളെ എന്റെ ക്ലാസ്സിലാക്കി എന്ന് പറയുന്നതാണ് ശരി. വർഷങ്ങളായി ഹൈസ്ക്കൂളിൽ ആകെ മുന്നൂറിൽ താഴെയുള്ള വിദ്യാർത്ഥികൾ ഏത് ഡിവിഷനിൽ ഇരിക്കണം എന്ന് തീരുമാനിക്കുന്നത് ഞാനൊരാൾ മാത്രമാണ്. അതിന്റെ പേരിൽ മറ്റുള്ളവർ പ്രശ്നങ്ങൾ ഉണ്ടാക്കാൻ വരാറുണ്ടെങ്കിലും അവരാരുംതന്നെ പ്രയാസമുള്ള ആ ചാർജ്ജ് ഏറ്റെടുക്കാൻ തയ്യാറല്ല.

അവൾ മാത്രമല്ല, എല്ലാവരും എന്റെ പ്രിയപ്പെട്ട ശിഷ്യരാണ്. എന്നാൽ ചിലർ അമിതമായി അടുപ്പം കാണിച്ച് കൂടുതൽ സ്നേഹം തട്ടിയെടുക്കും. സ്ക്കൂളിനു വെളിയിൽ കടന്നാൽ (മേളകൾ, പഠനയാത്രകൾ) മിക്കവാറും പെൺകുട്ടികൾ സുഹൃത്തുക്കളായി മാറിയിട്ട് ചുമലിൽ കൈവെക്കുകയും കൈ പിടിച്ച് നടക്കുകയും ചെയ്യും.

ഈ പെൺകുട്ടി എന്റെ വിദ്യാലയത്തിലെ എട്ടാം തരത്തിൽ ചേരാൻ കാരണം ഉണ്ട്. രണ്ടുവർഷം മുൻപ് ഞാനടക്കം മൂന്ന് അദ്ധ്യാപികമാർ എസ്.എസ്.എൽ.സി. വിദ്യാർത്ഥികളുടെ സ്റ്റഡീലീവ് സമയത്ത് അവരുടെ പഠന നിലവാരം അറിയാനായി സ്ക്കൂളിന് സമീപത്തെ ഗ്രാമീണ ഇടവഴികളിലൂടെ നടക്കുമ്പോൾ പുതിയതായി താമസം ആരംഭിച്ച ഒരു വീട്ടിലെ വീട്ടമ്മയുമായി പരിചയപ്പെട്ടു. ആ പരിചയത്തിന്റെ തുടർച്ചയിൽ ഇളയമകളെ ഹൈസ്ക്കൂളിലെ എട്ടാം തരത്തിൽ ചേർത്തപ്പോൾ അവളുടെ രക്ഷിതാക്കളുമായുള്ള പരിചയം തുടരുന്നുണ്ട്. ക്ലാസ്സിൽ ഒന്നാം സ്ഥാനമല്ലെങ്കിലും വളരെ നന്നായി പഠിക്കുന്ന ചുരുളമുടിക്കാരിയായ സുന്ദരി പെൺകുട്ടിയാണവൾ. വിദ്യാർത്ഥികൾ മാത്രമല്ല, അദ്ധ്യാപകരും അവളുടെ സുഹൃത്തുക്കളാണ്. കാര്യങ്ങൾ ചോദ്യം ചെയ്യാനും തന്റേടത്തോടെ സംസാരിക്കാനും കഴിയുന്ന ഷിനിയുടെ പിന്നാലെയാണ് നമ്മുടെ പയ്യൻ രാഹുൽ നടക്കുന്നത്.

രാഹുൽ പ്രേമവുമായി നടക്കുന്നുണ്ടെന്ന് ആദ്യമായി അറിഞ്ഞത് നമ്മുടെ മലയാളം അദ്ധ്യാപിക ആയിരുന്നു. കുട്ടികളുടെ നിശ്വാസവായു

വിൽ നിന്ന് അവരുടെ ആത്മാവിനെ തിരിച്ചറിയാൻ കഴിവുള്ള ആളാണ് മക്കളില്ലാത്ത കോട്ടയക്കാരിയായ ടീച്ചർ. അവർ ഒരു ദിവസം എന്നോട് പറഞ്ഞു,

'ടീച്ചറുടെ ക്ലാസ്സിലെ ഷിനിയുടെ പിന്നാലെ അടുത്തക്ലാസ്സിലെ പയ്യൻ രാഹുൽ നടക്കുന്നുണ്ട്. അതുകാരണം അവൾ ട്യൂഷൻ ക്ലാസ്സിൽ പോകുന്നത് നിർത്തലാക്കി.'

'ട്യൂഷൻ ക്ലാസ്സിൽ പോകാറില്ലെന്ന് ഞാനും അറിഞ്ഞു, അത് സ്ക്കൂളിൽ അതിരാവിലെ സ്പെഷ്യൽക്ലാസ്സ് ഉള്ളതുകൊണ്ടാണെന്ന് എന്നോട് പറഞ്ഞു.'

'അതുപിന്നെ ഇത്തരം കാര്യങ്ങൾ കുട്ടികൾ അദ്ധ്യാപകരോട് പറയാൻ മടിക്കും.'

മറ്റുള്ള അദ്ധ്യാപകരോട് പറയാൻ മടിക്കുന്ന കാര്യങ്ങൾപോലും മലയാളം ടീച്ചറോട് പറയുന്നത് അവർ സ്വന്തമാണെന്ന് കുട്ടികൾ അറിഞ്ഞതുകൊണ്ടുള്ള മാനസിക ബന്ധം കാരണമാണ്.

കാര്യങ്ങൾ മനസ്സിലാക്കിയിട്ട് ക്ലാസ്സ്ടീച്ചറായ ഞാൻ പെൺകുട്ടിയെ അടുത്തുവിളിച്ച് പ്രശ്നങ്ങൾ തിരക്കി. ഏതാനും ദിവസങ്ങളായി തുടരുന്ന ശല്യത്തെക്കുറിച്ച് വിശദമയി അവൾ എന്നോട് പറഞ്ഞു:

'ടീച്ചറെ ട്യൂഷൻ സെന്ററിൽ നിന്ന് ക്ലാസ്സ് വിട്ടാൽ എല്ലാദിവസവും അവൻ എന്റെ പിന്നാലെതന്നെ ഉണ്ടാവും.

'അത് നീ അവനെ ശ്രദ്ധിക്കാതിരുന്നാൽ പോരെ?'

'അങ്ങനെയല്ല, അവൻ പിന്നാലെ നടന്ന് ഇടയ്ക്കിടെ എന്റെ പേര് വിളിക്കും. പിന്നെ മറ്റുകുട്ടികളോട് പറയും, 'എന്നെ ഇഷ്ടമാണെന്ന്'. ട്യൂഷൻക്ലാസ് കൊണ്ട് വലിയ മെച്ചം ഇല്ലാത്തതുകൊണ്ട് ഞാൻ രാവിലെത്തെ ക്ലാസ്സ് നിർത്തി.'

'എന്നിട്ട് ഇപ്പോൾ പ്രശ്നമൊന്നും ഇല്ലല്ലോ?'

'അവന്റെ ഉപദ്രവം മുൻപുള്ളതിനേക്കാൾ ഇപ്പോഴും ഉണ്ട്. ഞാൻ ക്ലാസ്സിൽ നിന്ന് പുറത്ത് പോകുന്ന സമയം നോക്കി പിന്നാലെ നടക്കും, വീടിനു സമീപം വരെ അവനുണ്ടാവും.'

'നിന്റെ വീട്ടുകാരോട് ഇക്കാര്യം പറഞ്ഞിട്ടുണ്ടോ?.'

'വീട്ടുകാരോട് പറഞ്ഞാൽ പിന്നെ എന്നോട് സ്ക്കൂളിൽ പോകണ്ട എന്ന് പറഞ്ഞാലോ?'

'വീട്ടുകാരോട് പറയേണ്ട; സ്ക്കൂൾ കാര്യമായതിനാൽ ഇവിടെവെച്ച് തന്നെ പരിഹാരം ഉണ്ടാക്കാം.'

അന്നുതന്നെ രാഹുലിനെ വിളിച്ച് ഒരു പെൺകുട്ടിയുടെ പിന്നാലെ

നടന്ന് അവളെ ശല്യപ്പെടുത്തിയാൽ ഉണ്ടാകാനിടയുള്ള പ്രത്യാഘാത ത്തെ പറ്റി ഞാൻ പറഞ്ഞു. രണ്ടുപേരുടേയും വീട്ടുകാർ അറിഞ്ഞാലു ള്ള ഭവിഷ്യത്തുകൾ കൂടി പറഞ്ഞു,

'നന്നായി പഠിച്ച് പാസാവാനായി സ്ക്കൂളിൽ അയക്കുന്ന നിന്റെ അ ച്ഛനും അമ്മയും, നീ ഒരു പെൺകുട്ടിയുടെ പിന്നാലെ നടന്ന് സമയം ക ളയുകയാണെന്ന് അറിഞ്ഞാൽ എന്തായിരിക്കും സംഭവിക്കുന്നത്?'

എന്നാൽ അവന്റെ മറുപടി എന്നെ ശരിക്കും ആശ്ചര്യപ്പെടുത്തി.

'ഒരു പെൺകുട്ടിയെ ഞാൻ സ്നേഹിക്കുന്നുണ്ടെന്ന കാര്യം എന്റെ അമ്മയോട് പറഞ്ഞിരുന്നു.'

'എന്നിട്ട് അമ്മ എന്ത് പറഞ്ഞു?'

അമ്മ പറഞ്ഞു 'നീ പഠിച്ച് വലിയ ആളായാൽ അവളെ കല്ല്യാണം കഴിച്ചോ' എന്ന്.

അപ്പോൾ അമ്മയുടെ വാക്കിന്റെ ഉറപ്പിലാണ് പയ്യന്റെ പ്രേമം അര ങ്ങേറുന്നത്, പിന്നീട് പ്രശ്നം വന്നാൽ ഇതേ രക്ഷിതാവ് അദ്ധ്യാപകരെ ആയിരിക്കും കുറ്റം പറയുന്നത്.

'നീ പഠിച്ച് വലിയ ആളായി ജോലിയൊക്ക ആവുമ്പോഴേക്കും അവ ളുടെ വിവാഹം കഴിഞ്ഞാലോ?'

'അതിനല്ലേ ടീച്ചറെ ഞാനവളെ പ്രേമിച്ച് പിന്നാലെ നടക്കുന്നത്. അ വൾക്കും എന്നോട് പ്രേമം തോന്നിയാൽ പിന്നെ എന്നെയല്ലാതെ മറ്റാ രെയും അവൾ കല്ല്യാണം കഴിക്കില്ലല്ലോ.'

ഈ കുട്ടി ഏതോ സീരിയലിൽ കണ്ടത് അനുകരിക്കുകയാണോ? കാര്യങ്ങൾ കുഴഞ്ഞുമറിയുന്നതായി എനിക്ക് തോന്നി; അവനിപ്പോൾ എന്നെയാണ് ബോധവൽക്കരിക്കുന്നത്.

'ഇക്കാര്യത്തിൽ ടീച്ചർ എതിർക്കുന്നത് ഷിനി ടീച്ചറുടെ ക്ലാസ്സിലെ കുട്ടി ആയതുകൊണ്ടല്ലെ? വേറെ ഏതെങ്കിലും ക്ലാസ്സിലായിരുന്നെങ്കിൽ ടീച്ചർ ഒന്നും പറയില്ലല്ലോ.'

ഇപ്പോൾ കുറ്റം എനിക്കായി മാറിയിരിക്കയാണ്,, അവളുടെ ക്ലാസ്ടീ ച്ചർ ആയതുകാരണം ഞാൻ വിശുദ്ധപ്രേമത്തിൽ നിന്നും അവനെ പി ന്തിരിപ്പിക്കുകയാണെന്ന്.

ഇതങ്ങനെ വിട്ടാൽ പറ്റില്ലല്ലോ.

'ഇത് സ്ക്കൂളിലെ കാര്യമാണ്, ഒരു പെൺകുട്ടി പരാതിപറഞ്ഞാൽ ഇവിടെയുള്ള ഏത് കുട്ടിയായാലും അത് അന്വേഷിച്ച് പരിഹാരം ക ണ്ടെത്തും. അത് എന്റെ ക്ലാസ്സെന്നോ മറ്റുള്ളവരുടെ ക്ലാസ്സെന്നോ നോ ക്കാറില്ല. നിന്റെ ഉപദ്രവം കാരണം അവൾ രാവിലെയുള്ള ട്യൂഷൻ ക്ലാ

സ്സ് ഒഴിവാക്കിയല്ലോ.'

'അതിലൊരു തെറ്റും ഇല്ലല്ലോ, ഞാനും ട്യൂഷൻ നിർത്തലാക്കി.'

'നീ അതിൽ തെറ്റൊന്നും കാണുന്നില്ലായിരിക്കാം, എന്നാൽ ആ കുട്ടിക്ക് നിന്നിൽനിന്ന് ഉപദ്രവം നേരിടുന്നുണ്ടെന്ന് പറയുന്നു. ഇനിമുതൽ അവളോട് സംസാരിക്കുകയോ അവളുടെ പിന്നാലെ നടക്കുകയോ ചെയ്യരുത്.'

പൂർണ്ണമനസ്സോടെയല്ലെങ്കിലും രാഹുൽ സമ്മതിച്ചപ്പോൾ എനിക്ക് സന്തോഷം തോന്നി. കുട്ടികളുടെ തന്റേടവും നിരീക്ഷണപാഠവവും നമ്മൾ അദ്ധ്യാപകർ അംഗീകരിച്ചേ മതിയാവൂ. ഒരിക്കൽ എട്ടാം തരത്തിൽ പഠിക്കുമ്പോൾ ഉത്തരക്കടലാസ് കാണിച്ചിട്ട് അർഹതപ്പെട്ട മാർക്ക് ചോദിച്ചു വാങ്ങിയത് ഇതേ പയ്യനാണ്. മൂന്ന് മാർക്കിന്റെ ചോദ്യത്തിന്റെ ഉത്തരമെഴുതിയപ്പോൾ ഞാൻ കൊടുത്തത് ഒന്നര മാർക്ക് മാത്രം. ഉടനെ 'ഉത്തരക്കടലാസും തുറന്ന നോട്ട്ബുക്കുമായി' വന്നിട്ട് രാഹുൽ പറഞ്ഞു,

'ടീച്ചർ ഈ ചോദ്യത്തിന്റെ ഉത്തരം ടീച്ചർ പറഞ്ഞുതന്നത് അതേപടി ഉത്തരക്കടലാസിൽ ഞാൻ എഴുതിയിട്ടുണ്ട്. എന്നിട്ട് എനിക്ക് മൂന്ന് മാർക്കിനു പകരം തന്നത് ഒന്നരമാത്രം. ബാക്കി ഒന്നരകൂടി ചേർത്ത് തരണം.'

അല്പം ചമ്മലോടെയാണെങ്കിലും അർഹതപ്പെട്ട ഒന്നരകൂടി അവന്റെ ഉത്തരക്കടലാസിൽ ചേർത്തു. അങ്ങനെയുള്ള കുട്ടിയെ അംഗീകരിക്കേണ്ടതാണ്. എന്നാൽ തെറ്റായ നീക്കങ്ങൾ എതിർത്ത് ശരിയാക്കേണ്ട കടമയും അദ്ധ്യാപകർക്കുണ്ട്.

ഒരാഴ്ച കഴിഞ്ഞു, പ്രത്യേക പ്രശ്നമൊന്നും ഉണ്ടാവാത്തതിനാൽ ഷിനിക്ക് പരാതിയൊന്നും ഉണ്ടായില്ല. പഠനവും ക്ലാസ്സും നന്നായി മുന്നോട്ട് പോവുകയാണ്. എന്നാൽ ഒരു ദിവസം ഉച്ചക്ക് അവളൊരു പരാതിയുമായി എന്റെസമീപം വന്നു. ഇത്തവണ എഴുത്തുകളായാണ് അവന്റെ പ്രേമം കടന്നുവന്നത്. അവൾ ഇരിക്കുന്ന ബഞ്ചിലും മുന്നിലെ ഡസ്ക്കിലുമായി രണ്ടാളുടെയും പേരുകൾ ഹൃദയചിഹ്നം ചേർത്ത് എഴുതിയിരിക്കുന്നു. രണ്ട് ദിവസമായി പിന്നാലെയുള്ള നടത്തം തുടരുന്നെങ്കിലും ഒന്നും പറയാറില്ല എന്നുമാത്രം.

ഇതൊരു വല്ലാത്ത രോഗംതന്നെ, പ്രേമം തലക്ക് പിടിച്ചാൽ ആണിനായാലും പെണ്ണിനായാലും ഒരുപോലെ തന്നെ. ഇവിടെയുള്ള പ്രേമം വൺവേ ആയതിനാൽ പെൺകുട്ടി കൂടുതൽ പ്രായോഗികമായി ചിന്തിക്കുകയാണ്. അവൾ ചിന്തിക്കുന്നത് പഠിച്ച് നല്ലൊരു ഭാവി, നല്ലൊരു ജീവിതം, ഇതൊക്കെയാണ്. അതിനിടയിൽ ഇങ്ങനെയൊരുത്തന്റെ പ്രേമം

തന്റെ നല്ല ഭാവിക്ക് തടസ്സമാണെന്ന് അവൾ തിരിച്ചറിഞ്ഞിരിക്കുന്നു. ജാതി, മതം, വിശ്വാസം, രക്ഷിതാക്കൾ, സമൂഹം തുടങ്ങിയ എല്ലാറ്റിനെയുംകുറിച്ച് അവൾ ചിന്തിക്കുന്നു. പരിശുദ്ധപ്രേമത്തിനു വേണ്ടി ജീവിതം തൊലച്ചുകളയാൻ അവൾ തയ്യാറല്ല. ഇവൻ കാനനഛായയിൽ ആട്മേയ്ക്കാൻ പോവുമെന്നാണ് തോന്നുന്നത്; ഇവനുള്ള ചികിത്സ അടുത്ത ഘട്ടത്തിലേക്ക് കടക്കേണ്ടി വരും.

രാഹുലിനെ വിളിച്ച് വരുത്തി അവനെ ചോദ്യം ചെയ്തപ്പോൾ ചെയ്തതെല്ലാം അവനാണെന്ന് സമ്മതിച്ചു, കാരണം ഒന്നുമാത്രം,

'അവളെ എനിക്കിഷ്ടമായതുകൊണ്ട് പേരെഴുതിയത്, അല്ലതെ ഉപദ്രവിക്കുന്നില്ലല്ലോ.'

'ഇരിപ്പിടത്തിൽ പേരെഴുതിവെക്കുന്നത് ശരിയല്ല. ഈ സ്കൂളിൽ നീ മാത്രമാണല്ലോ ഇങ്ങനെയൊരു സ്വഭാവം കാണിക്കുന്നത്?'

'അതുപിന്നെ...'

'അതുപിന്നെ അങ്ങനെത്തന്നെ, ഇനി അവളിൽനിന്ന് എന്തെങ്കിലും കംപ്ലെയ്ന്റ് വന്നാൽ രക്ഷിതാവിനെ വിളിച്ചുവരുത്തിയിട്ട്, തന്നെ ഇവിടെ നിന്ന് പറഞ്ഞയക്കേണ്ടി വരും.'

'അതിന് ഞാൻ തെറ്റൊന്നും ചെയ്തില്ലല്ലോ?'

'നിന്നെ ഇഷ്ടപ്പെടാത്ത ആ പെൺകുട്ടിയുടെ ഒരു കാര്യത്തിലും ഇനി ശ്രദ്ധിക്കാൻ പാടില്ല, മര്യാദക്ക് പഠിക്കാൻ നോക്ക്...'

കൂടുതലൊന്നും പറയാതെ ഞാൻ സ്ഥലം വിട്ടു; അവനെ എനിക്ക് ഇഷ്ടമാണെങ്കിലും പ്രശ്നങ്ങൾ വരാതെ നോക്കേണ്ടത് ഒരു അദ്ധ്യാപികയുടെ കടമയാണല്ലോ.

രണ്ടുദിവസം കഴിഞ്ഞപ്പോൾ കമ്പ്യൂട്ടർ ലാബിലുള്ള സമയത്ത് എന്റെസമീപം വന്ന് ഷിനി പറഞ്ഞു,

'ടീച്ചർ പറഞ്ഞത് രാഹുൽ അനുസരിക്കുന്നില്ലല്ലോ, അവനിന്നും എന്റെ പിന്നാലെ നടന്ന് ഉച്ചത്തിൽ പേര് വിളിക്കുന്നു.'

എനിക്കാകെ വിഷമമായി; ഇങ്ങനെയുണ്ടോ ഒരു പയ്യൻ, ക്ലാസ്സിൽ നിന്ന് പുറത്തേക്ക് വിളിച്ച് രണ്ട് അടികൊടുത്താലോ? അയ്യോ അതെല്ലാം വെറുതെ, അടിക്കാൻ ന്യായമായ കാരണം വേണ്ടേ?

'ടീച്ചർ?'

'എന്താ ഷിനി?'

'ടീച്ചർക്ക് അവനെ നിയന്ത്രിക്കാൻ ആയില്ലല്ലോ, ഇനി ഞാനൊന്ന് നോക്കട്ടെ.'

'എന്ത്?'

'അവൻ എന്നെയല്ലേ ശല്യം ചെയ്യുന്നത്, അത് ഞാൻ തന്നെ ഒഴിവാക്കട്ടെ.'

'അതെങ്ങനെ?'

'അതൊന്നും ടീച്ചർ അറിയേണ്ട, ടീച്ചർ സമ്മതിച്ചാൽ മതി'

'ശരി അവന്റെ ഉപദ്രവം ഇല്ലാതാക്കാൻ എന്തും ചെയ്യാം.'

അവൾ ക്ലാസ്സിലേക്ക് പോയപ്പോൾ എന്റെ മനസ്സ് അസ്വസ്ഥമായി. ഒരു അദ്ധ്യാപിക ആയിട്ടും.

തൊട്ടടുത്ത തിങ്കളാഴ്ച ഒന്നാമത്തെ പിരീഡ്, 'പത്ത് A' ക്ലാസ്സിന്റെ വരാന്തയിൽ എന്നെ പ്രതീക്ഷിച്ച് ഷിനി ചിരിച്ചുകൊണ്ട് നിൽക്കുന്നുണ്ട്. സന്തോഷത്തോടെ അവൾ പറഞ്ഞു,

'ടീച്ചറേ ഇനി ഒരിക്കലും എന്നെ ശല്യം ചെയ്യാൻ അവൻ വരില്ല.'

'ങെ,, അതെങ്ങനെ?'

'അവനെ ഞാൻ ഭീഷണിപ്പെടുത്തി, ഇനി എന്നെ നോക്കുകപോലും ചെയ്യില്ല.'

'അവൻ പേടിക്കാൻമാത്രം നീ എന്താ പറഞ്ഞത്?'

'അത് ഞാൻ ടീച്ചറോട് പറയില്ല.'

ഞങ്ങൾ ക്ലാസ്സിനകത്തേക്ക് കടന്നു, അദ്ധ്യാപിക ഞാനും വിദ്യാർത്ഥി ഷിനിയും.

സംഭവിച്ചത് എന്താണെന്ന് ഞാൻ ചോദിച്ചില്ല, എന്നാൽ തുടർന്നുള്ള ദിവസങ്ങളിൽ രാഹുലിന്റെ പ്രേമം അപ്രത്യക്ഷമായി. പഠനത്തിൽ കൂടുതൽ ശ്രദ്ധിച്ച് നല്ല മാർക്ക് വാങ്ങി ഡിസ്റ്റിംങ്ഷനോടെ രണ്ടുപേരും പാസ്സായി.

എന്റെ അദ്ധ്യാപന ജീവിതത്തിൽ ഓർമ്മിക്കാവുന്ന കാര്യങ്ങളിൽ ഒന്ന് മാത്രമാണിത്.

ഭാവിജീവിതത്തിൽ രണ്ടുപേരും അവരുടേതായ വഴികളിൽ നീങ്ങിയെന്ന് അറിയാൻ കഴിയുന്നു. കൗമാരകാലത്ത് അവർ കാണിച്ച ചാപല്യംകൊണ്ട് പിന്നീട് പ്രശ്നങ്ങളൊന്നും ഉണ്ടായില്ല എന്നാണ് എനിക്ക് മനസ്സിലായത്.

മുകളിലൊരാളുണ്ട്

കഴിഞ്ഞ നൂറ്റാണ്ടിൽ തൊണ്ണൂറിന് തൊട്ടുമുന്നിലും പിന്നിലുമായി നമ്മുടെ സർക്കാർ നേരിട്ട് നിയമനം നടത്തിയിട്ട്, മാസപ്പടി നേരിട്ട് കൊടുക്കുന്ന സർക്കാറിന്റെ സ്വന്തം വിദ്യാലയങ്ങളിൽ വെളിയിലുള്ള സ്വകാര്യവിദ്യാലയങ്ങളിൽനിന്നും ചിലർ കടന്നുകയറാൻ തുടങ്ങി; അതാണ്.

പ്രൊട്ടക്ഷൻ.

കേരളത്തിലെ സ്വകാര്യ എയിഡഡ് സ്ക്കൂളിലെ അദ്ധ്യാപകർക്കും അനദ്ധ്യാപകർക്കും ശമ്പളം കൊടുക്കുന്നത് സർക്കാർ ആണെങ്കിലും മാനേജരാണ് അദ്ധ്യാപകരെ നിയമിക്കുന്നത്. അവർ പഠിപ്പിക്കുന്നു, ശമ്പളം വാങ്ങുന്നു. അങ്ങനെയിരിക്കെ അടുത്ത വർഷം മുതൽ സ്ക്കൂളിലുള്ള കുട്ടികളുടെ എണ്ണം കുറയുന്നു.

ഈ കുറവിന് പലതരം കാരണങ്ങൾ ഉണ്ട്.

'അദ്ധ്യാപക വിദ്യാർത്ഥി അനുപാതത്തിന്റെ പരിധി'ക്ക് പുറത്തുള്ള അദ്ധ്യാപകർ സ്ക്കൂളിൽ നിന്ന് ഔട്ടാവുന്നു.

ആ നേരത്താണ് അദ്ധ്യാപക ഐക്യം പ്രത്യക്ഷപ്പെടുന്നത്.

തൊഴിലില്ലാതെ പുറത്താവുന്ന അദ്ധ്യാപകൻ പട്ടിണികിടന്ന് ആത്മഹത്യ ചെയ്താലോ?

സർക്കാർ തന്നെ അതിനൊരു പരിഹാരം കണ്ടെത്തി. കുട്ടികളില്ലാതെ സ്ക്കൂളിൽനിന്ന് പുറത്തായവരെ സർക്കാറിന്റെ സ്വന്തം വിദ്യാലയങ്ങളിൽ ചേർക്കുക.

എവിടെ പഠിപ്പിച്ചാലെന്താ. ശമ്പളം കൊടുക്കുന്നത് സർക്കാർ തന്നെയാണല്ലോ.

ഇങ്ങനെ വെളിയിലാവരുടെ സ്വന്തം മക്കളെല്ലാം വലിയ ഫീസ് കൊടുത്ത് വലിയ ഇംഗ്ലീഷ് മീഡിയം സ്ക്കൂളിൽ പഠിക്കുന്നു... എന്നത്, അക്കാലത്തെ പരസ്യമായ രഹസ്യമായി ഇന്നും അവശേഷിക്കുന്നു.

അങ്ങനെയാണ് മദ്ധ്യകേരളത്തിൽനിന്നും അവർ വന്നത്.

ലീലാമ്മ ടീച്ചർ.

രണ്ട് മക്കളും വക്കീലായ ഭർത്താവും ഉള്ള മലയാളം ടീച്ചറാണവർ.

മാനേജരാൽ നിയമിക്കപ്പെട്ട സ്വന്തം നാട്ടിലെ വിദ്യാലയത്തിൽ കുട്ടികൾ കുറഞ്ഞപ്പോൾ തെറിച്ച് വെളിയിലായിട്ടാണ് (ത്രോൺഔട്ട്) അവർ വന്നത്. പ്രൊട്ടക്ശ്ശൻ തേടിയിട്ട് എത്തിയത് കണ്ണൂർ ജില്ലയിലെ സർക്കാർ വക ആൺപള്ളിക്കൂടത്തിൽ; അതായത് ഞാൻ ജീവശാസ്ത്രം പഠിപ്പിച്ചുകൊണ്ടിരിക്കുന്ന ബോയ്സ് ഹൈസ്ക്കൂളിൽ. അഞ്ച് മുതൽ പത്ത് വരെയുള്ള ക്ലാസ്സുകളിൽ തരികിടക്ക് പേരുകേട്ട, പറഞ്ഞാൽ തിരിയാത്ത ആൺപിള്ളേർ പഠിക്കുകയും അതോടൊപ്പം അദ്ധ്യാപകരെ പഠിപ്പിക്കുകയും ചെയ്യുന്ന നമ്മുടെ മഹാവിദ്യാലയത്തിൽ...

ലീലാമ്മ ടീച്ചർ ഒറ്റക്ക് സ്വന്തം നാട്ടിൽനിന്നും വണ്ടി (ട്രെയിൻ) കയറി തൊട്ടടുത്ത റെയിൽവേ സ്റ്റേഷനിൽ ഇറങ്ങി നേരെനടന്ന് സ്ക്കൂളിൽ എത്തി. ഹെഡ്മാസ്റ്ററെ കണ്ട്, ഹാജർപട്ടികയിൽ പേരെഴുതിച്ച് ഒപ്പു ചാർത്തി,, അതായത് സ്ക്കൂളിൽ ജോയിൻ ചെയ്തു.

വെളിയിൽ ഇറങ്ങിയപ്പോൾ;

അതാ വരുന്നു,

ഭരണകക്ഷി യൂണിയൻ നേതാവ്:

'ടീച്ചർ വലത്തോട്ട് വരണം, ഞങ്ങൾ അവിടെയാ ഇരിക്കുന്നത്; പ്രൊട്ടക്ഷൻ തരാം.'

ആ നിമിഷം, ഭരണകക്ഷിയെ ബ്ലോക്ക് ചെയ്ത് പ്രതിപക്ഷ നേതാവ് മുന്നിൽ:

'ടീച്ചർ ഇടത്തോട്ട് വരണം, ഞങ്ങൾ അവിടെയാ ഇരിക്കുന്നത്; പ്രൊട്ടക്ഷൻ തരാം.'

ഇടത്തും വലത്തും പോവാനാവാതെ നേതാക്കൾക്കിടയിൽ കുടുങ്ങിയ ടീച്ചർ നട്ടംതിരിഞ്ഞ് മേലോട്ട് നോക്കുന്നതിനിടയിൽ സഹപ്രവർത്തകരായ നേതാക്കൾ വാക്കുകൾ കൊണ്ട് പൊരിഞ്ഞ അടി തുടങ്ങി. ഒടുക്കം കൈയേറ്റത്തിൽ എത്തുന്നതിനിടയിൽ നേതാക്കന്മാർ ഒരു മഹാസത്യം തിരിച്ചറിഞ്ഞു,

ലീലാമ്മ ടീച്ചർ പ്രൊട്ടക്ഷനായി കണ്ണൂരിൽ വരുന്നതിന് ഒരാഴ്ച മുൻപ് അവരുടെ ഭർത്താവായ വക്കീൽ സ്ക്കൂളിലെ ഭരണ പ്രതിപക്ഷ നേതാക്കൾക്ക് എഴുത്തുകൾ അയച്ചിരുന്നു.

കാർബൺ കോപ്പി ആയ എഴുത്തുകളിൽ ഒരേ കാര്യം മാത്രം.

എനിക്ക് എത്രയും പ്രീയപ്പെട്ട എന്റെ ഭാര്യ ലീലാമ്മ 'പ്രൊട്ടക്ഷനായിട്ട്' താങ്കളുടെ വിദ്യാലയത്തിൽ ചേരാൻ വരുന്നുണ്ട്. അവൾക്ക് ആവശ്യമായ 'പ്രൊട്ടക്ഷൻ' കൊടുക്കുകയാണെങ്കിൽ താങ്കൾ നേതാവായ യൂണിയനിൽ അവൾ അംഗമായി ചേരുന്നതാണ്.

അതോടെ രണ്ട് യൂണിയനും ഒരു മനസ്സുമായി നടക്കുന്ന ഇരു നേതാക്കളും ഒന്നിച്ചുചേർന്ന് ലീലാമ്മയുടെ പ്രൊട്ടക്ഷൻ കാര്യത്തിൽ 'ഏബി' എന്നൊരക്ഷരം മിണ്ടിയില്ല.

രഹസ്യമായി കത്തെഴുതിയ സംഗതി നേതാക്കൾ അന്യോന്യം വിളിച്ചുപറഞ്ഞ് സ്ക്കൂളിൽ പാട്ടായതോടെ ലീലാമ്മയെ ആർക്കും വേണ്ടാതായി. അവർ തെക്കും വടക്കും നടന്ന് ഇഷ്ടമുള്ളിടത്ത് ഇടം കണ്ടെത്തി. പിന്നീടുള്ള ദിനങ്ങളിൽ എല്ലാവരും കൂട്ടമായി നടക്കുമ്പോൾ ലീലാമ്മ ഒറ്റക്ക് നടന്നു.

ഇന്റർവെൽ നേരത്ത് ചായകുടിക്കാൻ തൊട്ടടുത്ത കടയിലേക്ക് അദ്ധ്യാപികമാർ പോകുമ്പോൾ ലീലാമ്മയെ വിളിക്കും, അപ്പോൾ മറുപടി,

'ടീച്ചർക്ക് പോവാം, ഞാനിപ്പോൾ ചായ കുടിക്കത്തില്ല'

ഉച്ചക്ക് രജിസ്റ്ററിൽ ഒപ്പിടാനായി പോവാൻനേരത്ത് ലീലാമ്മ പറയും,

'നേരത്തേ ഞാൻ ഒപ്പ് ചാർത്തിക്കഴിഞ്ഞു'

സ്ക്കൂൾ വിട്ട് പോവാൻ നേരത്ത് കൂടെ പോവാമെന്ന് പറഞ്ഞ നാട്ടുകാരി രത്നജയോട് പറയും.

'ഞാൻ പിന്നീട് വന്നേക്കാം, കുട്ടി പോയ്ക്കോ.'

അങ്ങനെ ആരുടേയും പ്രൊട്ടക്ഷൻ ഇല്ലാതെ ലീലാമ്മ സ്വന്തം കാലിൽ നിൽക്കുകയും നടക്കുകയും ചെയ്ത് കാലം മുന്നോട്ട് പോയി.

സ്ക്കൂളിന്റെ തൊട്ടുമുന്നിൽ പടിഞ്ഞാറുഭാഗത്ത് നോക്കിയാൽ വാഹനങ്ങൾ ചീറിപ്പായുന്ന റോഡും കിഴക്കുഭാഗത്ത് നോക്കിയാൽ തീവണ്ടികൾ കൂകിപ്പായുന്ന റെയിൽപാളവും കാണാം. തെക്കും വടക്കുമായി നോക്കെത്താദൂരത്തോളം നെൽവയലും തെങ്ങിൻതോട്ടവും ഉണ്ട്. മഴക്കാലം വന്നെത്തിയാൽ നമ്മുടെ വിദ്യാലയത്തിന് മാത്രമായി ഒരു പ്രത്യേകതയുണ്ട്; ആ ദിവസങ്ങളിൽ സ്ക്കൂൾ കോമ്പൗണ്ടിലിറങ്ങി നടക്കാനാവില്ല. പരിസരത്തുകൂടി വെള്ളം ഒഴുകുന്നതിനാൽ ഒരു കെട്ടിടത്തിൽ നിന്ന് അടുത്തതിലേക്ക്, മരംകൊണ്ട് താൽക്കാലികമായി നിർമ്മിച്ച പാലം കടന്നുപോകുന്നതാണ് എളുപ്പവഴി.

അങ്ങനെയുള്ള ഒരു തണുത്ത മഴക്കാലത്ത്,

ഒരു ദിവസം...

ലീലാമ്മ ടീച്ചർ എന്റെ അടുത്തുവന്ന് പതുക്കെ വിളിച്ചു.

'ടീച്ചർ എന്റെ കൂടെ ഒന്ന് വരാമോ?'

ചുവപ്പുമഷികൊണ്ട് അടിവരയിട്ടുകൊണ്ടിരിക്കുന്ന കോമ്പസിഷൻ അടച്ചുവെച്ച് തല ഉയർത്തി ആശ്ചര്യത്തോടെ ഞാൻ ലീലാമ്മയെ നോക്കി.

'എങ്ങോട്ട്?'

'എനിക്ക് ഒന്നിന് പോണം, കൂടെ വരാമോ?'

ചുവന്ന മഷിനിറച്ച ഹീറോപെൻ പെട്ടെന്നുതന്നെ അടച്ചുവെച്ച് ഞാനെഴുന്നേറ്റു, ആദ്യമായാണല്ലോ ടീച്ചർ ഇങ്ങനെയൊരാവശ്യം പറയുന്നത്.

ഞങ്ങൾ ഒന്നിച്ച് സ്റ്റാഫ്റൂമിൽ നിന്നും ഇറങ്ങുന്നത് സഹപ്രവർത്തകർ പലരും ശ്രദ്ധിച്ചു. എന്നും ഒറ്റക്ക് നടക്കുന്ന ലീലാമ്മക്ക്, എന്തേ ഇന്നൊരകമ്പടി?

ഓരോ ക്ലാസ്സുകളായി പിന്നിട്ട് എട്ടാംതരം ബ്ലോക്കിന്റെ പിറകിൽ റെയിൽപാളത്തിന് സമീപത്തെ മൂത്രപ്പുരയിൽ എത്താറായപ്പോൾ അതുവരെ അടക്കിവെച്ച സംശയം എന്നിൽനിന്ന് വെളിയിൽ വന്നു,

'ടീച്ചറ് എപ്പോഴും ഒറ്റയ്ക്കല്ലേ ബാത്ത്റൂമിലൊക്കെ പോവുന്നത്, ഇന്നെന്ത് പറ്റി?'

'ഓ... അതൊരു മഹാസംഭവമാണ്; ഇന്നലെ ഈ ബാത്ത്റൂമിനകത്ത് കയറിയിട്ട് വാതിലടച്ച് ഇരിക്കാൻ നേരത്ത് അടുത്തുള്ള തെങ്ങിൽ നിന്നും ഒരുകുല തേങ്ങയങ്ങട്ട് താഴേവീഴുന്ന ശബ്ദം. അതുകേട്ട് മേലോട്ട് നോക്കിയപ്പോൾ ആ തെങ്ങിന്റെ മുകളിൽ കയറിയിരിക്കുന്ന ഒരാൾ തേങ്ങ അടർത്തി താഴെയിടുന്നത് കണ്ടു. സംഗതി പൂർത്തിയാക്കാതെ ഞാൻ വെളിയിലോട്ട് ഓടി... നമ്മള് സ്ത്രീകൾ എങ്ങനെയാ ഒറ്റയ്ക്ക് ഇതിനൊക്കെ പോവുക?'

ലീലാമ്മ ടീച്ചർ അകത്തേക്ക് പോയപ്പോൾ അടച്ചുറപ്പുള്ളതാണെങ്കിലും മേൽക്കൂരയില്ലാത്ത ബാത്ത്റൂമിന്റെ ഇടത്തുവശത്തുള്ള തെങ്ങിന്റെ മുകളിലേക്ക് എന്റെ കണ്ണുകൾ പാഞ്ഞു. അവിടെ ഓലകൾക്കിടയിൽ ഏതെങ്കിലും ഒരുത്തൻ ഒളിച്ചിരിപ്പുണ്ടോ?

വിലയേറിയൊരു 'വോട്ട്'

കണ്ണൂർ ജില്ലയുടെ വടക്കൻമേഖലയിലുള്ള ഗ്രാമത്തിലെ ഹൈസ്ക്കൂളിലാണ് പി.എസ്.സി. വഴി സർക്കാർ സർവ്വീസിൽ ആദ്യനിയമനം നേടിയത്. ജോലി ലഭിച്ച ഉടനെ ആയതിനാൽ ആവേശംമൂത്ത് സിലബസിലുള്ളതിനെക്കാൾ പഠിപ്പിക്കുകയും ഒപ്പം പഠിക്കുകയും ചെയ്യുന്ന പഴയ കാലം.

ജോലിയിൽ പ്രവേശിച്ച് ഏതാനും ആഴ്ചകൾ കഴിഞ്ഞപ്പോൾ അതാ വരുന്നു.

നിയമസഭാ തെരഞ്ഞെടുപ്പ്.

വോട്ടുള്ളവർക്ക് മാത്രമല്ല, വോട്ടില്ലാത്ത കുട്ടികൾക്കും തെരഞ്ഞെടുപ്പ് 'പനി' പിടിപെട്ട്, ചൂട് വർദ്ധിക്കാൻ തുടങ്ങി. അക്കാലത്ത് വോട്ട്ചെയ്യാനുള്ള പ്രായം 21. നേതാക്കൾക്കൾക്കും പൊതുജനങ്ങൾക്കും, കേരളത്തിൽ നടക്കാൻ പോകുന്ന അസംബ്ലി തെരഞ്ഞെടുപ്പ് എന്നൊരു ചിന്ത മാത്രം. സമ്മതിദാനം പെട്ടിയിലാക്കേണ്ട ചുമതല അദ്ധ്യാപകരുടേത് ആയതിനാൽ എല്ലാവരും അതിനു തയ്യാറാണ്. ഇന്ന് സർക്കാർ ജീവനക്കാരിൽ പലരും ഈ ഡ്യൂട്ടി ഭയപ്പെടുന്നുണ്ടെങ്കിലും ആ കാലത്ത് അതൊരു ആവേശമായിരുന്നു. രാഷ്ട്രീയ ആവേശം നാട്ടുകാർക്ക് മാത്രമല്ല, അദ്ധ്യാപകർക്കും വിദ്യാർത്ഥികൾക്കും കൂടിയുണ്ട്. അങ്ങനെ തെരഞ്ഞെടുപ്പിന്റെ ചൂട് വർദ്ധിച്ച് വർദ്ധിച്ച് തർമ്മോമീറ്ററിന്റെ മുകളറ്റം പൊട്ടിച്ച്, രസം പുറത്തുചാടുന്ന കാലം.

സ്ഥാനാർത്ഥികൾ വീടുകൾതോറും കയറിയിറങ്ങുന്ന ക്രമത്തിൽ വിദ്യാലയങ്ങളിലും മറ്റുള്ള പൊതുസ്ഥാപനങ്ങളിലും കയറിയിറങ്ങാറുണ്ട്. അവർക്ക് കിട്ടിയാൽ വിലയേറിയൊരു വോട്ട്, പോയാലൊരു വാക്ക്. നമ്മുടെ ഹൈസ്ക്കൂളിൽ വരുന്നവരെ സ്വീകരിക്കാനും പരിചയപ്പെടുത്താനും അദ്ധ്യാപകർ തന്നെ മുന്നിലുണ്ടാവും. ഏത് പാർട്ടി വന്നാലും കൊടിയുടെ നിറവും ഡിസൈനും നോക്കാതെ അദ്ധ്യാപകരെല്ലാം അവരെ സ്വീകരിക്കും. പിന്നീട് സ്റ്റാഫ്റൂമിൽ വന്ന് നേതാവിന്റെ വക ചെറിയൊരു പ്രസംഗത്തിനുശേഷം വോട്ട് ചെയ്യാൻ അഭ്യർത്ഥിക്കും. ജയിച്ചാൽ സ്ക്കൂളിനുവേണ്ടി ചെയ്യാൻപോകുന്ന 'മഹാസംഭവങ്ങളുടെ' ഒരു ലിസ്റ്റ്

മുന്നിൽനിരത്തി ഞങ്ങളെ പ്രലോഭിപ്പിക്കും. തുടർന്ന് അദ്ധ്യാപകരെല്ലാം ആ നേരത്ത് വന്നുചേർന്ന ആൾക്ക് വോട്ട് ചെയ്യാമെന്ന് ഉറപ്പ് നൽകും. ആരും എതിര് പറയാത്തതിനാൽ സന്തോഷപൂർവ്വം നേതാവ് സ്ക്കൂൾ വിട്ട് അടുത്ത സൈറ്റിലേക്ക് പോകും.

തെരഞ്ഞെടുപ്പിന് ഒരാഴ്ച മുൻപ്.

അതാ, എന്റെ സ്ക്കൂളിൽ വരുന്നു. ഒരു സ്ഥാനാർത്ഥി..

ഒറിജിനൽ സ്ഥാനാർത്ഥി... കൂടെ നാലഞ്ച് അകമ്പടിക്കാരും...

സ്റ്റാഫ്റൂമിൽ കടന്നുവന്ന സ്ഥാനാർത്ഥിയെ അദ്ധ്യാപകരിൽ ചിലർ സ്വീകരിച്ചാനയിച്ച് മറ്റുള്ളവർക്ക് പരിചയപ്പെടുത്തി. ഭാവിയിൽ MLA ആവുമെന്ന് പ്രതീക്ഷിക്കുന്ന ആ ചെറുപ്പക്കാരൻ മുഖത്ത് ഉഗ്രൻ ചിരി ഫിറ്റ് ചെയ്തുകൊണ്ട് എല്ലാവരെയും കൈകൂപ്പി വണങ്ങിയശേഷം ലഘുവായ ഒരു പ്രസംഗം നടത്തി. അതിവിദൂരമല്ലാത്ത ഭാവിയിൽ നമ്മുടെ വിദ്യാലയത്തിന് കൈവരാൻ പോകുന്ന നേട്ടങ്ങളുടെ ശ്രേണികളെക്കുറിച്ച് അദ്ദേഹം പറഞ്ഞ വാക്കുകൾ കേട്ട് ഞങ്ങൾ രോമാഞ്ചമണിഞ്ഞു.

പ്രസംഗത്തിനുശേഷം അദ്ദേഹം ഓരോ അദ്ധ്യാപകരുടെയും സമീപം വന്ന് കൈകൂപ്പിക്കൊണ്ട് വോട്ടിന് അഭ്യർത്ഥിക്കാൻ തുടങ്ങി. വോട്ട് അഭ്യർത്ഥിക്കുന്ന സ്ഥാനാർത്ഥിക്ക്, അദ്ദേഹത്തിന്റെ ചിഹ്നത്തിൽ വോട്ട് ചെയ്യാമെന്ന് ഓരോരുത്തരായി ഉറപ്പ് നൽകിയപ്പോൾ സ്റ്റാഫ്റൂമിൽ സന്തോഷം അലതല്ലി.

സ്ഥാനാർത്ഥി പുരുഷന്മാരുടെ ഊഴം കഴിഞ്ഞ് സ്ത്രീകളുടെ സമീപത്ത് വന്നു. അദ്ദേഹം വോട്ട് അഭ്യർത്ഥിക്കാനായി സമീപത്ത് വരുമ്പോൾ തന്നെ അദ്ധ്യാപികമാർ എഴുന്നേറ്റ് കൈകൂപ്പി. നടന്നുനടന്ന് ഏറ്റവും ഒടുവിലാണ് എന്റെ സമീപം വന്നത്. അവസാനമായി അവിടെ ചേർന്നതിനാലും പ്രായം കുറഞ്ഞതിനാലും ഏറ്റവും ഒടുവിലാണ് എന്റെ സ്ഥാനം,, മാത്രമല്ല ക്ലാസ്സ്ചാർജ്ജും അവസാനത്തെ ഡിവിഷനിൽ. സ്ഥാനാർത്ഥി ചിരിച്ചുകൊണ്ട് എന്നോട് പറഞ്ഞു.

'എല്ലാവരും എനിക്ക് വോട്ട് ചെയ്യാമെന്ന് പറഞ്ഞു, ടീച്ചറും എനിക്ക് വോട്ട് ചെയ്യണം.'

'ഇല്ല, നിങ്ങൾക്ക് ഞാൻ വോട്ട് ചെയ്യില്ല.'

പെട്ടെന്ന് രംഗമാകെ കലങ്ങിമറിഞ്ഞു.

അതുവരെ എല്ലാവരുടെയും മുഖത്ത് കാണപ്പെട്ട ചിരി ഒന്നിച്ച് മായാൻ തുടങ്ങി...

അന്തരീക്ഷം ആകെ മഴക്കാർ മൂടി നിശ്ശബ്ദം.

ദീർഘനാളത്തെ പൊതുജനസേവനത്തിനിടയിൽ 'നിങ്ങൾക്ക് വോ

ട്ട് ചെയ്യില്ല' എന്നൊരു വാക്ക് നേരിട്ട് കേട്ടപ്പോൾ സ്ഥാനാർത്ഥിയെക്കാൾ ഞെട്ടിയത് കൂടെയുള്ള ചെറുതും വലുതുമായ നേതാക്കളായിരിക്കാം. ആദ്യത്തെ ഞെട്ടൽ മാറിയപ്പോൾ ഏറ്റവും പിന്നിൽനിന്ന ഇത്തിരി പ്രായംകൂടിയ വ്യക്തി മുന്നിൽവന്ന് എന്നോട് പറഞ്ഞു.

'അതെന്താ ടീച്ചറെ അങ്ങനെ പറഞ്ഞത്?'

'നിങ്ങളുടെ സ്ഥാനാർത്ഥിക്ക് ഞാൻ വോട്ട് ചെയ്യുകയില്ല, എന്നാണ് പറഞ്ഞത്.'

വോട്ട് ചോദിക്കാനുള്ള അവകാശം സ്ഥാനാർത്ഥിക്കുണ്ട്. എന്നാലും ഈ ഇലക്ഷൻ സമയത്ത് സ്ഥാനാർത്ഥിയോട് 'വോട്ട് ചെയ്യില്ല' എന്ന് നേരിട്ട് പറഞ്ഞത് അത്ര ശരിയായില്ല.

അവർക്കാകെ ഒരു വല്ലായ്മ, എന്തോ അരുതാത്തത് സംഭവിച്ചമട്ടിൽ അവരെല്ലാം അന്യോന്യം നോക്കി. ഇതെല്ലാം കണ്ടുകൊണ്ടിരുന്ന നമ്മുടെ സീനിയർ അസിസ്റ്റന്റ് അവരോട് പറഞ്ഞു,

'ഈ ടീച്ചർ നിങ്ങൾക്ക് വോട്ട് ചെയ്യില്ല... വെറുതെ എന്തിനാ വോട്ട് ചോദിച്ചത്?'

അവരെല്ലാം ആശ്ചര്യപ്പെട്ട് നിൽക്കെ മാസ്റ്റർ ബാക്കികൂടി പറഞ്ഞു.

'ടീച്ചർ വോട്ട് ചെയ്യേണ്ടത് ഇവിടെ നിങ്ങൾക്കോ നിങ്ങളുടെ എതിർ സ്ഥാനാർത്ഥിക്കോ ഒന്നുമല്ല, അവരുടെ വോട്ട് കണ്ണൂർ ജില്ലയിൽ മറ്റൊരു മണ്ഡലത്തിലാണ്.'

അപ്പോഴുണ്ടായ കൂട്ടച്ചിരിക്കിടയിൽ സ്ഥാനാർത്ഥി പറഞ്ഞു.

'വോട്ട് ചെയ്യില്ല എന്ന് പറഞ്ഞപ്പോൾ ടീച്ചർ ഇത്രയും അകലെനിന്ന് വരികയാണെന്ന് ഞാൻ അറിഞ്ഞില്ല. അദ്ധ്യാപകരെല്ലാം ഇവിടത്തുകാരാണെന്ന് ചിന്തിച്ചുപോയി.'

തട്ടത്തിൻ മറയിൽ

മതിലുകളോ വേലിയോ ഇല്ലാത്ത പഴയകാലത്ത്, നമ്മുടെ സർക്കാർ സ്ക്കൂളുകളിൽ പലതും പഠനവിരോധികളുടെ വിളനിലമായിരുന്നു. തൊണ്ണൂറുകളുടെ ആദ്യപകുതിയിൽ സർക്കാർ ഹൈസ്ക്കൂളിൽ അദ്ധ്യാപകരും വിദ്യാർത്ഥികളും ഒന്നിച്ച് പഠിക്കുകയും പഠിപ്പിക്കുകയും ചെയ്യുന്ന ഒരു ദിവസം.

ആദ്യമായി ശബ്ദം കേട്ടത് ലീലാവതി ടീച്ചറാണ്; ഒന്നാമത്തെ പിരിയേഡിൽ വർക്കൊന്നുമില്ലാതെ സ്റ്റാഫ്റൂമിൽ ഇരിക്കുന്ന നമ്മുടെ വർക്ക് എക്സ്പീരിയൻസ് അദ്ധ്യാപികയാണ് മിക്കവാറും വാർത്തകൾ ആദ്യമായി കേൾക്കാറുള്ളത്. ടീച്ചർ ജനാലക്കരികിൽ നടന്നെത്തി ചെവിവട്ടം പിടിച്ച് സ്ക്കൂളിലേക്കുള്ള പ്രവേശനവഴിക്കുനേരെ ഓൺ ചെയ്തു; അപ്പോൾ അതാ ഒരുകൂട്ടം പ്രിയശിഷ്യന്മാൻ മുദ്രാവാക്യവുമായി മുഷ്ടിചുരുട്ടിഉയർത്തി കടന്നുവരുന്നു.

'വിദ്യാർത്ഥിഐക്യം സിന്ദാബാദ്.
ഹെഡ്മാസ്റ്റർ നീതിപാലിക്കുക.
വിട്ടുതരില്ല, വിട്ടുതരില്ല
തട്ടം നമ്മൾ വിട്ടുതരില്ല.
തട്ടത്തിലൊന്ന് തൊട്ടുകളിച്ചാൽ
അക്കളി തീക്കളി നോക്കിക്കൊ.'

അവസാനവരികൾ കേട്ടപ്പോൾ ആകെയൊന്ന് ഞെട്ടിയ ടീച്ചർ സ്റ്റാഫ്റൂമിന്റെ ഇടതുവശത്തെ ബഞ്ചിലിരുന്ന് മനോരമയിൽ ലയിച്ചിരിക്കുന്ന കായികഅദ്ധ്യാപിക രമണിയെ വിളിച്ചു.

'ടീച്ചറേ ഒന്നോടിവാ. ഏതോ കുട്ടിയുടെ തട്ടം പിടിച്ചുവലിച്ചിരിക്കുന്നു.'

'തട്ടമോ?'

മനോരമക്ക് ഇടവേളനൽകിയിട്ട് ജനാലക്കരികിലേക്ക് ഓടിയെത്തിയ കായികം ശ്രദ്ധിക്കാൻ തുടങ്ങിയപ്പോഴേക്കും നമ്മുടെ ശിഷ്യന്മാൻ സ്ക്കൂൾ ഓഫീസിന് സമീപം എത്തിയിരുന്നു; ആവേശം മൂക്കുമ്പോൾ

നടത്തത്തിന് വേഗത കൂടുമല്ലോ! തുടർന്ന് ഹെഡ്മാസ്റ്ററുടെ മുറിക്ക് വെളിയിൽ അണിനിരന്ന് മുദ്രാവാക്ക്യം വിളിക്കാൻ തുടങ്ങി. ഹെഡ്മാസ്റ്റർ നീതിപാലിക്കാനും സ്ക്കൂൾ അടച്ചുപൂട്ടാനും വിളിച്ചുപറയുന്നുണ്ട്. ഒരു അവധികിട്ടിയാലെന്താ പുളിക്കുമോ?

അക്കാര്യത്തിൽ ഗുരുശിഷ്യന്മാർ ഒരുപോലെയാണ്.

ആ നേരത്താണ് പ്യൂൺ കുട്ടിയമ്മ ഓടിക്കിതച്ച് സ്റ്റാഫ്റൂമിൽ എത്തിയത്.

'രമണിടീച്ചറേ, പെട്ടെന്ന് വാ. ഹെഡ്മാസ്റ്റർ വിളിക്കുന്നു.'

'ഇന്നെന്തിനാ സമരം? പത്രത്തിലൊന്നും കാണുന്നില്ലല്ലോ;'

'പത്രത്തിൽ നോക്കിയാണോ പിള്ളേരുടെ സമരം? അവരെന്തെങ്കിലും കാരണം കണ്ടുപിടിക്കില്ലേ?'

'ഏത് കുട്ടിയുടെ തട്ടമാ തൊട്ടുകളിച്ചത്? ഇവിടെ പഠിക്കുന്ന കുട്ടിയുടേതാണോ?'

'തൊട്ടുകളിച്ചത് നിങ്ങൾ ടീച്ചേർസ് അല്ലേ; അവർക്ക് തട്ടം വേണ്ട പോലും! നിങ്ങള് വേഗം വാ. എച്ച്.എം. ആകെ പേടിച്ചിരിക്കയാ.'

'അത് നന്നായി... കുറച്ചുനേരത്തേക്ക് കുട്ടികളെയെങ്കിലും പേടിക്കട്ടെ.'

സംസാരിക്കുന്നതിനിടയിൽ കായികം ഓടിയതിനാൽ പെട്ടെന്ന് സമരക്കാരുടെ മുന്നിലെത്തി. സ്ക്കൂളിലെ പ്രശ്നങ്ങൾ കൈകാര്യം ചെയ്യാൻ അവർക്ക് മാത്രമേ കഴിയുകയുള്ളു. കുട്ടികൾ വിളിക്കുന്നതും പറയുന്നതും കേൾക്കാത്തമട്ടിൽ അവർക്കിടയിലൂടെ വഴിതെളിച്ച് നേരെ ഹെഡ്മാസ്റ്ററുടെ മുന്നിലെത്തിയ രമണിടീച്ചർ അദ്ദേഹത്തെ മുഖംകാണിച്ചു. നോട്ടുബുക്കിൽ നിന്ന് കീറിയെടുത്ത പേപ്പറിൽ കുട്ടികൾ എഴുതിക്കൊടുത്ത പുത്തൻ അവകാശം ഹെഡ്മാസ്റ്റർ ടീച്ചറുടെ നേരെ വെച്ചുനീട്ടിയത് വായിച്ചു,

'പെൺകുട്ടികൾ ഇടുന്ന വെള്ളതട്ടം മാറ്റിയിട്ട് കളറുള്ള തട്ടം ഇടാനുള്ള പെർമിഷൻ തരണമെന്ന് ഹെഡ്മാസ്റ്ററെ അറിയിക്കുന്നു.'

എന്ന്,

മുഹമ്മദ് സമദ് (ഒപ്പ്)

സംഗതി വായിച്ച അദ്ധ്യാപിക ഒന്നും മനസ്സിലാവാതെ ഹെഡ്മാസ്റ്ററെ നോക്കി. സ്ക്കൂൾ തുറക്കുന്നതിന് മുൻപ് വിദ്യാലയത്തിലും യൂനിഫോം വേണമെന്നത് പി.ടി.എ. ചേർന്ന് തീരുമാനിച്ചതാണ്. അതുവരെ പഴയ സിനിമയിൽ കാണുന്നതുപോലെ പലനിറങ്ങളിൽ പലതരം വേഷങ്ങളിൽ വരുന്ന ഹൈസ്ക്കൂൾ വിദ്യാർത്ഥികളെ യൂനിഫോമിൽ അ

ണിനിരത്താൻ താല്പര്യം കാണിച്ചത് അവരുടെ രക്ഷിതാക്കളായിരുന്നു. അങ്ങനെയാണ് ആൺകുട്ടികൾക്ക് വെള്ളയും കറുപ്പും പെൺകുട്ടികൾക്ക് വെള്ളയും പച്ചയും തീരുമാനിച്ചത്. അതോടൊപ്പം 'മുണ്ട്' ഉടുക്കുന്നവർക്ക് 'വെള്ളമുണ്ട്' ഉടുക്കാം. പിന്നെ തട്ടം അണിയുന്നവർ വെള്ളത്തട്ടം തന്നെ ആയിരിക്കണം, എന്നും തീരുമാനമായി. അതെല്ലാം രക്ഷിതാക്കൾ കൈയടിച്ച് പാസാക്കിയതാണ്. എന്നിട്ട്, ഈ പിള്ളേർക്ക് എന്ത് പറ്റി? കായികം ഹെഡിനെ നോക്കിയിട്ട് പറഞ്ഞു.

'നമ്മളെല്ലാരും രക്ഷിതാക്കളടക്കം ചേർന്ന് തീരുമാനിച്ചിട്ടല്ലേ തട്ടം വെള്ളനിറത്തിലാക്കിയത്. അതിന് ഇവരെന്തിനാ സമരം ചെയ്യുന്നത്?'

'അവർക്ക് സ്ക്കൂൾ വിടണംപോലും, നിങ്ങള് വരുന്നതുവരെ അവരെ വെളിയിൽ നിർത്തിയിരിക്കയാ.'

'അപ്പോൾ കളർ എന്ന് പറയുന്നത്?.'

'വെള്ളനിറം ഒഴികെയുള്ള ഏത് നിറവും ആവാം; കളർ എന്നുപറഞ്ഞാൽ വെള്ള ഒഴികെയുള്ള നിറം. കറുപ്പും കളറാണ്.'

'ഇതിപ്പം ഏത് പെൺകുട്ടിയാ ആവശ്യം പറഞ്ഞത്?'

'അതൊക്കെ അവരോട് ചോദിക്കാം, നേതാവിനെ വിളിക്കു.'

നേതാവിനോടൊപ്പം നാലുപേർകൂടി അകത്തുപ്രവേശിച്ചു. അവരിൽ നേതാവിനെ നോക്കി കായികാദ്ധ്യാപിക ചോദിച്ചു.

'ഇവിടെ പഠിക്കുന്ന ഏത് കുട്ടിയാണ് വെള്ളത്തട്ടം വേണ്ട, എന്ന് നിങ്ങളോട് പറഞ്ഞത്?'

അതുവരെ മുദ്രാവാക്യം വിളിച്ചവന് ശബ്ദമില്ലാതായി; അതുകണ്ട് തൊട്ടടുത്ത് നിൽക്കുന്നവൻ പറഞ്ഞു.

'ആരും പറഞ്ഞിട്ടില്ല.'

'പിന്നെ, ഇതാര് തീരുമാനിച്ചു?'

'അതുപിന്നെ വെള്ള ആയാൽ പെട്ടെന്ന് ചേറ്പുരണ്ട് അഴുക്കാവില്ലെ? മറ്റുനിറമായാൽ... കാണാനൊരു ചന്തമുണ്ട്. പിന്നെ ചേറ് കാണുകയില്ലല്ലോ.'

'അപ്പോൾ ചേറ് പുരളുന്നതല്ല കാരണം, അത് കാണുന്നതാണ്. മറ്റു നിറങ്ങളിൽ ചേറ് ഉണ്ടായാലും അത് അലക്കിവെളുപ്പിക്കാതെ ഉപയോഗിക്കാം, എന്നായിരിക്കും.'

'അതെ, നമ്മുടെ കുട്ടികൾക്ക് കളർ തട്ടം മതി.'

'എന്ന് ആര് പറഞ്ഞു? നിന്റെ സഹോദരി ഇവിടെ പഠിക്കുന്നുണ്ടോ?'

'ഇല്ല, എന്നാലും അത് അലക്കുന്ന നേരത്ത് അവർക്ക് പഠിക്കാമല്ലോ.'

'അപ്പോൾ അവർ അലക്കുന്നതാണ് വിഷമം, അങ്ങനെ ഏതെങ്കി

ലും പെൺകുട്ടി പറഞ്ഞോ?'

'ആരും പറഞ്ഞിട്ടില്ല.'

'നിങ്ങളുടെ രക്ഷിതാക്കളടക്കം തീരുമാനിച്ചതാണ് തട്ടത്തിന്റെ നിറം, അതിന് മാറ്റമില്ല.'

പെട്ടെന്ന് ഹെഡ്മാസ്റ്റർ ചോദിച്ചു.

'അപ്പോൾ നിങ്ങളുടെ വെള്ളഷേർട്ട് നിറം മാറ്റണ്ടേ?'

'അതുവേണ്ട സാർ.'

'അപ്പോൾ സ്വന്തം കാര്യത്തിൽ തീരുമാനമെടുക്കാത്ത ആൺകുട്ടികൾ പെൺകുട്ടികളുടെ തട്ടത്തിന്റെ നിറം മാറ്റാൻ നടക്കുന്നു. എല്ലാരും പോയി ക്ലാസ്സിലിരിക്കുന്നോ, അതോ രക്ഷിതാക്കളെ വിളിച്ചു വരുത്തി ഇവിടെനിന്ന് പറഞ്ഞയക്കണോ?'

കായികാദ്ധ്യാപികയുടെ ഭീഷണി കേട്ട ശിഷ്യന്മാർ ഇഷ്ടമില്ലാതെയാണെങ്കിലും അവരവരുടെ ക്ലാസ്സുകളിലെക്ക് പോയി; ഒപ്പം സമരത്തെ കാത്തിരുന്നവർ വലിയ നിരാശയോടെ പഠിക്കാനും പഠിപ്പിക്കാനും തുടങ്ങി.

ഗൃഹപീഡനപാഠം

ഏതാനും വർഷം മുൻപ്, നമ്മുടെ നാട്ടുകാർ മൊബൈലുമായി നടക്കാത്ത കാലം.

സ്ക്കൂൾ അദ്ധ്യയനവർഷം ആരംഭിച്ച് രണ്ടു മാസം കഴിഞ്ഞു. ക്ലാസ്ടീച്ചറായ ഞാൻ ഫസ്റ്റ് പിരീഡിൽ എന്റെ സ്വന്തമായ എട്ടാംക്ലാസ്സിൽ ബയോളജി പഠിപ്പിക്കുകയാണ്.

ഒരു നിമിഷം...

പെൺകുട്ടികളുടെ ഭാഗത്ത് പിൻബെഞ്ചിലുള്ള ബഹളത്തെ തുടർന്ന് ഒരു കുട്ടി എഴുന്നേറ്റ് പറഞ്ഞു.

'ടീച്ചറെ ഇവൾക്ക് വയറുവേദന, കിടന്നു കരയുകയാണ്.'

ക്ലാസ്സിൽ വളരെ സയലന്റ് ആയ, ചോദ്യത്തിനൊന്നും ഉത്തരം പറയാത്ത, കൂട്ടത്തിൽ മുതിർന്ന പെൺകുട്ടി ഡസ്ക്കിനു മുകളിൽ തലചായ്ച്ച് കരയുകയാണ്. ഞാൻ അടുത്ത് പോയിട്ട് കുട്ടിയെ നോക്കി;

അവൾ തന്നെ?

കരയുന്നത് അവളാണെന്ന് തിരിച്ചറിഞ്ഞപ്പോൾ ഒരു നിമിഷം എന്റെ ചിന്തകൾ പിറകോട്ട് പോയി. രണ്ട് തവണ ഇതേ കുട്ടിയെ ഓട്ടോ പിടിച്ച് വീട്ടിലെത്തിച്ചത് ഞാൻ തന്നെ ആയിരുന്നു; ആദ്യം വയറുവേദന, പിന്നെ തലവേദന.

പെൺകുട്ടികളായാൽ എന്തൊക്കെ വേദനകളാണ് അവരെ കാത്തിരിക്കുന്നത്?

ഇതിപ്പോൾ മൂന്നാം തവണ. എന്നാൽ ഈ കുട്ടി. എനിക്കാകെ സംശയം...

ഞാൻ അവളോട് ചോദിച്ചു.

'നിനക്കെന്താ പറ്റിയത്? വീട്ടിൽ പോകണോ?'

എന്റെ ചോദ്യം കേട്ടപ്പോൾ അവൾ തലയുയർത്തി വേണമെന്ന അർത്ഥത്തിൽ തലകുലുക്കി.

'വീട്ടിൽ ആരാ ഉള്ളത്?'

ചോദിക്കാൻ കാരണം... പാവപ്പെട്ടവരായ കുട്ടികളുടെ വീടിന്റെ വാതിൽ പകൽനേരത്ത് മിക്കവാറും അടഞ്ഞിരിക്കും; മുതിർന്നവരെല്ലാം കൂലിപ്പണിക്ക് പോകുന്നതാണ് കാരണം.

'വീട്ടില് അച്ഛനും അമ്മയും ഉണ്ട്.'

'അപ്പോൾ അമ്മ ജോലിക്ക് പോയിട്ടില്ലേ?'

'ഇല്ല.'

അവൾ പറഞ്ഞ മറുപടി ഞാൻ വിശ്വസിച്ചില്ല, രണ്ടുതവണ എന്റെ മുഖത്തുനോക്കി കള്ളം പറഞ്ഞ കുട്ടിയാണ്. 'പിള്ളമനസ്സിൽ കള്ളം ഇല്ല' എന്ന പഴമൊഴി ഉണ്ടെങ്കിലും നമ്മുടെ പിള്ളമാഷ് മാത്രമല്ല, പിള്ളേരും പച്ചക്കള്ളം പറയാറുണ്ടെന്ന മുന്നറിവ് എനിക്കുണ്ട്. ആവശ്യം വന്നാൽ അവസരത്തിനൊത്ത് ഹൈസ്ക്കൂൾ വിദ്യാർത്ഥികൾ കളവ് പറയുകയും കള്ളം ഒളിപ്പിക്കുകയും ചെയ്യും എന്നാണ് എന്റെ അനുഭവപാഠം.

ഫ്ളാഷ് ബാക്ക്...

സ്ക്കൂൾ തുറന്ന് ഒരുമാസം കഴിഞ്ഞപ്പോഴാണ് പുതിയതായി എട്ടാംതരത്തിൽ ചേർന്ന ഇതേ പെൺകുട്ടിക്ക് വയറുവേദന വന്നത്. അടുത്തുപോയി ആശ്വസിപ്പിച്ച് കാരണം തിരക്കിയപ്പോൾ അവൾ പറഞ്ഞത്, 'എല്ലാമാസവും ഇതുപോലെ വയറുവേദന ഉണ്ടാവാറുണ്ട്' എന്നായിരുന്നു. 'നല്ല കട്ടൻചായ എത്തിക്കാം, അതുകുടിച്ച് അല്പസമയം കിടക്കാൻ സൗകര്യം ചെയ്യാമെന്ന്' പറഞ്ഞപ്പോൾ കരച്ചിലിന്റെ തീവ്രത കൂടി. വീട്ടുകാരെപറ്റി തിരക്കിയപ്പോൾ അവൾ പറഞ്ഞു.

'ടീച്ചറെ അച്ഛൻ വീട്ടിലുണ്ട്.'

'അപ്പോൾ അമ്മയോ? അച്ഛന് ജോലിക്ക് പോകണ്ടേ?'

'അച്ഛന് സേലത്താണ് ജോലി, ഇപ്പോൾ വീട്ടിൽ വന്നിട്ടുണ്ട്.'

'അമ്മയോ? വയറുവേദനയുമായി നീ കിടക്കുമ്പോൾ അമ്മ വീട്ടിലില്ലാതെ എങ്ങനെയാ?'

'അമ്മ അടുത്ത വീട്ടിലാണ് ജോലിക്ക് പോയത്; ഉച്ചയായാൽ പണികഴിഞ്ഞ് വീട്ടിൽ വരും.'

'ഓട്ടോ പോകുന്ന സ്ഥലമാണോ?'

'വേണ്ട, ഞാൻ നടന്നിട്ട് പോകും.'

'അത് പറ്റില്ല, ഓട്ടോ വിളിക്കാം.'

എന്റെ ചോദ്യങ്ങൾക്കെല്ലാം ആ പെൺകുട്ടി ഉത്തരം പറഞ്ഞു. പ്രായപൂർത്തിയായാൽ നമ്മുടെ പെൺകുട്ടികൾക്കുണ്ടാവുന്ന പ്രയാസങ്ങൾ ഓരോന്നായി ഞാൻ ഓർത്തു. അതിനിടയിൽ ഓട്ടോ വന്നപ്പോൾ ഹെഡ്മാസ്റ്ററെ അറിയിച്ചശേഷം അവളുടെ ഒപ്പം വീട്ടിലേക്ക് പോയി. അസുഖമുള്ള കുട്ടികളെ വീട്ടിലെത്തിക്കുന്ന അവസരങ്ങളിൽ അത്യാവശ്യം വരുന്ന ഘട്ടങ്ങളിൽ മാത്രമേ ഞാൻ മറ്റുള്ളവരുടെ സഹായം അ

ഭ്യർത്ഥിക്കാറുള്ളൂ.

അവളുടെ വീട് പട്ടണത്തിലെ തെരുവിൽ ജീവിച്ചവരുടെ പുനരധിവാസ കോളനിയാണ്; നീല ഷീറ്റുകളും തകരവും തെങ്ങോലയും കൊണ്ട് പൊതിഞ്ഞ കൂരകൾ നിറഞ്ഞ ഇടം. നമ്മുടെ ശിഷ്യസമ്പത്തുകൾ ധാരാളം ഇവിടെയുള്ളതിനാൽ എത്രയോ തവണ ഇതേ സ്ഥലത്ത് വന്നതാണ്.

വീടിനു സമീപത്തെ റോഡിൽ ഓട്ടോ നിർത്തിയപ്പോൾ അവൾ നിർബ്ബന്ധിച്ചു,

'ടീച്ചർ വരേണ്ട, ഞാൻ ഒറ്റക്ക് പോയ്ക്കോളും.'

പാവപ്പെട്ട പെൺകുട്ടി... അവളുടെ വീട് കണ്ടിട്ട് ദയനീയസ്ഥിതി ടീച്ചർ അറിയാതിരിക്കാൻ പറയുന്നതായിരിക്കാം. അവളുടെ വാക്ക് അവഗണിച്ച്, അവളുടെ പുസ്തകസഞ്ചിയും എടുത്ത്, അവളെ മുന്നിൽ നടത്തിയിട്ട് ഞാൻ പിന്നിൽ നടന്നു. നീലപ്ലാസ്റ്റിക്ക് ഷീറ്റും തെങ്ങോലയും കൊണ്ട് മറച്ച കുടിലിന്റെ മുന്നിലെത്തിയപ്പോൾ അവൾ 'അച്ഛാ' എന്ന് വിളിച്ചു. ആ വിളി കേൾക്കേണ്ട താമസം ഒരാൾ വാതിൽ തുറന്ന് വെളിയിലേക്ക് വന്നു. മകളെ കണ്ടതോടെ ഓടിവന്ന അച്ഛൻ കെട്ടിപ്പിടിച്ചു.

പരിസരം മറന്ന ഒരു ആലിംഗനം.

ഏതാനും നിമിഷം കഴിഞ്ഞപ്പോൾ 'പിതൃസ്നേഹത്തിന്റെ ആഴം അളന്നുകൊണ്ടിരിക്കുന്ന' എന്നെ ചൂണ്ടിയിട്ട് മകൾ പറഞ്ഞു.

'അച്ഛാ, ഇതെന്റെ ടീച്ചറാ.'

അതുകേട്ടപ്പോൾ ആ മനുഷ്യൻ എന്നോട് പറഞ്ഞു.

'അമ്മാ ഇവിടെയിരുക്ക്, നാൻ ഇവളുടെ അച്ചൻ'

'മകൾക്ക് വയറുവേദനയെന്ന് പറഞ്ഞിട്ടാണ് ഇങ്ങോട്ട് വന്നത്, അമ്മ എവിടെ?'

'അമ്മാ റാവിലെ വേലക്ക് പോയി'

'അമ്മയെ വിളിക്ക്, ഇവിടെ അടുത്തല്ലെ ജോലി'

'ഇവൾടെ അമ്മ ദൂരെ പോയിരിക്കാ, വറാൻ രാത്റി ആവും.'

'എന്നാല് മകൾക്ക് നല്ല കട്ടൻകാപ്പിയിട്ട് കൊടുക്ക്, വയറുവേദന മാറും.'

പിന്നെ എന്റെ ശിഷ്യയോടായി പറഞ്ഞു.

'അകത്ത് കിടന്ന് വിശ്രമിച്ചാൽ വേദന മാറും.'

ഓട്ടോയിൽ കയറി സ്ക്കൂളിലേക്ക് വന്നുകൊണ്ടിരിക്കുമ്പോൾ പലതും ചിന്തിക്കാൻ തുടങ്ങി;

'എവിടെയോ ഒരു സ്പെല്ലിംഗ് മിസ്റ്റെയ്ക്ക്', എന്നാലും?

അമ്മയില്ലെങ്കിലും സ്വന്തം പിതാവ് വീട്ടിലുള്ളത് ആ കുട്ടിക്ക് ആശ്വാസമേകിയിരിക്കണം. അച്ഛനെ കണ്ടപ്പോൾതന്നെ അവളുടെ രോഗം മാറിയത് ഞാൻ ശ്രദ്ധിച്ചു.

പിറ്റേദിവസം അവളെകുറിച്ച് കൂടുതൽ അന്വേഷിച്ചപ്പോൾ അറിഞ്ഞത് ദയനീയമായ കഥകളായിരുന്നു. റോഡ് നിർമ്മാണത്തിന് തമിഴ്നാട്ടിൽനിന്നും വന്ന അവളുടെ അച്ഛന് സേലത്ത് ഭാര്യയും മക്കളും ഉണ്ട്. നല്ല കുടുംബത്തിൽപ്പെട്ട അവളുടെ അമ്മ, ആ മനുഷ്യന്റെ കൂടെ ഒളിച്ചോടിയപ്പോൾ വീട്ടുകാർ ഒഴിവാക്കി. അവൾക്ക് അഞ്ചാം ക്ലാസ്സിൽ പഠിക്കുന്ന അനുജനുണ്ട്. ഒരു ജോലിയും ചെയ്യാത്ത അച്ഛൻ, എന്നും രാത്രിയിൽ മദ്യപിച്ച് വന്നാൽ അമ്മയെ അടിച്ച് പുറത്താക്കും. ഇങ്ങനെയുള്ള ഒരു വീട്ടിലെ കുട്ടിക്ക് എങ്ങനെ പഠിക്കാൻ കഴിയും?

ഏതാണ്ട് പത്ത് ദിവസം കഴിഞ്ഞപ്പോൾ അവൾക്ക് വീണ്ടും അസുഖം വന്നു, 'ഇത്തവണ തലവേദന'. തലയുയർത്താതെ കരയുന്ന അവളെ വീട്ടുകാരില്ലാതെ എങ്ങനെ ഡോക്റ്ററെ കാണിക്കും? അന്നും ഓട്ടോ വിളിച്ച് ആ കുട്ടിയോടൊപ്പം ഞാനും അവളുടെ വീട്ടിലേക്ക് പുറപ്പെട്ടു, 'ഇടയ്ക്കിടെ അസുഖം വരുന്ന കുട്ടിയെ ഡോക്റ്ററെ കാണിക്കണമെന്ന്' രക്ഷിതാക്കളോട് പറയാനും കൂടിയാണ് ആ ദിവസം പോയത്. എന്നാൽ അന്നും അവളെന്നെ ആശ്ചര്യപ്പെടുത്തി.

വീട്ടിലെത്തി സ്വന്തം പിതാവിനെ കണ്ടതോടെ മകളുടെ രോഗമെല്ലാം പമ്പകടന്നപ്പോൾ എന്നിൽ സംശയരോഗം കടന്നുവന്നു.

ഏത് കാര്യത്തിലും സംശയം തോന്നുന്ന എനിക്ക് ചിന്തിക്കാനായിട്ട് ഒന്നുകൂടി.

എന്റെ സംശയങ്ങൾ കാടുകയറാൻ മാത്രം ഒരു സംഭവം ഒരാഴ്ച മുൻപ് ഉണ്ടായി, പി.ടി.എ. മീറ്റിംഗ്. പതിവുപോലെ അച്ഛന്മാരുടെ ഇരട്ടി അമ്മമാരാണ്. നമ്മുടെ വയറുവേദനക്കാരിയുടെ അമ്മയെ കണ്ടെത്തി മകളുടെ രോഗവിവരം പറഞ്ഞപ്പോൾ ആ സ്ത്രീ ആശ്ചര്യപ്പെട്ടു; അതോടെ ഞാനൊന്ന് ഞെട്ടി. മകൾക്ക് വയറുവേദനയും തലവേദനയും വന്ന്, ഉച്ചക്കുമുൻപ് വീട്ടിലെത്തിയ കാര്യം അമ്മ അറിഞ്ഞിട്ടില്ല. ഇതുവരെ വയറുവേദന വന്നതായിട്ട് അവരുടെ ഓർമ്മയിലില്ല. എല്ലാം അറിഞ്ഞപ്പോൾ ആ അമ്മ പറഞ്ഞു.

'ടീച്ചറേ, എന്തുവന്നാലും എന്റെ മോളെ നേരത്തേ വീട്ടിലേക്ക് വിടരുത്. എല്ലാരും പകൽനേരത്ത് പണിക്ക് പോകുന്ന നേരമാ, ആ ദിവസം അച്ഛൻ വീട്ടിലുള്ളത് എന്റെ മോൾടെ ഭാഗ്യം.'

വേദനകൾക്ക് പിന്നിൽ ആ വിദ്യാർത്ഥിനി എന്തോ ഒളിക്കുന്നുണ്ട്,

ആകെ ഒരു ദുരൂഹത. അതേ പെൺകുട്ടിക്ക് ഇന്നും വയറുവേദന വന്നിരിക്കുന്നു.

അവളെത്ര കരഞ്ഞാലും വീട്ടിലേക്ക് വിടുന്ന പ്രശ്നമില്ല; നേരെ ആശുപത്രിയിലേക്ക് പോകാം. ഞാൻ സ്ക്കൂളിലെ കായികാദ്ധ്യാപികയെ സമീപിച്ച് കാര്യങ്ങൾ വിശദീകരിച്ചു. വിദ്യാർത്ഥികൾ കൂടിയതോതിലും അദ്ധ്യാപകർ വലിയതോതിലും ഹെഡ്മാസ്റ്റർ ചെറിയതോതിലും ഭയപ്പെടുന്നത് നമ്മുടെ ഫിസിക്കൽ എഡ്യുക്കേഷൻ (പി.ഇ.ടി.) ടീച്ചറെയാണ്. ഇത്തരം കാര്യങ്ങൾ നേരെയാക്കാനുള്ള സാമർത്ഥ്യം അവരുടെ സവിശേഷതയാണ്.

ക്ലാസ്സിൽവന്ന കായിക അദ്ധ്യാപിക വേദനയുള്ള പെൺകുട്ടിയെ ലബോറട്ടറിയുടെ നാല് ചുമരുകൾക്കിടയിലെ ഏകാന്തതയിൽ ഇരുത്തിയിട്ട് കൗൺസിലിംഗ് നടത്തി.

രണ്ട് മണിക്കൂറിനുശേഷം പി.ഇ.ടി. പറഞ്ഞത് കേട്ട് ഞാനാകെ ഞെട്ടിത്തരിച്ചു,

'ടീച്ചറേ ഇങ്ങനെ പോയാൽ പത്താംതരം പൂർത്തിയാവുന്നതിന് മുൻപ് ആ പെൺകുട്ടി മെറ്റേണിറ്റി ലീവ് എടുക്കാനിടയുണ്ട്.'

'അത്?'

'സ്വന്തം അച്ഛൻ മകളെ പീഡിപ്പിക്കുന്നു; പല കാരണങ്ങൾ പറഞ്ഞ് ആ കുട്ടി വീട്ടിൽപോകുന്നത് അച്ഛനെ കാണാനാണ്'

'അത്, അവളുടെ അമ്മ?'

'അവളുടെ അച്ഛന് കോയമ്പത്തൂരിൽ ഭാര്യയും മക്കളും ഉണ്ട്, ഇവിടേയും. ഇവിടെ വന്നാൽ അമ്മയില്ലാത്ത നേരത്ത് സ്വന്തം അച്ഛനുവേണ്ടി അമ്മ ചെയ്യുന്നപണി മകളും ചെയ്യുന്നു. ഇത് ഏഴാം ക്ലാസ് മുതൽ തുടങ്ങിയതാ.'

'അത് കുഴപ്പമല്ലേ, അവളതിന് സമ്മതിക്കാമോ?'

'അതൊരു തെറ്റായിട്ട് അവൾ കാണുന്നില്ല, അച്ഛൻ മാത്രം വീട്ടിലുണ്ടെങ്കിൽ സ്ക്കൂളിൽനിന്ന് എന്തെങ്കിലും തട്ടിപ്പ് പറഞ്ഞ് ആ പെൺകുട്ടി വീട്ടിലെത്തും. അമ്മയിൽനിന്ന് ഇക്കാര്യം ഒളിച്ചു വെച്ചിരിക്കയാണ്'

'അപ്പോൾ നമ്മളെന്ത് ചെയ്യും? ഒരു കുട്ടിയുടെ അമ്മയോട് ഇക്കാര്യം പറയാൻ പറ്റുമോ?'

'പറഞ്ഞാൽ ഒരമ്മയും വിശ്വസിക്കില്ല, അവളോട് കുറേ കാര്യങ്ങൾ ഞാൻ പറഞ്ഞ് ശരിയാക്കിയിട്ടുണ്ട്. നമ്മൾ ചെയ്യേണ്ടത്, അസുഖമുണ്ടെന്ന് പറഞ്ഞാൽ ആ കുട്ടിയെ വീട്ടിലേക്ക് വിടരുത്, പിന്നെ ഈ വക

കാര്യങ്ങൾ മറ്റാരെയും അറിയിക്കില്ല എന്നാണ് ഞാൻ പറഞ്ഞത്. അതുകൊണ്ട് ഇനിയാരും അവളെ ചോദ്യം ചെയ്യേണ്ടതില്ല.'

അപ്പോൾ അതാണ് കാര്യം.

അച്ഛനും മകളും ചേർന്നുള്ള ഒളിച്ചുകളി.

പുറത്ത് അറിഞ്ഞാൽ പത്രത്തിൽ വരുന്ന പീഡനക്കളി!!!

പിന്നീട്,

അദ്ധ്യാപകരുടെ ശ്രദ്ധയും ഒപ്പം ഭീഷണിയും ഉണ്ടായപ്പോൾ തലവേദനയോ വയറ്റിൽ വേദനയോ കൂടാതെ നാല് മാസത്തോളം അവൾ കൃത്യമായി സ്ക്കൂളിൽ വന്നു. എന്നാൽ പെട്ടെന്നൊരു ദിവസം മുതൽ അവൾ വരാതായപ്പോൾ ഞങ്ങൾക്ക് സംശയമായി. എന്ത് പറ്റിയെന്നറിയാനുള്ള ആകാംക്ഷയോടെ കായികാദ്ധ്യാപികയും ഞാനും വീട്ടിൽപോയപ്പോൾ കുട്ടിയുടെ അമ്മയെ കണ്ടു.

അമ്മക്ക് വളരെ സന്തോഷം!!! അവർ പറഞ്ഞു.

'ടീച്ചറേ എന്റെ മോള് ഇനി പഠിക്കുന്നില്ല; അച്ഛന്റെ കൂടെ കോയമ്പത്തൂരിൽ പോയി. അവിടെയൊരു സിനിമാനടിയുടെ വീട്ടിൽ ജോലിക്ക് ആളെ വേണംപോലും; നല്ല പണം കിട്ടും. എന്റെ മോള് പഠിച്ചിട്ടെന്താവാനാണ്? ടീച്ചറ് പറ.'

സമൂഹത്തിന്റെ പുറംപോക്കിൽ ജീവിക്കുന്ന ആ അമ്മക്ക് എന്ത് ഉത്തരമാണ് ഞങ്ങൾ നൽകേണ്ടത്?

അരങ്ങത്തുനിന്നും അടുക്കളയിലേക്ക്

വർഷം1981, സമയം ഉച്ചകഴിഞ്ഞ് രണ്ട് മണി, സ്ഥലം കണ്ണൂർ ജില്ലയുടെ വടക്കേയറ്റത്തെ ഒരു ഗ്രാമം, രംഗം ഹൈ സ്ക്കൂളിലെ പത്താംതരം ജീവശാസ്ത്ര ക്ലാസ്സ്, അദ്ധ്യായം പ്രത്യുല്പാദനം, പഠിപ്പിക്കുന്നത് ഏതാനും മാസംമുൻപ് ജീവശാസ്ത്രം അദ്ധ്യാപികയായി നിയമനം കിട്ടിയ ഞാൻ.

ആൺകുട്ടികളും പെൺകുട്ടികളും ചേർന്ന ക്ലാസ്സിൽ പതിവിൽകവിഞ്ഞ ഗൗരവത്തോടെ ക്ലാസ്സ് നടന്നുകൊണ്ടിരിക്കുമ്പോഴാണ് രണ്ടാം നിരയിൽ ഇരിക്കുന്ന ഒരു പെൺകുട്ടി ഉറക്കംതൂങ്ങുന്നതായി കണ്ടത്. മറ്റു വിദ്യാർത്ഥികളെല്ലാം ക്ലാസ്സിൽ ശ്രദ്ധിക്കുമ്പോൾ ഈ പെൺകുട്ടിക്കെന്ത് പറ്റി? പുതിയ ടീച്ചറായതിനാൽ കുട്ടികളെ കൂടുതൽ പരിചയപ്പെടാത്ത ഞാൻ അവളെ എഴുന്നേല്പിച്ച് നിർത്തിയിട്ട് ചോദിച്ചു.

'രാത്രി ഉറക്കമിളച്ച് പഠിച്ചിട്ടാണോ ക്ലാസ്സിലിരുന്ന് ഉറങ്ങുന്നത്?'

ചോദ്യം കേട്ട് അവളാകെ ഞെട്ടി,, മറുപടി പറയാതെ തല താഴ്ത്തി നിൽക്കുന്നവൾ കരച്ചിലിന്റെ വക്കിനോളമെത്തി. അപ്പോൾ തൊട്ടപ്പുറത്ത് ഇരിക്കുന്ന പെൺകുട്ടി ശബ്ദം താഴ്ത്തിയിട്ട് എന്നോട് പറഞ്ഞു,

'ടീച്ചറെ അവളുടെ കല്ല്യാണം കഴിഞ്ഞതാ.'

ആ നേരത്ത് ഞെട്ടിയത് ഞാനാണ്. പത്താം തരത്തിൽ പഠിക്കുന്ന കുട്ടിയുടെ വിവാഹം കഴിഞ്ഞതു കൊണ്ടല്ല, വിവാഹിതയായ പെൺകുട്ടിയെ പ്രത്യുല്പാദനം പഠിപ്പിക്കാനുള്ള എന്റെ നിയോഗം ഓർത്ത് എനിക്കാകെ വിറയൽ. അടുത്ത നിമിഷം, മുഖത്ത് കൃത്രിമഗൗരവം അണിഞ്ഞുകൊണ്ട് രണ്ട് കുട്ടികളുടെ അമ്മയായ ഞാൻ ക്ലാസ്സ് തുടർന്നു.

ക്ലാസ്സ് കഴിഞ്ഞ് വെളിയിലിറങ്ങിയപ്പോൾ ഒരു പുരുഷന്റെ ഭാര്യാപദം അലങ്കരിക്കുന്ന ആ പെൺകുട്ടിയോട് കൂടുതൽ കാര്യങ്ങൾ ചോദിച്ചറിഞ്ഞു; ഒൻപതാം ക്ലാസ്സ് പാസ്സായ അവളുടെ വിവാഹം മെയ് മാസമാണ് നടന്നത്. മറ്റൊരു വിദ്യാലയത്തിൽ പഠിച്ചിരുന്ന അവൾ വിവാഹശേഷം ടീസി വാങ്ങി ഭർത്താവിന്റെ വീടിനടുത്തുള്ള സ്ക്കൂളിൽ ചേർന്ന് പത്താംതരം പഠിക്കുകയാണ്. തുടർന്ന് പഠനം പൂർത്തിയാക്കിയ അവൾക്ക് എസ്.എസ്.എൽ.സി. ഫസ്റ്റ്ക്ലാസ്സ് ലഭിച്ചെന്ന് അറിഞ്ഞപ്പോൾ ഞാൻ

വളരെയധികം സന്തോഷിച്ചു.

രണ്ടുവർഷം കഴിഞ്ഞപ്പോൾ, അതേ വിദ്യാലയത്തിൽ പത്താംതരം പഠിച്ചുകൊണ്ടിരിക്കുന്ന ഒരു വിദ്യാർത്ഥിനിയുടെ വിവാഹം നടന്നു. വരൻ അവളുടെ ബന്ധുവായ ഗൾഫിൽ ജോലിയുള്ളവൻ. സ്ക്കൂളിന് തൊട്ടടുത്തുള്ള വീടായതിനാൽ എല്ലാ അദ്ധ്യാപകരെയും വിവാഹത്തിൽ പങ്കെടുക്കാൻ ക്ഷണിച്ചിരുന്നു. ക്ലാസ്സിൽ ഒന്നാമതായി പഠിച്ചിരുന്ന ആ പെൺകുട്ടി വിവാഹശേഷം ഒരാഴ്ച കഴിഞ്ഞ് സ്ക്കുളിൽ വന്ന് പഠനം തുടർന്നു. പത്താം തരം ഫസ്റ്റ് ക്ലാസ് നേടി പൂർത്തിയാക്കിയെങ്കിലും പിന്നീട് പഠനം തുടരാതെ മക്കളെ കളിപ്പിച്ച് വീട്ടുജോലികൾ ചെയ്യുന്ന പെൺകുട്ടിയെയാണ് കാണാൻ കഴിഞ്ഞത്.

അക്കാലത്ത് ഹൈസ്ക്കൂളിൽ പഠിച്ചുകൊണ്ടിരിക്കുന്ന പെൺകുട്ടികളുടെ വിവാഹം വാർത്തയേ അല്ല. ചിലപ്പോൾ പെണ്ണുകാണൽ നടക്കുന്നത് സ്ക്കൂളിൽ വെച്ചായിരിക്കും. എട്ടിലും ഒൻപതിലും പത്തിലും പഠിച്ചുകൊണ്ടിരിക്കുന്ന മിടുക്കികളും മടിച്ചികളും വിവാഹിതയാവും. പക്ഷേ, വിവാഹശേഷം പലരും പഠിപ്പ് നിർത്തുകയാണ് പതിവ്. അതിൽ നിന്നും വേറിട്ട അനുഭവങ്ങളാണ് ഇവിടെ സൂചിപ്പിച്ചത്. അതിനിടയിൽ എട്ടാം തരത്തിൽ പഠിച്ചുകൊണ്ടിരുന്ന പെൺകുട്ടി പ്രസവിച്ച സംഭവവും ഉണ്ടായിരുന്നു. അതിന് കാരണക്കാരനായ ബന്ധുവിന് അവളെ വിവാഹം കഴിച്ചു കൊടുത്ത് പ്രശ്നം പരിഹരിച്ചെങ്കിലും അവൾ പഠനം തുടർന്നില്ല.

എന്റെ പഠനകാലത്ത് വിവാഹപ്രായം ആണിനും പെണ്ണിനും എത്രയാണെന്ന് തീരുമാനിക്കുന്നത് സർക്കാർ ആയിരുന്നില്ല. ഇന്നലെവരെ ഒന്നിച്ച് പഠിച്ചിരുന്ന സഹപാഠിനിയുടെ വിവാഹം കഴിഞ്ഞകാര്യം അറിയുന്നത് അവൾ പഠനം നിർത്തിയെന്ന വാർത്തയോടൊപ്പമായിരിക്കും. മക്കളെ വളർത്തുകയും പഠനം തുടരുകയും ചെയ്തിരുന്ന പലരെയും കോളേജ് പഠനക്കാലത്ത് പരിചയപ്പെടാൻ ഇടയായിട്ടുണ്ട്. ഡിഗ്രി പഠിക്കുമ്പോൾ ഒന്നിച്ച് യാത്രചെയ്തിരുന്ന പി.ജി വിദ്യാർത്ഥിനി സമീപമുള്ള കടയിൽ നിന്ന് ബേബീഫുഡ് വാങ്ങുന്നത് കണ്ടപ്പോൾ ഞാൻ ചോദിച്ചു,

'ഇത് ആർക്കുവേണ്ടിയാണ്?'

'മകനുവേണ്ടിയാണ്. അവനു കൊടുക്കുന്ന പാൽപൊടി ഇന്നലെ തീർന്നുപോയി.'

'മകനോ? അത് വെറുതെ പറയുന്നതല്ലേ.'

'വെറുതെ പറയാനോ? എനിക്ക് രണ്ടുവയസ്സ് പ്രായമായ മകനുണ്ട്;

എന്റെ വീട്ടുകാരെയെല്ലാം നിന്റെ അമ്മക്ക് നന്നായി അറിയാം, വിശ്വാസം വരുന്നില്ലെങ്കിൽ വീട്ടിൽ പോയിട്ട് ഇന്നുതന്നെ ചോദിക്ക്.'

സംഗതി ശരിയായിരുന്നു; പത്താം തരം കഴിഞ്ഞപ്പോഴാണ് അവളുടെ വിവാഹം കഴിഞ്ഞത്. കുട്ടികളെ പ്രസവിച്ച് വളർത്തുന്നതോടൊപ്പം പഠനവും തുടരുന്ന അവൾക്ക് ഒടുവിൽ സർക്കാർജോലി ലഭിക്കുകയും ചെയ്തു.

പഠിപ്പിക്കുന്ന വിദ്യാലയങ്ങൾ മാറിയെങ്കിലും വിദ്യാർത്ഥിനികളുടെ വിവാഹം നടക്കുന്ന സംഭവം അടുത്ത കാലം വരെ ഉണ്ടായിരുന്നു. കണ്ണൂർ പട്ടണത്തിൽ നിന്ന് അകലെയല്ലാത്ത സ്ക്കൂളിൽ ജോലിചെയ്യാൻ കഴിഞ്ഞത് 1991ൽ ആയിരുന്നു. ആ വർഷം എനിക്ക് ക്ലാസ്സ് ചാർജ്ജ് ലഭിച്ച എട്ടാം തരത്തിൽ നാല് പെൺകുട്ടികളുടെ വിവാഹം കഴിഞ്ഞു; രണ്ട് ഹിന്ദു, ഒരു മുസ്ലീം, ഒരു ക്രിസ്റ്റ്യൻ. പഠനം നിർത്തിയ കാര്യം അന്വേഷിച്ചപ്പോഴാണ് അവരുടെയെല്ലാം വിവാഹക്കാര്യം അറിഞ്ഞത്.

അഞ്ചാംതരം വരെ ഞാൻ പഠിച്ചിരുന്നത് വീടിനടുത്തുള്ള പ്രൈമറി സ്ക്കൂളിലാണ്. അദ്ധ്യാപികയായി മാറിയപ്പോൾ ആദ്യമായി ജോലിയിൽ പ്രവേശിച്ചത് അവിടെത്തന്നെയാണ്. ശിഷ്യന്മാരായി സഹോദരന്മാരും ബന്ധുക്കളും നാട്ടുകാരും ഒട്ടനവധി. അക്കൂട്ടത്തിൽ ചിലർ സഹപാഠിനികളുടെ മക്കളാണെന്ന് മനസ്സിലാക്കാൻ കഴിഞ്ഞു. പത്താംതരം കഴിഞ്ഞ ഞാൻ കോളേജിൽ കടന്ന് ഡിഗ്രിയും ബി.എഡും പഠിക്കുന്ന നേരത്ത് എന്റെ കൂടെ പ്രൈമറിസ്ക്കൂളിൽ പഠിച്ച ഏതാനുംചില മിടുക്കികളുടെ വിവാഹം കഴിഞ്ഞിട്ട് അവർക്ക് രണ്ടും മൂന്നും മക്കളായി. അതുവരെ ഒരു വിവാഹാലോചനപോലും ശരിയാവാത്ത ഞാൻ എന്റെ സഹപാഠിനികളുടെ മക്കളെ പഠിപ്പിക്കുന്നു! കൂട്ടത്തിൽ മിടുമിടുക്കിയാണ് ചന്ദ്രമതി; വിവാഹം കഴിഞ്ഞത് ആറാം ക്ലാസ്സിൽ പഠിക്കുമ്പോൾ. ഏതാനും വർഷം കഴിഞ്ഞപ്പോൾ എനിക്ക് പഠിപ്പിക്കാൻ കഴിഞ്ഞത് അവളുടെ മൂന്ന് കുട്ടികളെയും.

പ്രായപൂർത്തിയും വിവാഹപ്രായവും ഇല്ലാതിരുന്ന കാലംമാറിയിട്ട് പെൺകുട്ടികൾ പതിനെട്ടിൽ നിന്നപ്പോൾ, അത് പതിനാറാക്കണമെന്നും അതിലും കുറക്കണമെന്നും പറഞ്ഞിരുന്ന സഹോദരിമാരുടെ കാര്യമല്ല ഇതുവരെ പറഞ്ഞത്. പഠനം പ്രയാസമായി കരുതുന്ന പെൺകുട്ടികൾ ചിലരെങ്കിലും എത്രയും വേഗം വിവാഹം നടന്നാൽ മതിയെന്ന് ചിന്തിക്കാറുണ്ട്. അവരുടെ അഭിപ്രായത്തിൽ നന്നായി പഠിച്ചാലും ഉയർന്ന് പഠിപ്പിക്കാൻ വീട്ടുകാർക്ക് കഴിവില്ല; ചിലരാണെങ്കിൽ എത്ര പഠിച്ചാലും പെൺകുട്ടികളെ ജോലിയെടുക്കാൻ വിടില്ല.

എന്റെ കടൽത്തീരഗ്രാമത്തിൽ പുതിയതായി താമസിക്കുന്ന കുടുംബത്തിലെ പെൺകുട്ടി ചോദിച്ചു.

'ടീച്ചറേ നിങ്ങളുടെ ഹൈസ്ക്കൂളിൽ പഠിക്കാത്ത കുട്ടികളെയൊക്കെ എട്ടിലും ഒൻപതിലും തോൽപ്പിക്കാറുണ്ടോ?'

'പഠിക്കാത്ത കുട്ടികൾ തോൽക്കും, ചിലപ്പോൾ രണ്ടാംവർഷമായാലും അവരെ തോല്പിക്കും.'

'അത് വളരെ നല്ല കാര്യമാണല്ലോ, അവിടെയുള്ള പെൺകുട്ടികൾക്ക് കല്ല്യാണം നടക്കുന്നതുവരെ പഠിക്കാമല്ലോ. ഞങ്ങളുടെ സ്ക്കൂളിലാണെങ്കിൽ ആരെയും തോൽപ്പിക്കില്ല; പെട്ടെന്നുതന്നെ പത്തിലെത്തും. അതുകഴിഞ്ഞാൽ പെട്ടെന്ന് നമ്മളെ കെട്ടിച്ചുവിടും.'

ഇരുപത് വർഷംമുൻപ് എന്റെ ഗ്രാമത്തിലെ ഹയർ സെക്കന്ററി സ്ക്കൂളിൽ പ്ലസ് 2 ക്ലാസ്സിൽ കൂടുതൽ മാർക്ക് വാങ്ങിയ പെൺകുട്ടി അവാർഡ് വാങ്ങാൻ എത്തിയില്ല. കാരണം അവളുടെ കല്ല്യാണം കഴിഞ്ഞത് രണ്ടുദിവസം മുൻപായിരുന്നു. ഇപ്പോൾ ഭർത്താവ് നിർമ്മിച്ച കൊട്ടാരസദൃശമായ വീട്ടിൽ രണ്ട് മക്കളോടൊപ്പം വീട്ടമ്മയായി അവൾ ജീവിക്കുന്നു.

അതേ കാലത്ത് ഞാൻ പഠിപ്പിച്ചിരുന്ന വിദ്യാലയത്തിൽ ഒരു വിദ്യാർത്ഥിനി മാത്രം പത്താംതരത്തിൽ തോറ്റു. ജയിച്ചവരെക്കാൾ നാട്ടുകാർ തിരക്കിയത് പാവപ്പെട്ട ആ പെൺകുട്ടിയെ ആയിരുന്നു. തോറ്റവൾ പഠിപ്പ് നിർത്തിയിട്ട് പതിനെട്ട് ആയപ്പോൾ വിവാഹം കഴിഞ്ഞു. കൂട്ടുകാരികൾ പ്ലസ് 2 പൂർത്തിയാക്കുന്ന നേരത്ത് ആവൾക്ക് പ്ലസ് ആയി ഒരു മകൻ പിറന്നു. അടുത്ത വർഷം ഭർത്താവിനാൽ ഉപേക്ഷിക്കപ്പെട്ട അവളുടെ ജീവിതം പിന്നീട് നരകതുല്യമായിരുന്നു.

അദ്ധ്യാപന ജീവിതത്തിന്റെ അവസാനഘട്ടത്തിൽ പ്രധാനാദ്ധ്യാപിക ആയിരിക്കെ നടന്ന സംഭവം, ക്രിസ്തുമസ് പരീക്ഷ നടക്കുന്ന നേരത്ത് ഏതാനും അദ്ധ്യാപകർ എന്നെ സമീപിച്ചു. അവർക്ക് തൊട്ടടുത്ത വീട്ടിൽ നടക്കുന്ന വിവാഹത്തിൽ പങ്കെടുക്കാൻ പോവണം. വിവാഹം നടക്കുന്നത് ആ വിദ്യാലയത്തിൽതന്നെ പഠിക്കുന്ന ഒൻപതാം ക്ലാസ്സുകാരിയുടേത്. ഞാൻ ചോദിച്ചു,

'എന്റെ സ്ക്കൂളിൽ പഠിക്കുന്ന കുട്ടിയുടെ വിവാഹത്തിന് ആകെയൊരു എച്ച്.എം. ആയ എന്നെമാത്രം ക്ഷണിച്ചില്ല; അതെന്താണ്?'

'അവർക്ക് ടീച്ചറെ വിശ്വാസം പോര, കുട്ടിക്ക് പതിനെട്ട് ആയില്ല എന്നുപറഞ്ഞ് ടീച്ചർ പരാതി കൊടുത്താലോ?'

സ്റ്റാഫ് സെക്രട്ടറിയുടെ മറുപടി.

വർഷങ്ങൾക്കുമുൻപ് കേരളത്തിന്റെ വടക്കെയറ്റത്ത് പ്രധാന അദ്ധ്യാപികയായി ജോലിചെയ്ത ഒരു സുഹൃത്തിന്റെ അനുഭവം.

എട്ടാം തരത്തിൽ പഠിക്കുന്ന പെൺകുട്ടിയുടെ വിവാഹം കഴിഞ്ഞു; ആ നാട്ടിൽ അതൊന്നും ഒരു പുതുമയല്ല. ഒരുമാസം കഴിഞ്ഞപ്പോൾ അവളുടെ രക്ഷിതാവ് ഹെഡ്ടീച്ചറെ സമീപിച്ചു. അവർക്കൊരു ആവശ്യം. 'വയസ്സ് അറിയിക്കുന്ന കടലാസ് സ്ക്കൂളിൽനിന്നും വേണം.'

ടീച്ചർ പറഞ്ഞു 'തരാമല്ലോ'.

പെൺകുട്ടിക്ക് 12 വയസാണെന്ന് എഴുതിത്തരണം. കാരണം, അവളുടെ കെട്ടിയവൻ പറയുന്നു, 'പെണ്ണിന് മൂപ്പ് കൂടുതലാണ് പതിനാറെങ്കിലും ആയിക്കാണും' എന്ന്. വീട്ടുകാർ പറഞ്ഞു 'പന്ത്രണ്ടാണ് തെളിയിക്കാമെന്ന്' അങ്ങനെ സ്ക്കൂളിൽ വന്നതാണ്.

സ്ക്കൂൾ രജിസ്റ്ററിൽ പെൺകുട്ടിക്ക് പതിനഞ്ച് വയസ്സ്, ഹെഡ് പറഞ്ഞു, 'അത് പറ്റില്ല' എന്ന്. അപ്പോൾ രക്ഷിതാവ് പറഞ്ഞു.

'എത്ര പണം വേണമെങ്കിലും തരാം, പന്ത്രണ്ടാണെന്ന് എഴുതിയ കടലാസ് വേണം'

ഒടുവിൽ മകൾക്ക് പന്ത്രണ്ട് വയസ്സ് ആവാത്ത വിഷമത്തോടെ രക്ഷിതാവ് ഇറങ്ങിപ്പോയി.

പെണ്മക്കളെ കെട്ടിച്ചയക്കാൻ ഒരുകൂട്ടർ പ്രയാസപ്പെടുമ്പോൾ വേറെ ചിലർ എത്രയും വേഗത്തിൽ അവളെ ഒരുത്തന്റെ തലയിൽ ഏൽപ്പിക്കാൻ തിരക്കുകൂട്ടുന്നു. അതുപോലെ പെൺകുട്ടികളുടെ ചിന്താഗതിയിലും മാറ്റം വരുന്നുണ്ട്. ഒരുകാലത്ത് അടുക്കളയിൽ നിന്ന് അരങ്ങത്തേക്ക് വരാൻ മലയാളി പെൺകുട്ടികൾ തന്റേടം കാണിച്ചിരുന്നു. അതേസമയം പെൺകുട്ടികളിൽ ചിലർ അരങ്ങ് വിട്ട് അടുക്കളയിൽ ഒതുങ്ങിക്കൂടുന്നതാണ് ഇപ്പോൾ നമുക്ക് കാണാൻ കഴിയുന്നത്.

വിചാരണ

അടുത്ത പഞ്ചായത്തിലുള്ള സർക്കാർ ഹൈസ്ക്കൂളിൽ ജീവശാസ്ത്രം അദ്ധ്യാപികയായി ട്രാൻസ്ഫർ ലഭിച്ച്, ഏതാനും വർഷങ്ങൾ കഴിഞ്ഞപ്പോൾ വിദ്യാർത്ഥികളോടുള്ള ബന്ധങ്ങൾക്ക് ആഴവുംപരപ്പും വർദ്ധിച്ചു. സർക്കാർ വിദ്യാലയങ്ങളിൽ കുട്ടികളുടെ എണ്ണത്തിൽ കുറവ് വന്നെങ്കിലും പഠനനിലവാരം വർദ്ധിച്ചു കൊണ്ടിരിക്കുന്ന വർഷങ്ങൾക്ക് മുൻപുള്ള കാലത്ത് അവരെല്ലാം അദ്ധ്യാപകരോട് കൂടുതൽ അടുപ്പം കാണിച്ചിരുന്നു. എനിക്ക് ക്ലാസ്ചാർജുള്ള എട്ടാംതരം ഏ ഡിവിഷനിലെ കുട്ടികളുടെ കൊച്ചുകൊച്ചു പ്രശ്നങ്ങൾ പങ്കുവെക്കുമ്പോൾ അവരെന്നിൽ കണ്ടത് അമ്മയുടേയും മുതിർന്ന ചേച്ചിയുടെയും സ്ഥാനമായിരുന്നു. വീട്ടിലെ കാര്യങ്ങളൊക്കെ എന്നോട് പറയാൻ വിദ്യാർത്ഥികൾ സമയം കണ്ടെത്തിയിരുന്നു.

സ്ക്കൂളിൽ എത്തിയാൽ ഒഴിവു സമയങ്ങളിൽ അധികവും ഞാൻ ചെലവഴിച്ചത് ക്ലാസ് ചാർജുള്ള എട്ടാംതരത്തിലെ വിദ്യാർത്ഥികൾക്കൊപ്പമായിരുന്നു. രാവിലെയും ഉച്ചഭക്ഷണത്തിനുശേഷവും വൈകിട്ട് സ്ക്കൂൾ വിട്ടാലും ഏതാനും നേരത്തേക്ക് കുട്ടികളുമായി ഇടപഴകാൻ എനിക്ക് താല്പര്യമായിരുന്നു.

അങ്ങനെയുള്ള ഒരുദിവസം രാവിലെ മൂന്നാമത്തെ ബഞ്ചിൽ ഇരിക്കുന്ന ദീപയാണ് എന്നോടൊരു പ്രശ്നം പറഞ്ഞത്. അവൾ പുതിയതായി വാങ്ങിയ നോട്ടുപുസ്തകം കാണാതായിരിക്കുന്നു. കരയുന്നമട്ടിൽ നിൽക്കുന്ന ദീപയോട് ഞാൻ ചോദിച്ചു,

'പുതിയ നോട്ട് ബുക്കാണോ? എപ്പോഴാണ് കാണാതായത്?'

'ടീച്ചറേ, ഞാനിന്നലെ സ്ക്കൂളിലെ ബുക്കുസ്റ്റോറിൽ നിന്നും വാങ്ങിയതാണ്, 200 പേജ് വരയില്ലാത്ത പുസ്തകം. പേര് എഴുതിയിട്ടില്ല.'

'അതുപിന്നെ ഏതെങ്കിലും പുസ്തകം വാങ്ങിയാൽ എത്രയുംവേഗം അതിൽ സ്വന്തം പേര് എഴുതണം. അങ്ങനെയായാൽ കാണാതെ പോകുമ്പോൾ പെട്ടെന്ന് കണ്ടെത്താമല്ലോ.'

'അതൊന്നും ഞാനോർത്തില്ല ടീച്ചറെ, വാങ്ങിയ ഉടനെ ക്ലാസ്സിൽ വന്നിട്ട് എന്റെ ബാഗിൽ വെച്ചു. ഇന്നുരാവിലെ നോക്കിയപ്പോൾ പുസ്ത

കം കാണാനില്ല'

'വീട്ടിൽ കൊണ്ടുപോയതല്ലേ, അവിടെ വെച്ചിട്ടുണ്ടാവും.'

'അല്ല ടീച്ചർ, ഇന്നുരാവിലെ വീട്ടിലാകെ നോക്കി. ഇന്നലെതന്നെ കാണാതെ പോയിട്ടുണ്ട്.'

'അപ്പോൾ ക്ലാസ്സിലുള്ള കുട്ടികളാരെങ്കിലും എടുത്തിട്ടുണ്ടാവും എന്നാണോ പറയുന്നത്.'

'അതെനിക്കറിയില്ല ടീച്ചറേ.'

മറുപടി പറയുന്നതിന്റെ ഒടുക്കം കരച്ചിലിന്റെ ആരംഭമായപ്പോൾ രാവിലത്തെ അദ്ധ്യാപനം വഴിമുട്ടി. ശിഷ്യന്മാരെ നോക്കിയിട്ട് ഞാൻ പറഞ്ഞു.

'നിങ്ങളുടെ കൂട്ടുകാരി ദീപയുടെ 200 പേജ് വരയില്ലാത്ത നോട്ട് പുസ്തകം കാണാനില്ല. ചിലപ്പോൾ അറിയാതെതന്നെ ആരെങ്കിലും ബാഗിൽ എടുത്തുവെക്കാൻ ഇടയുണ്ട്. അതുകൊണ്ട് എല്ലാവരും കൈയിലുള്ള പുസ്തകങ്ങൾ പരിശോധിച്ച് സ്വന്തമാണെന്ന് ഇപ്പോൾതന്നെ ഉറപ്പുവരുത്തണം.'

പറയേണ്ടതാമസം കുട്ടികളെല്ലാം പുസ്തകസഞ്ചികൾ അഴിച്ച് ഓരോ പുസ്തകവും എടുത്ത് എന്നെ കാണിക്കാൻ തുടങ്ങിയപ്പോൾ ഞാൻ പറഞ്ഞു.

'പുസ്തകങ്ങൾ എന്നെ കാണിക്കേണ്ട. നിങ്ങൾ തന്നെ പരിശോധിച്ചിട്ട് നിങ്ങളുടേതല്ലാത്തത് കൂട്ടത്തിലുണ്ടോ എന്ന് നോക്കിയാൽ മതി.'

പരിശോധനയുടെ ഒടുവിൽ എല്ലാവരും ഒന്നിച്ച് പറഞ്ഞു.

'ടീച്ചറേ, ഞങ്ങളാരും എടുത്തിട്ടില്ല. പിന്നെ.'

'പിന്നെ... ദീപ കളവുപറയുന്നു എന്നാണോ?'

'അല്ല ടീച്ചറെ ഇന്ന് ക്ലാസ്സിൽവരാത്ത ആരെങ്കിലും എടുത്തതാണെങ്കിലോ?'

പറയുന്നതോടൊപ്പം കുട്ടികളുടെ നോട്ടം ഒന്നാമത്തെ ബെഞ്ചിൽ ഒന്നാം സ്ഥാനത്തേക്ക് പതിഞ്ഞു. അതോടെ എനിക്കാകെ പരിഭ്രമമായി. മിടുക്കന്മാർ മുൻബെഞ്ചിൽ ഇരിക്കും, എന്ന പതിവിന് വിപരീതമായി എന്റെ ക്ലാസ്സിൽ ഒന്നാമത്തെ ബെഞ്ചിലിരിക്കുന്ന കുട്ടികൾ പഠനത്തിൽ പിന്നിലായവരാണ്. പലപ്പോഴും അവർ സാമ്പത്തികമായി പാവപ്പെട്ടവരും ആയിരിക്കും. അപ്പോൾ,, ഇന്ന് വരാത്തവൻ, ഒന്നാം സ്ഥാനത്തിരിക്കുന്ന രജീഷിന് നേരെയാണ് സഹപാഠികളുടെ നോട്ടം. ക്ലാസ്സിലെ ഏറ്റവും പാവപ്പെട്ടവൻ,, വിശന്നപ്പോൾ രണ്ടുതവണ അവന് ഭക്ഷണം വാങ്ങിക്കൊടുത്തിട്ടുണ്ട്. അവനാണോ,, മോഷ്ടാവ്? നോട്ടുപുസ്തകം കട്ടെ

ടുത്ത വകയിൽ ഒരുദിവസം ക്ലാസ്സിൽ വരാതിരിക്കാൻ അവന് കഴിയുമോ?

ചിന്തിച്ചിരിക്കെ കുട്ടികൾ പറയാൻ തുടങ്ങി.

'ടീച്ചറേ മുൻപൊരു ദിവസം സെമീറിന്റെ പത്തുരൂപ കാണാതെ പോയിരുന്നു. അതിന്റെ പിറ്റേദിവസവും രജീഷ് ക്ലാസ്സിൽ വന്നിട്ടില്ല.'

കുട്ടികളുടെ നിരീക്ഷണപാടവത്തിൽ അത്ഭുതം തോന്നി. ഞാൻ പറഞ്ഞു.

'അത് അവനാണ് എടുത്തതെന്ന് ഉറപ്പിച്ച് പറയാൻ പറ്റുമോ?'

'ഇല്ല ടീച്ചറേ...'

'നഷ്ടപ്പെട്ട സാധനം അവന്റെ കൈയിൽ നിന്നും കണ്ടെടുക്കുന്നതുവരെ അവൻ കുറ്റവാളിയല്ല.'

'എന്നാലും ഇതങ്ങനെ വിടാൻ പറ്റില്ല. അടുത്തിരിക്കുന്നവന്റെ പുസ്തകമൊക്കെ രജീഷ് തുറന്നു നോക്കാറുണ്ട്.'

'അങ്ങനെ നോക്കുന്നത് ഒരു കുറ്റമേയല്ല. നാളെ രജീഷ് ക്ലാസ്സിൽ വന്നാൽ അവന്റെ ബാഗിലുള്ള പുസ്തകം പരിശോധിച്ചിട്ട് അവനോട് ചോദിച്ചുകൊള്ളും. അതുവരെ നിങ്ങളാരും ഇക്കാര്യം അവനോട് പറയരുത്. പിന്നെ ദീപയുടെ കാണാതെ പോയ പുസ്തകത്തിന് പകരം മറ്റൊന്ന് ഞാൻ വാങ്ങിത്തരും.'

വിചാരണക്ക് താൽക്കാലിക വിരാമം നൽകിയിട്ട് ഞാൻ പഠിപ്പിക്കാൻ തുടങ്ങി.

അടുത്ത ദിവസം ക്ലാസ്സിലെത്തിയ എന്നെ എതിരേറ്റത് ദീപയാണ്. പുതിയ 200 പേജ് നോട്ടുപുസ്തകം എന്നെ കാണിച്ചിട്ട് അവൾ പറഞ്ഞു.

'എന്റെ പുസ്തകം കിട്ടി.'

'എവിടെന്ന്?

'വീട്ടിൽനിന്ന്. നാലാം ക്ലാസ്സിൽ പഠിക്കുന്ന അനുജത്തി എന്റെ ബാഗിലുള്ള പുസ്തകം ചോദിക്കാതെ എടുത്ത് അവളുടെ സ്ക്കൂളിൽ കൊണ്ടുപോയിരുന്നു.'

'അപ്പോൾ?...'

എന്റെ നോട്ടം ഒന്നാം സ്ഥാനത്തിരിക്കുന്ന രജീഷിലേക്ക് പതിഞ്ഞു, അവനെന്നെ നോക്കുകയാണ്. മെലിഞ്ഞ ശരീരവും കീറാൻ തുടങ്ങുന്ന മുഷിഞ്ഞ യൂനിഫോമിലും വരുന്ന കൂട്ടത്തിൽ കുഞ്ഞിയായ എന്റെ ശിഷ്യനെ ഒറ്റനോട്ടത്തിൽ പാവമാണെന്ന് പറയാം. അങ്ങനെയുള്ളവനാണ് കള്ളൻ എന്ന് പറയുന്ന സമൂഹത്തിന്റെ അവസ്ഥയാണ് ഇവിടെ

സംഭവിച്ചത്. ആ നേരത്തെ ടെൻഷൻ കുറക്കാനായി കുട്ടികളോട് രണ്ടു തവണ എഴുന്നേൽക്കാനും ഇരിക്കാനും പറഞ്ഞു. പിന്നെ എല്ലാവരോടുമായി പറഞ്ഞു.

'ഇന്നലെ ദീപയുടെ പുസ്തകം അവളുടെ അനുജത്തിയാണ് എടുത്തത്. നിങ്ങളിൽ ആരുടേയെങ്കിലും പണമോ പുസ്തകമോ കാണാതെപോയാൽ ആദ്യം വീട്ടിലാണ് പരിശോധിക്കേണ്ടത്. എന്നിട്ട് സ്കൂളിൽ എത്തിയാൽ അക്കാര്യം ആദ്യമായി ക്ലാസ്ടീച്ചറായ എന്നോട് പറയണം. ഇപ്പോൾ പുസ്തകം കിട്ടിയതുകൊണ്ട് അതിനെക്കുറിച്ച് മുൻപ് പറഞ്ഞ കാര്യങ്ങളെല്ലാം മറന്നുകളയുക. ക്ലാസ്സിലെ കുട്ടികളെല്ലാം നല്ല സുഹൃത്തുക്കളാവണം.'

കാര്യങ്ങൾ തിരിച്ചറിഞ്ഞ വിദ്യാർത്ഥികൾ തലേദിവസം നടന്നതൊന്നും അറിയാതെ പുസ്തകം തുറന്ന് വായിക്കുന്ന രജീഷിനെ നോക്കിയെങ്കിലും അതൊന്നും ശ്രദ്ധിക്കാതെ ഞാൻ പഠിപ്പിക്കാൻ തുടങ്ങി. പാവപ്പെട്ടവനെ കുറ്റവാളിയാക്കുന്ന സംഭവങ്ങളാണ് ഇന്നും നമുക്കിടയിൽ കാണാൻകഴിയുന്നത്. അത്തരം വാർത്തകൾ വായിക്കുമ്പോൾ മുൻപ് എട്ടാം ക്ലാസ്സിൽ നടന്നസംഭവം ഓർത്തുപോവുകയാണ്.

പീഡനത്തിന്റെ വഴിയിലൂടെ

ടീവിയിലെ 'റിയാലിറ്റി ഷോകൾ' അരങ്ങ് തകർക്കുന്നതിന് മുൻപുള്ള സുവർണ്ണകാലം. അക്കാലത്ത് തീപാറുന്ന മത്സരങ്ങൾ നടന്നിരുന്നത് നമ്മുടെ വിദ്യാലയങ്ങളിലെ യുവജനോത്സവ വേദികളിലായിരുന്നു. മത്സരാർത്ഥികൾക്ക് ഗ്രെയ്ഡുകൾ നൽകി കൂടുതൽപേരെ സന്തോഷിപ്പിക്കുന്ന കാലത്തിനു മുൻപ്, ഒന്നാം സ്ഥാനം നേടാനായി കുട്ടികൾ അരങ്ങിൽ കളിക്കുമ്പോൾ രക്ഷിതാക്കൾ അണിയറയിൽ കളിക്കുന്നുണ്ടാവും. കൂടുതൽ പോയിന്റ് നേടിയ കുട്ടി 'കലാതിലകം' ആയി സിനിമയിലേക്ക് കയറുമ്പോൾ കൂടുതൽ പോയിന്റ് നേടിയ ജില്ല, സ്വർണ്ണക്കപ്പുമായി ആർത്തുവിളിച്ച് നടക്കുന്ന കാലം.

വിദ്യാർത്ഥികളിൽ ഉറങ്ങിക്കിടക്കുന്ന സർഗ്ഗവാസനകൾ വെളിയിലേക്ക് ചാടുന്നത് ഇത്തരം യുവജനോത്സവമേളകളിലാണ്. എന്നാൽ വിദ്യാർത്ഥികളേക്കാൾ രക്ഷിതാക്കളുടെ മത്സരമായി മാറുന്ന രംഗമാണ് പലയിടത്തും കാണപ്പെട്ടത്. ഏതാനും ചില സ്റ്റേജ് ഐറ്റങ്ങൾ വിദ്യാർത്ഥികൾക്ക് ഒരു പങ്കും ഇല്ലാതെ അവ മറ്റുവല്ലവരുടെയും കഴിവിനെ എടുത്ത് കാണിക്കുന്നത് ആയിരുന്നു. അതുകൊണ്ടാവാം 'ടാബ്ലോ, ഫാൻസി ഡ്രസ്സ്' തുടങ്ങിയ നിറം പകർന്ന കാണികളെ സന്തോഷിപ്പിച്ച ഐറ്റങ്ങൾ സ്ക്കൂൾ യുവജനോത്സവങ്ങളിൽ നിന്നും പുറത്താക്കപ്പെട്ടത്. അതോടൊപ്പം ചില ഐറ്റങ്ങൾ പുത്തനായി വന്നുചേർന്നിട്ടുണ്ട്.

ഫാൻസി ഡ്രസ്സ് അതായത് 'പ്രച്ഛന്നവേഷം' വളരെ മുൻപ്, സ്ക്കൂൾ കായികമേളയുടെ ഒപ്പം മൈതാനത്താണ് നടന്നത്. ഹൈസ്ക്കൂളിലും കോളേജിലും പഠിക്കുന്നകാലത്ത്, 'സ്പോർട്സ്' നടക്കുമ്പോൾ അതിൽ താല്പര്യം കുറഞ്ഞ എന്നെപോലുള്ളവർ കാത്തിരുന്നത്, ഓട്ടത്തിനും ചാട്ടത്തിനും ഇടയിൽ കടന്നുവരുന്ന പ്രച്ഛന്നവേഷധാരികളെ ആയിരുന്നു. കുഷ്ഠരോഗിയും ഭിക്ഷക്കാരിയും ന്യൂസ്പേപ്പർബോയിയും സംന്യാസിയും കല്ല്യാണപ്പെണ്ണും ഗ്രൗണ്ടിൽ കടന്നുവന്നാൽ അത് ഒറിജിനൽ ആണോ മത്സരവേഷമാണോ എന്ന് നമ്മൾ സംശയിക്കാറുണ്ട്. അങ്ങനെയുള്ള ഈ വേഷപ്പകർച്ച നേരെ യുവജനോത്സവ വേദിയിൽ കടന്നുവന്നപ്പോൾ ആവേശത്തോടെ എല്ലാവരും സ്വാഗതം ചെയ്തു.

ആദ്യകാലത്ത് ഫാൻസിഡ്രസ്സ് ആൺകുട്ടികൾക്കും പെൺകുട്ടികൾക്കും വേറെ വേറെ മത്സരങ്ങളായിരുന്നു ഉണ്ടായത്. ഫാൻസിഡ്രസ്സ് മത്സരത്തിന്റെ സുവർണ്ണകാലമായിരുന്നു അന്ന്; ആൺകുട്ടികളെല്ലാം പെണ്ണായി വേഷം മാറും, പെൺകുട്ടികളെല്ലാം ആണായും വേഷം മാറും. പോലീസുകാരനും കുഷ്ഠരോഗിയും പാവവേഷവും നോട്ടെണ്ണുന്ന ഹാജിയാരും ഭ്രാന്തിത്തള്ളയും ഭിക്ഷക്കാരിയും അംഗവൈകല്യമുള്ളവരും റോബോട്ടുകളും വീരപ്പനും ഡയാനയും ബാർബിയും കൃഷിക്കാരനും സ്റ്റേജിൽ നിറഞ്ഞാടി. ആൺകുട്ടികളുടെ വേഷത്തിൽ എടുത്തുപറയേണ്ടത്, മാറുമറക്കാതെ കുനിഞ്ഞ് വടികുത്തി നടക്കുന്ന വൃദ്ധയുടെ വേഷമായിരുന്നു.

വേഷമണിഞ്ഞ് വരുന്നത് 'വിദ്യാർത്ഥിയാണോ' അല്ല 'വിദ്യാർത്ഥിനിയാണോ' എന്ന സംശയം ചിലപ്പോൾ പന്തയത്തിൽപോലും എത്തിച്ചേരാറുണ്ട്. ഒരിക്കൽ പ്രായമുള്ള മുസ്ലിം വൃദ്ധന്റെ വേഷമണിഞ്ഞ് സ്വന്തം അമ്മയോടൊപ്പം ഇരിക്കുന്നത് പെൺകുട്ടി ആണെന്നറിയാതെ ചില ആൺകുട്ടികൾവന്ന് 'നീയെന്താടാ വേഷംകെട്ടി ഇവിടെയിരിക്കുന്നത്?' എന്നുപറഞ്ഞ് കൈപിടിച്ചു വലിച്ചതും അത് പെൺകുട്ടിയാണ് എന്നറിഞ്ഞപ്പോൾ അവർ ഓടിരക്ഷപ്പെട്ടതുമായ സംഭവം അണിയറയിൽ നടന്നിട്ടുണ്ട്. അതുപോലെ ആൺകുട്ടികളുടെ മത്സരത്തിൽ പങ്കെടുത്ത, അംഗവൈകല്യം ബാധിച്ച് ഒരുകാൽ സ്വാധീനമില്ലാതെ നടക്കുന്ന പെൺകുട്ടിയായി സ്റ്റേജിൽ വന്നത് ശരിക്കും പെൺകുട്ടിതന്നെയാണെന്ന് പറഞ്ഞ അദ്ധ്യാപകരുടെ തർക്കം, ഒടുവിൽ അണിയറയിൽ എത്തിയിട്ട് ആൺകുട്ടിയെകണ്ട് സംശയം തീർത്ത സംഭവവും ഉണ്ടായിരുന്നു.

ഇന്നത്തെ കുട്ടികൾക്ക് ഇതെല്ലാം ടീ.വി.യിലെ കോമഡി ഷോകളിൽ കാണാൻ കഴിയും. കോമഡി ഷോകളുടെ പ്രധാന ആകർഷണം തന്നെ പെൺവേഷം കെട്ടിയാടുന്ന പുരുഷന്മാരാണല്ലോ. പെണ്ണായി വേഷം കെട്ടിയ പുരുഷന്മാരെ കാണുമ്പോൾ എന്റെ മനസ്സിൽ ഓടിയെത്തുന്നത് വർഷങ്ങൾക്ക് മുൻപ് ഒരു ആൺകുട്ടി പെൺവേഷം കെട്ടി വേദിയിൽ വന്നതാണ്.

വീട്ടിൽനിന്നും അകലെയാണെങ്കിലും അദ്ധ്യാപകരെ ആദരിക്കാനും ബഹുമാനിക്കാനും നന്നായി അറിയുന്ന ശിഷ്യഗണങ്ങളെ പഠിപ്പിച്ചുകൊണ്ടിരിക്കുമ്പോഴാണ് കണ്ണൂരിലെ വിഖ്യാതമായ ആൺപള്ളിക്കൂടത്തിലേക്ക് ട്രാൻസ്ഫർ ചോദിച്ച് വാങ്ങിയത്. കാരണം ഒന്നേയുള്ളൂ; യാത്രാദൂരം പകുതിയായി കുറയും. അങ്ങിനെ ആൺപള്ളിക്കൂടത്തിലെ ആൺകുട്ടികളെ പഠിപ്പിക്കുന്ന കാലം. അദ്ധ്യാപകർക്ക് വിദ്യാർത്ഥികളെ പഠി

പ്പിക്കാനും സ്വയം പഠിക്കാനും കഴിയുന്ന വിദ്യാലയമാണ്. സത്യം പറഞ്ഞാൽ ഇവിടെയുള്ള വിദ്യാർത്ഥികളെ ഇത്തിരി ഭയമുണ്ടായിരുന്നു. ഒൻപതാം ക്ലാസ് മുതൽ എല്ലാ വിദ്യാർത്ഥികൾക്കും അദ്ധ്യാപികമാരെക്കാൾ ഉയരം ഉണ്ടാവും; പഠിപ്പിക്കുക എന്നത് ശരിക്കും ഒരു അഭ്യാസം തന്നെ ആയിരുന്നു. എന്നാൽ പഠനം ഒഴികെയുള്ള എല്ലാ കാര്യത്തിനും ഇവിടെയുള്ള ഹൈസ്ക്കൂൾ വിദ്യാർത്ഥികൾ തയ്യാറാണ്.

അക്കാലത്ത് കണ്ണൂർജില്ലയിലെ സർക്കാർ സ്ക്കൂളുകളിൽ 'ഹെഡ്' ആയിവരുന്നത് മിക്കവാറും അന്യജില്ലക്കാരായിരുന്നു. കണ്ണൂർ ജില്ലക്കാർ പി.എസ്.സി. എഴുതി ജോലിനേടുന്നതിൽ പിൻനിരയിലാവുമ്പോൾ തെക്കൻ കേരളത്തിലുള്ളവർ അക്കാലത്ത് മുൻനിരയിൽ ഉണ്ടായിരുന്നു. ബോയ്സ് ഹൈസ്ക്കൂളിൽ ഞാൻ ചേർന്നതിന്റെ അടുത്ത വർഷം പുതിയതായി പ്രമോഷൻ ലഭിച്ച തിരുവനന്തപുരക്കാരി നമ്മുടെ 'ഹെഡ്മിസ്ട്രസ്സ്' ആയി വന്നുചേർന്നു. ദേശീയപാതക്കും റെയിൽപാളത്തിനും ഇടയിൽകിടന്ന് വീർപ്പുമുട്ടുന്ന വിദ്യാലയത്തെ, അവർ വന്നനാൾതൊട്ട് അടിമുടി മാറ്റാൻ തുടങ്ങി.

മാറ്റത്തിന്റെ ആദ്യപടിയായി തൊട്ടടുത്ത പള്ളിയിലെ ഗാനമേളട്രൂപ്പിലെ അംഗങ്ങളായ നമ്മുടെ വിദ്യാർത്ഥികൾ ശ്രുതിമധുരമായി ആലപിച്ചിരുന്ന പ്രാർത്ഥനയും ദേശിയഗാനവും നിർത്തലാക്കി. ആൺകുട്ടികളല്ലേ, അവർ പാടേണ്ട, പഠിച്ചാൽ മതിയെന്ന് ഓർഡർ. പിന്നെ തൊട്ടടുത്ത തിങ്കളാഴ്ച മീറ്റിംഗിന് കണ്ണൂരിൽ പോയി തിരിച്ചുവന്നപ്പോൾ ഹെഡ്ടീച്ചർ ഒരു വിശേഷപ്പെട്ട വസ്തു കൊണ്ടുവന്നു,

'ഒരുമീറ്റർ നീളമുള്ള ചൂരൽ'!

അദ്ധ്യാപകരുടെ മുന്നിൽവെച്ച് ട്രെയ്ഡ്മാർക്കുള്ള കവർ പൊളിച്ച് ചൂരൽ വെളിയിലെടുത്തത് കണ്ടപ്പോൾ എല്ലാവരും ഞെട്ടി. ഒപ്പം ടീച്ചറുടെ പ്രഖ്യാപനം കേട്ടപ്പോൾ വീണ്ടും ഞെട്ടി.

'ഇതുകൊണ്ട് ഇവിടത്തെ ആൺപിള്ളേരെ മാത്രമല്ല, അദ്ധ്യാപകരെയും ഞാൻ നേരെയാക്കും.'

അങ്ങനെ നേരെയാക്കാനുള്ള പരിശ്രമം നടന്നുകൊണ്ടിരിക്കെ യുവജനോത്സവം ആഗതമായി. അതുവരെ അദ്ധ്യാപകരെ പേടിച്ച് അമർന്നിരിക്കുന്ന വിദ്യാർത്ഥികൾ അല്പം സ്വതന്ത്രവായു ശ്വസിക്കുന്നത് ഇത്തരം അവസരങ്ങളിലാണല്ലോ. ആൺകുട്ടികളാണെങ്കിലും എല്ലാ ഐറ്റത്തിനും അവർ പങ്കെടുക്കും. ആർക്കും ആദ്ധ്യാപകരുടെ സഹായം ആവശ്യമില്ല.

യുവജനോത്സവ ദിനം... രണ്ടാം നാൾ...

സ്റ്റേജിൽ ഡാൻസ്, പാട്ട്, മോണോആക്റ്റ്, മിമിക്രി, ആദിയായവ നടന്നുകൊണ്ടിരിക്കെ അറിയിപ്പ് വന്നു.

അടുത്തത് ഫാൻസിഡ്രസ്സ്... അതായത് പ്രച്ഛന്നവേഷം.

അണിയറയിൽ വേഷങ്ങൾ അണിഞ്ഞൊരുങ്ങി നിൽക്കുകയാണ്.

ആൺകുട്ടികളുടെ മാത്രം സ്ക്കൂളായതിനാൽ അദ്ധ്യാപികമാർക്ക് അണിയറയിലേക്ക് പ്രവേശനം ഇല്ല. മുൻപ് ആൺ പെൺ ഇടകലർന്ന സ്ക്കൂളിലായപ്പോൾ യൂത്ത് ഫസ്റ്റിവെൽ വന്നാൽ വിശ്രമിക്കാനുള്ള സമയം എനിക്ക് ലഭിക്കാറില്ല. ആഘോഷം കഴിഞ്ഞതിന്റെ പിറ്റേദിവസം ആശുപത്രിയിൽ അഡ്മിറ്റാവുന്ന ശീലവും എനിക്കുണ്ട്. ഇവിടെയാണെങ്കിൽ അണിയറയുടെ പരിസരത്തുകൂടി നടക്കുന്ന പണി മാത്രമാണ് എനിക്കുള്ളത്.

വേഷങ്ങൾ ഓരോന്നായി സ്റ്റേജിൽ വരാൻ തുടങ്ങി,

മിക്കവാറും ഭിക്ഷക്കാർ, ക്ഷയരോഗി, കാണാൻ അത്ര രസമൊന്നുമില്ല.

പിന്നെ പുസ്തകഭാരവുമായി ഒരു സ്ക്കൂൾവിദ്യാർത്ഥി.

പിന്നെ മത്സ്യതൊഴിലാളി ഒരു കൂട്ട മീനുമായി വന്നു. പിന്നാലെ കുടനന്നാക്കുന്നവനും.

പിന്നീട് വന്ന വേഷം കണ്ടപ്പോൾ കാണികളെല്ലാം ഒന്നിച്ചെഴുന്നേറ്റ് കൈയടിച്ചു, വന്നത്.

ഒരു ഭിക്ഷക്കാരി. ഒക്കത്തൊരു കുഞ്ഞ്. അല്ല കുഞ്ഞിന്റെ വലിപ്പമുള്ള ഒരു പാവയാണ്.

അവൾ മുഷിഞ്ഞ സാരിയുടെ തുമ്പ്കൊണ്ട് പൊതിഞ്ഞ കുഞ്ഞിനെ പാട്ടുപാടി മുലയൂട്ടാൻ ശ്രമിക്കുകയാണ്.

'വാവോ, വാവ കരയല്ലെ, എന്റെ പൊന്നല്ലെ. വാവ പാലുകുടിച്ചോ.'

ഇങ്ങനെ പോകുന്നു ഡയലോഗുകൾ; ശരിക്കും ഒരു ഭിക്ഷക്കാരി പെണ്ണ്, അതിനിടയിൽ അവൾ പണത്തിനായി യാചിക്കുന്നുണ്ട്.

'ഉഗ്രൻ വേഷവും അഭിനയവും.'

അദ്ധ്യാപകർ ഒന്നടങ്കം പറഞ്ഞു,

'ഒന്നാംസ്ഥാനം അവന് തന്നെ,, പത്താം ക്ലാസ്സിലെ കുട്ടിയാണ്.'

ഒരു സഹപ്രവർത്തകൻ പറഞ്ഞു.

ഇത്രയും നന്നായി വേഷം കെട്ടിയവനെ നേരിട്ട് കാണണമല്ലൊ, ഞങ്ങളിൽ ചില അദ്ധ്യാപികമാർ അവൻ സ്റ്റേജിൽനിന്നും ഇറങ്ങിവന്നപ്പോൾ അടുത്തേക്ക് നടന്നു. പെൺവേഷം കെട്ടിയവൻ കൈയിലുള്ള പാവയെ തൊട്ടടുത്ത മേശപ്പുറത്ത് വെച്ച് അദ്ധ്യാപകരെ നോക്കിയൊന്ന് ചിരിച്ചു.

അപ്പോഴാണ് കുറേയേറെ സഹപാഠികൾ അവനെ സമീപിച്ചത്, അവർ വന്ന ഉടനെ ചോദ്യം,

'എടാ നീയാണോ പെണ്ണായി വന്നത്?'

മറുപടി പറയാൻ ഭിക്ഷക്കാരി വായതുറക്കുന്നതിന് മുൻപ് അത് സംഭവിച്ചു.

കൂട്ടത്തിൽ ഒരുത്തന്റെ കൈ നീണ്ടുവന്ന് മാറിലൊരു പിടുത്തം.

മറ്റൊരുത്തൻ പിൻവശം പിടിച്ചുഞെക്കി. ഒടുവിൽ.

ഓരോ ഭാഗങ്ങളായി ആൺകുട്ടികൾ പിടിച്ചുവലിച്ച് സാരിയും ബ്ലൌസും കീറാൻ തുടങ്ങിയപ്പോൾ ബ്ലൌസിനുള്ളിൽ നിന്ന് പഞ്ഞികൾ വെളിയിലേക്ക് ചാടി.

അപ്രതീക്ഷിതമായി പീഡനരംഗം കണ്ടുനിന്ന അദ്ധ്യാപികമാർ ഞെട്ടി. ശിഷ്യന്മാരെ പിടിച്ചുമാറ്റുന്നതിന് മുൻപ് പെണ്ണായി വേഷംകെട്ടിയവൻ ഓടാൻ തുടങ്ങി, പിന്നാലെ പതിനഞ്ചോളം ആൺകുട്ടികളും; സ്റ്റേജിന് മുന്നിലൂടെ, ക്ലാസ് മുറികളിലൂടെ ഓഫീസ് വരാന്തയിലൂടെ.

ഓട്ടം തുടരുകയാണ്.

കീറിപ്പറിഞ്ഞ വസ്ത്രങ്ങൾകൊണ്ട് ശരീരം മറക്കാൻ ശ്രമിക്കുന്ന സ്ത്രീയുടെ പിന്നാലെ ഒരുപറ്റം വിദ്യാർത്ഥികൾ ഓടുന്നതുകണ്ട് യുവജനോത്സവത്തിലെ കാണികളായ വിദ്യാർത്ഥികളും അദ്ധ്യാപകരും രക്ഷിതാക്കളും അന്തംവിട്ടു. ഓടുന്നവൻ രക്ഷപ്പെടാൻ പഴുതുകാണാതെ ഓടിക്കയറിയത് അരവാതിലിന്റെ അടിയിലൂടെ നമ്മുടെ ഹെഡ്മിസ്ട്രസിന്റെ മുറിയിൽ!!!

'ടീച്ചറേ ഞാൻ.'

'ആരാ നീ?'

ബഹളം കേട്ട് ചൂരലെടുക്കാൻ തുനിഞ്ഞ ഹെഡ്ടീച്ചർക്ക് ഒന്നും മനസ്സിലായില്ല. വെളിയിലെ ശിഷ്യഗണങ്ങൾ ഇര രക്ഷപ്പെട്ടതറിഞ്ഞ് വാതിലിന്റെ മുന്നിൽ വന്ന് കുനിഞ്ഞും ഏന്തിവലിഞ്ഞും നോക്കാൻ തുടങ്ങി; മാളത്തിലൊളിച്ച ഇരയെ എത്തിനോക്കുന്ന ചെന്നായകളെപോലെ.

അകത്ത് പ്രവേശിക്കാൻ ആർക്കും ധൈര്യം പോര.

'ടീച്ചറെ ഞാനിവിടത്തെ പത്താം ക്ലാസ്സിലെ കുട്ടിയാണ്, ഫാൻസി ഡ്രസ്സിന് മത്സരിച്ചതാ. അവരൊക്കെ പിടിച്ചുവലിക്കുന്നു.'

'ഫാൻസി ഡ്രസ്സിന് ഈ വേഷമോ?'

'ഞാനൊരു ഭിക്ഷക്കാരിയായി വേഷം കെട്ടിയതാ.'

'മോനേ, ഈ ലോകത്ത് എന്തെല്ലാം വേഷങ്ങൾ കെടക്കുന്നുണ്ട്? എന്നിട്ടും നിനക്ക് സാരിയും ബ്ലൌസുമിട്ട പെൺവേഷമല്ലാതെ മറ്റൊ

ന്നും കെട്ടാൻ തോന്നിയില്ലേ?'

ഹെഡ്മിസ്ട്രസ് പറഞ്ഞതൊന്നും മനസ്സിലാവാതെ മുറിയുടെ മൂലയിൽ പേടിച്ചുവിറച്ച് ശിഷ്യൻ നിൽക്കുകയാണ്. ചൂരലുമായി വെളിയിലേക്കിറങ്ങുമ്പോൾ നമ്മുടെ എച്ച്.എം. അവനെനോക്കിയിട്ട് വീണ്ടും പറഞ്ഞു,

'പെണ്ണാവണമെന്നില്ല. പെൺവേഷം കെട്ടിയാലും മറ്റുള്ളവർ ഉപദ്രവിക്കും.'

അനിയൻകുട്ടിയും ചേച്ചിയും

നാട്ടിൻപുറത്തുള്ള സർക്കാർ ഹൈസ്ക്കൂളിൽ, പത്താം ക്ലാസ്സിൽ പഠിക്കുന്ന റീനയെ ശ്രദ്ധിക്കാൻ കാരണം സ്വന്തം സഹോദരനോട് അവൾ കാണിക്കുന്ന ശ്രദ്ധയാണ്. ചിലപ്പോൾ ക്ലാസ്സ് അവസാനിക്കുന്ന നേരത്ത് എട്ടാം ക്ലാസ്സിൽ പഠിക്കുന്ന അനുജൻ ചേച്ചിയെ കാണാൻ വരും, അല്ലെങ്കിൽ അനുജന്റെ ക്ലാസ്സിലേക്ക് പോവാൻ ചേച്ചി അനുവാദം ചോദിക്കും. ഒരുദിവസം ക്ലാസ് കഴിഞ്ഞ് ഞാൻ വെളിയിലിറങ്ങിയ നേരത്ത് കൈയിലൊരു പൊതിയുമായി റീന അടുത്തുവന്നു,

'ടീച്ചറെ എനിക്കൊന്ന് എട്ടാം ക്ലാസ്സിൽ പോവണം.'

'അനുജനെ കാണാനായിരിക്കും, ഇന്നെന്താ ആവശ്യം?'

'അവന്റെ ഉച്ചഭക്ഷണം എന്റെ കൈയിലാണ്, ഞങ്ങൾ ഒന്നിച്ച് പുറപ്പെടാൻ നേരത്ത് ലഞ്ച് എന്റെ ബാഗിലാണ് വെച്ചത്.'

'എല്ലാവരും എന്നുവെച്ചാൽ?'

'ഞാനും അനുജനും അച്ഛനും.'

'അപ്പോൾ അമ്മയാണോ ഭക്ഷണം എടുത്തുവെക്കുന്നത്.'

'അമ്മക്ക് എഴുന്നേൽക്കാനാവില്ല ടീച്ചർ, വീട്ടുജോലിയെല്ലാം ചെയ്യുന്നത് ഞാനാണ്, അച്ഛൻ സഹായിക്കും.'

എന്റെ മനസ്സിലൊരു ഞെട്ടൽ,, പത്താം തരത്തിൽ നന്നായി പഠിക്കുന്ന, വെളുത്തുമെലിഞ്ഞ ഈ പെൺകുട്ടി അടുക്കളജോലി മൊത്തമായി ചെയ്യുകയോ? ഞാൻ ചോദിച്ചു,

'അമ്മക്ക് എന്താ പറ്റിയത്?'

'അമ്മ... ശരീരത്തിന്റെ ഒരു വശം തളർന്ന് കിടപ്പിലാണ്.'

ഞാൻ വീണ്ടുമൊന്ന് ഞെട്ടി.

കൂടുതൽ കാര്യങ്ങൾ ചോദിച്ചറിഞ്ഞപ്പോൾ എനിക്ക് ക്ലാസ് ചാർജ്ജുള്ള പത്താംക്ലാസ്സിൽ നടപ്പിലാക്കിയ കർശ്ശനമായ നിയമങ്ങളിൽ പലതും അവൾക്കുമാത്രമായി ഇളവുചെയ്തു. ക്ലാസ്സിൽ അല്പം വൈകിവരാനും ചിലപ്പോൾ നേരത്തെ പോവാനും ആവശ്യമാണെങ്കിൽ ചോദിക്കാതെ അനുജന്റെ ക്ലാസ്സിൽ പോവാനും അനുവാദം ലഭിച്ചതിൽ റീന വളരെയധികം സന്തോഷിച്ചു. വീട്ടിലെ സംഭവങ്ങളും മനസ്സിലെ പ്രയാ

സങ്ങളും ഒരു സുഹൃത്തിനോടെന്നപോലെ എന്നോട് തുറന്നുപറയാൻ തുടങ്ങിയപ്പോൾ ഞങ്ങൾ തമ്മിലുള്ള ബന്ധത്തിന്റെ ആഴം വർദ്ധിച്ചു.

റിനയുടെ സഹോദരൻ ഹൈസ്ക്കൂളിൽ എട്ടാം തരത്തിൽ പഠിക്കുന്നു. ഏതാനും വർഷം മുൻപ് തളർവാതം വന്ന് അമ്മ കിടപ്പിലായപ്പോൾ വീട്ടുജോലി മുഴുവൻ ചെയ്യുന്നത് അവളും സർക്കാർ ജീവനക്കാരനായ അച്ഛനും കൂടിയാണ്. രാവിലെ എഴുന്നേറ്റ് ഭക്ഷണം തയ്യാറാക്കുന്നതിനിടയിൽ കിടപ്പിലായ അമ്മയെ ശുശ്രൂഷിക്കേണ്ട ചുമതല കൂടി അവൾക്കുണ്ട്. ഒരു കൈത്താങ്ങ് നൽകിയാൽ അമ്മ എഴുന്നേറ്റ് ഇരിക്കുകയും ബാത്ത്റൂമിൽ പോവുകയും ചെയ്യും. സ്വന്തമായി ഒന്നും ചെയ്യാനാവാത്ത അമ്മയുടെ കിടക്കക്ക് സമീപം ഉച്ചഭക്ഷണം എടുത്ത് വെച്ചിട്ടാണ് അനുജനെയും കൂട്ടി അവൾ സ്ക്കൂളിലേക്ക് ഓടിവരുന്നത്.

നന്നായി പഠിക്കുന്ന റീനയുടെ പ്രയാസങ്ങളറിഞ്ഞ എന്റെ മനസ്സിൽ ഒരു ചോദ്യം ഉയർന്നു. സാമ്പത്തികമായി പ്രയാസമില്ലാത്ത ആ വീട്ടിൽ, രോഗിയായ അമ്മയെ ശുശ്രൂഷിക്കാൻ ഒരാളെ നിർത്തിക്കൂടെ? ഒരു ഹോം നേഴ്സ്? അവരെ സഹായിക്കാൻ ബന്ധുക്കളാരും ഇല്ലേ?

സംശയങ്ങൾക്ക് മറുപടി തന്നത് റീനയുടെ വീടിനടുത്ത് താമസിക്കുന്ന അദ്ധ്യാപികയാണ്,

'വീട്ടിൽ മറ്റൊരു സ്ത്രീയെ വേലക്കാരിയായി വെക്കുന്നതിനു പകരം അച്ഛനും മകളും ചേർന്ന് വീട്ടുജോലികളെല്ലാം ചെയ്യാൻ തീരുമാനിച്ചു. രോഗിയായി കിടപ്പിലാണെങ്കിലും മറ്റൊരു സ്ത്രീ വീട്ടിൽകയറി ഭരിക്കുന്നത് ആ അമ്മ അനുവദിക്കുകയില്ല.'

പഠനത്തിൽ മുൻനിരയിൽ നിൽക്കുന്ന റീന എസ്.എസ്.എൽ.സി ക്ക് ഫസ്റ്റ്ക്ലാസ്സ് നേടി വിജയിച്ച് കോളേജ് പഠനം തുടരുന്നതായി പിന്നീട് അറിഞ്ഞു. കണ്ണൂർ ജില്ലയിലെ ഗ്രാമീണാന്തരീക്ഷമുള്ള സർക്കാർ വിദ്യാലയത്തിൽ ജോലി ചെയ്യുന്ന കാലത്ത് ഇതുപോലെ ജീവിതപ്രയാസങ്ങൾ അനുഭവിക്കുന്ന ധാരാളം കുട്ടികളെ പരിചയപ്പെടാൻ ഇടയായിട്ടുണ്ട്.

ഏതാനും വർഷങ്ങൾ കഴിഞ്ഞപ്പോൾ പ്രമോഷൻ ലഭിച്ച് 'പ്രധാനാദ്ധ്യാപിക' ആയ ഞാൻ കണ്ണൂർ ജില്ലയിൽതന്നെ മറ്റൊരു ഹൈസ്ക്കൂളിൽ എത്തിചേർന്ന് ഒരു വർഷം കഴിഞ്ഞപ്പോൾ വിരമിച്ചു.

വർഷങ്ങൾ കഴിഞ്ഞ് ഒരുദിവസം.

അല്പം അകലെയുള്ള സുഹൃത്തിന്റെ വീട്ടിൽപോയി തിരിച്ചു വരുമ്പോൾ റോഡരികിലൂടെ ഞാൻ നടക്കുകയാണ്. പൂക്കളും മരങ്ങളും നിരീക്ഷിച്ച് നടക്കുമ്പോൾ പുതിയതായി നിർമ്മിച്ച ഒരു വീടിന്റെ മുറ്റ

ത്തുനിന്നും ചൂരീദാർ അണിഞ്ഞ പെൺകുട്ടി എന്നെ വിളിച്ചു,

'ടീച്ചറേ, ഇതു ഞാനാണ്, റീന.'

എവിടെയോ കേട്ടിരുന്ന ശബ്ദം. ഓർമ്മയുടെ ഏടുകൾ ഓരോന്നായി ഞാൻ തുറന്നു. ഒടുവിൽ പറഞ്ഞു.

'മോളേ, എനിക്കറിയാം നിന്നെ പഠിപ്പിച്ചിട്ടുണ്ടെന്ന്. എങ്കിലും പെട്ടെന്ന് ഓർമ്മയിൽ വരുന്നില്ല.'

'എന്നെ ഓർക്കാൻ പ്രയാസമില്ല ടീച്ചറെ, അമ്മക്ക് അസുഖമായി കിടപ്പിലായതുകൊണ്ട് വീട്ടുപണിയൊക്കെ ചെയ്ത് വൈകി വരുന്നവൾ. ഇതെന്റെ വീടാണ്, ടീച്ചർ വരണം.'

എനിക്കെല്ലാം വ്യക്തമായി; ആ വീട്ടിലേക്ക് കടന്നപ്പോൾ യൂ.കെ.ജി കാരിയായ മകൾ ചോദിച്ചു.'

'അമ്മേ ഇതാരാണ്?'

'മോളെ ഇത് അമ്മയെ പഠിപ്പിച്ച ടീച്ചറാണ്'

വിശേഷങ്ങൾ പറയുന്നതോടൊപ്പം അവൾ ചായ ഉണ്ടാക്കാൻ തുടങ്ങി,

'എസ്.എസ്.എൽ.സി. പാസ്സായി രണ്ട് വർഷം കഴിഞ്ഞപ്പോൾ രോഗം വർദ്ധിച്ച് അമ്മ മരിച്ചു. ഡിഗ്രി കഴിഞ്ഞ് കമ്പ്യൂട്ടർ പഠനവും പൂർത്തിയാക്കിയപ്പോൾ അഞ്ച് വർഷംമുൻപ് അവളുടെ വിവാഹം കഴിഞ്ഞു; ഭർത്താവ് സ്വന്തമായി ബിസിനസ് നടത്തുന്നു. റീനയുടെ വിവാഹം കഴിഞ്ഞ് മൂന്ന് മാസത്തിനുശേഷം അച്ഛൻ പുനർവിവാഹം ചെയ്തു. പഠിപ്പ് പൂർത്തിയാക്കിയ അനുജൻ ചെന്നൈയിൽ ജോലി ചെയ്യുന്നു. ഇപ്പോൾ കാണുന്ന ഭംഗിയുള്ള വീട് അവളുടെ ഭർത്താവിന്റെ സ്വന്തമാണ്'

വളരെക്കാലത്തിനു ശേഷം കണ്ടുമുട്ടിയ സന്തോഷത്തോടെ റീന വീട്ടുകാര്യങ്ങൾ ഓരോന്നായി വിവരിക്കുകയാണ്.

'ടീച്ചറേ എന്റെ വിവാഹം കഴിഞ്ഞ് രണ്ടുമാസം കഴിഞ്ഞപ്പോൾ ബന്ധുക്കളെല്ലാം പറഞ്ഞിട്ടാണ് അച്ഛൻ രണ്ടാം വിവാഹത്തിന് തയ്യാറായത്. ഞാനില്ലാത്തപ്പോൾ അനുജനും പോയാൽ അച്ഛൻ ഒറ്റക്കായി പോവില്ലേ?'

'അത് നന്നായി, നീ നല്ലൊരു വീട്ടമ്മയാണ്.'

'ഞാനിപ്പോൾ വീട്ടമ്മ മാത്രമല്ല, വിദ്യാർത്ഥിയും കൂടിയാണ്.'

'അതെങ്ങനെ?'

'ടീച്ചറാവാനായി ബി.എഡ്.ന് ചേർന്നിരിക്കയാ; പഠിപ്പിക്കുന്നത് എനിക്ക് വളരെ ഇഷ്ടമാണ്.'

'അത് വളരെ നന്നായി.'

പൂർവ്വശിഷ്യയുടെ സൽക്കാരം സ്വീകരിച്ച് ആ വീട്ടിൽനിന്ന് ഇറങ്ങുമ്പോൾ മനസ്സിൽ സന്തോഷം നിറഞ്ഞിരുന്നു. അദ്ധ്യാപകർക്ക് മാത്രം ലഭിക്കുന്ന അസുലഭ സൗഭാഗ്യമാണ് പൂർവ്വ ശിഷ്യന്മാർ,, ഏത് നേരത്തും എത്ര തിരക്കിലും ചിലപ്പോൾ അവരുടെ വിളി കേൾക്കാം.

'ടീച്ചറേ?'

കൊല്ലുന്ന ടീച്ചർ

ആദ്യകാല സഹപ്രവർത്തകരിൽ ഏതാനുംചിലർ എന്റെ മുഖത്തു നോക്കി തമാശരൂപേണ പറയുന്നൊരു വിശേഷണമാണ്.

'കൊല്ലുന്ന ടീച്ചർ'?

ഉദാ: 'ടീച്ചർ പറഞ്ഞാൽ കുട്ടികൾ ഭയപ്പെടുമല്ലോ? ഇത് കൊല്ലുന്ന ടീച്ചറല്ലേ.'

ഒരാനയെ പോയിട്ട് ഒരു ഉറുമ്പിനെപോലും കൊല്ലാൻ കഴിയാത്ത ഞാനെങ്ങിനെ മനുഷ്യനെ കൊല്ലും?

'ഇല്ല, ഞാൻ ആരെയും കൊന്നിട്ടില്ല.'

എങ്കിലും,

എങ്ങനെ കൊല്ലുന്ന ടീച്ചറായി?

ഫ്ളാഷ് ബാക്ക്.

മുപ്പത് വർഷങ്ങൾക്കു മുൻപ്.

അദ്ധ്യാപകർ പഠിപ്പിക്കുകയും വിദ്യാർത്ഥികൾ പഠിക്കുകയും ചെയ്യുകയാണ് പതിവ്. എങ്കിലും ചില വിദ്യാർത്ഥികൾ അദ്ധ്യാപകരെ പഠിപ്പിക്കുന്ന കാലം ഉണ്ടായിരുന്നു.

അങ്ങനെയുള്ളൊരു കാലത്ത്.

എന്റെ ഹൃദയത്തിനുള്ളിലൊരു ഡ്യൂപ്ലിക്കേറ്റ് വാൽവ് ഉറപ്പിച്ചശേഷം ഏതാനും മാസങ്ങൾ കഴിഞ്ഞാണ് സ്വന്തം പഞ്ചായത്തിലല്ലെങ്കിലും വീടിന്റെ അടുത്തുള്ള സർക്കാർ ഹൈസ്ക്കൂളിലേക്ക് ട്രാൻസ്ഫർ ലഭിച്ചത്. ശാരീരിക മാനസിക അവശതകൾ തീരെയില്ലെങ്കിലും കാഴ്ചയിലൊരു രോഗിയെപോലെ തോന്നിച്ചിരുന്ന കാലത്ത്, റെയിൽപാളത്തിനും റോഡിനും ഇടയിലുള്ള ആൺപള്ളിക്കൂടത്തിൽനിന്നും തനി ഗ്രാമീണ അന്തരീക്ഷമാണെങ്കിലും പട്ടണത്തിന്റെ സാമിപ്യം ഉള്ള 'ആൺപെൺ' പള്ളിക്കൂടത്തിൽ എത്തി.

പുതിയ സ്ക്കൂളിലെ എന്റെ ആദ്യക്ലാസ്സ് സ്റ്റേജിനു മുകളിൽ ആയിരുന്നു. വിദ്യാർത്ഥികൾ ക്ലാസ്സ്മുറികളിൽ നിറഞ്ഞുകവിഞ്ഞതിനാൽ എനിക്കായി ചാർജ്ജുള്ള എട്ടാംതരം ക്ലാസ്സ് സ്റ്റേജിലാണ്. അവിടെ നിന്നാൽ അകലെയുള്ള കുന്നുകളും റോഡും അതിലൂടെ ഓടിക്കൊണ്ടിരിക്കുന്ന

ആകെയുള്ള ഒരു ബസ്സും നന്നായി കാണാം.

പുതിയ വിദ്യാലയത്തിൽ ആദ്യദിവസം ആദ്യക്ലാസ്സിൽ പോയ എനിക്കെതിരെ കുട്ടികളുടെ പ്രതിഷേധപ്രവാഹം അണപൊട്ടിയൊഴുകി.

അവർ വിളിച്ചു പറഞ്ഞു.

'നമ്മളെ ടീച്ചർ പഠിപ്പിക്കണ്ട; നമ്മക്ക് പഴയ മാഷ് മതി.'

പഴയ മാഷ് അവിടെനിന്ന് പോയെന്നും ഇനി ഞാനാണ് പഠിപ്പിക്കുന്നതെന്നും പറഞ്ഞപ്പോൾ മനസ്സില്ലാമനസ്സോടെ എല്ലാവരും ഇരുന്നു. ഹാജർ വിളിച്ച് അന്യോന്യം പേര് പറഞ്ഞ് പരിചയപ്പെടുത്തിയശേഷം പഠനം തുടങ്ങി. ആ ക്ലാസ്സിൽ പഠിപ്പിക്കാനുള്ളത് ഫിസിക്സ്, കെമിസ്ട്രി, ബയോളജി എന്നിവ ചേർന്ന അടിസ്ഥാശാസ്ത്രമാണ്. കുട്ടികളോട് ഫിസിക്സ് നോട്ട്ബുക്ക് തുറക്കാൻ പറഞ്ഞു.

ആ സമയത്തെല്ലാം ഇതിലൊന്നും ശ്രദ്ധിക്കാതെ പിൻബെഞ്ചിലിരിക്കുന്ന ഒരുത്തൻ എന്തൊക്കെയോ പറയുന്നുണ്ടായിരുന്നു. അവനെ അടുത്ത് വിളിച്ചപ്പോൾ ക്ലാസ്സിലെ ഏറ്റവും വലിയ വിദ്യാർത്ഥി കൂടിയായ അവൻ പതുക്കെ നടന്നുവന്നു. അല്പസമയം അവിടെ നിർത്തിയശേഷം ചോദിച്ചു.

'നിനക്കെന്തൊണ് വേണ്ടത്?'

'എന്തിനാ എന്നെ വിളിച്ചത്?'

ധിക്കാരം കലർന്ന മറുചോദ്യമായിരുന്നു അവന്റെ മറുപടി.

'അവിടെ ഇരുന്ന് നീ എന്തൊക്കെയോ പറയുന്നുണ്ടല്ലോ. ക്ലാസ്സിൽ മിണ്ടാതെയിരിക്കണം.'

'ടീച്ചറ് നമ്മളെ പഠിപ്പിക്കണ്ട; പഴയ മാഷ് മതി.'

'അതെന്താ നീ അങ്ങനെ പറയുന്നത്?'

'മാഷാകുമ്പോൾ നമ്മളെ കളിക്കാൻ വിടും; പിന്നെ എല്ലാദിവസവും ക്ലാസ്സിൽ വരാറില്ല.'

'നീ ഇവിടെ വന്നത് പഠിക്കാനും ഞാൻ വന്നത് പഠിപ്പിക്കാനുമാണ്. ഇനി എല്ലാ ദിവസവും ക്ലാസിലിരുന്ന് പഠിക്കണം. നിന്റെ ഫിസിക്സ് നോട്ട് കാണിക്ക്.'

'നോട്ട് എടുത്തിട്ടില്ല.'

'എന്നാൽ മറ്റു പുസ്തകങ്ങൾ എടുക്ക്.'

അവൻ നിന്ന സ്ഥലത്തുനിന്നും അനങ്ങാത്തതിനാൽ ഞാൻതന്നെ പിൻബെഞ്ചിൽ പോയി അവന് ആകെയുള്ളൊരു നോട്ട് ബുക്ക് എടുത്തു. പേര് അജയൻ, പുസ്തകത്തിൽ ഏതാനും പേജിൽ ഏതാനും അക്ഷരങ്ങൾ മാത്രം. കൂടുതലൊന്നും പറയാതെ അവനോട് സ്ഥലത്ത്

പോയി ഇരിക്കാൻ പറഞ്ഞ് ഞാൻ ക്ലാസ്സ് തുടങ്ങി.

പെട്ടെന്നവൻ എഴുന്നേറ്റ് വിളിച്ച് കൂവി.

'ടീച്ചറെ ബസ്സ് പോന്നാ.'

ആനിമിഷം, ന്യൂട്ടന്റെ ഒന്നാം ചലനനിയമം ചലനമറ്റ് താഴെക്കിടപ്പായി.

അല്പം ദേഷ്യത്തോടെ അവനോട് പറഞ്ഞു.

'ക്ലാസ്സിൽ പഠിപ്പിച്ചുകൊണ്ടിരിക്കുമ്പോൾ ശബ്ദം ഉണ്ടാക്കാതെ ശ്രദ്ധിച്ചിരിക്കണം. മറ്റൊന്നും ശ്രദ്ധിക്കാൻ പാടില്ല.'

'അപ്പോൾ ടീച്ചറേ ബല്ലടിക്കുന്നതൊന്നും ശ്രദ്ധിക്കണ്ടേ?'

'വേണ്ട. നീയൊന്ന് മിണ്ടാതെനിൽക്ക്.'

കൂടുതൽ ദേഷ്യം വരുത്തിയിട്ട് പറഞ്ഞശേഷം കുട്ടികളോട് ചോദ്യങ്ങൾ ചോദിക്കാൻ തുടങ്ങി. മുന്നിലിരിക്കുന്ന രണ്ടുപേർ എന്റെ ചോദ്യങ്ങൾക്ക് കൃത്യമായി ഉത്തരം പറഞ്ഞപ്പോഴാണ്, പിൻബെഞ്ചുകാരൻ സ്റ്റെഡിയായി നിൽക്കുന്നത് കണ്ടത്.

'താനെന്താ നിൽക്കുന്നത്?'

'ടീച്ചറല്ലേ എന്നോട് മിണ്ടാതെ നിൽക്കാൻ പറഞ്ഞത്.'

അപ്പോൾ അതാണു കാര്യം, നല്ല അനുസരണയുള്ള പയ്യൻ. എട്ടാംതരത്തിൽ മൂന്നാംവർഷം പൂർത്തിയാക്കുന്ന അവനെ കണ്ടാൽ പതിനെട്ട് വയസ്സ് തോന്നും. അക്കാലത്ത് വോട്ട് ചെയ്യാനുള്ള പ്രായം 21 ആയതിനാൽ അദ്ധ്യാപകരോടൊപ്പം വോട്ട് ചെയ്യാനൊക്കത്തില്ല എന്നുമാത്രം.

ദിവസങ്ങൾ കഴിഞ്ഞു.

ക്ലാസ്സ് ടീച്ചറായതിനാൽ എന്റെ സ്ക്കൂൾദിനം ആരംഭിക്കുന്നത് സ്ക്കൂൾ സ്റ്റേജിൽ നിന്നായിരിക്കും. ആദ്യദിവസം അജയൻ എന്റെ നോട്ടപ്പുള്ളി ആയപ്പോൾ ഞാൻ അവന്റെയും നോട്ടപ്പുള്ളി ആയി. അവൻ ക്ലാസ്സിൽ വന്നദിവസം മാത്രമേ ശല്യം ഉണ്ടാവുകയുള്ളു; മറ്റു ദിവസങ്ങളിൽ ഒരു പ്രശ്നവും ഇല്ല. എനിക്ക് മാത്രമല്ല, മറ്റ് അദ്ധ്യാപകർക്കും ഈ ശിഷ്യൻ ഒരു തലവേദനയാണെന്ന് മനസ്സിലാക്കാൻ കഴിഞ്ഞു.

അങ്ങനെയിരിക്കെ ഒരു വിദ്യാർത്ഥിസമരം വന്നു.

മുദ്രാവാക്യവുമായി അണികൾ നീങ്ങിക്കൊണ്ടിരിക്കെ ഏറ്റവും പിന്നിലായി നടന്നുകൊണ്ടിരിക്കുന്ന അജയൻ ക്ലാസ്സിലേക്ക് പോകുന്ന എന്നെ സമീപിച്ചു.

'എങ്ങോട്ടാ പോകുന്നത്?'

അതുവരെ കാണാത്ത വേറോരു മുഖഭാവത്തിൽ പരിഹാസപൂർവ്വം എന്നോട് ചോദിച്ചു.

'പോകുന്നത് ക്ലാസ്സിലേക്ക്, എന്താ?'

'കാണുന്നില്ലേ? നമ്മൾ സമരത്തിലാ, ടീച്ചറ് പഠിപ്പിച്ചാൽ കല്ലെടുത്തെറിഞ്ഞ് ഓടിക്കും.'

ഇത്രയും പറഞ്ഞുകൊണ്ട് നടന്നുപോകുന്ന എന്റെ ശിഷ്യനെ നോക്കി അതേപടി ഞാൻ നിന്നു.

അവർക്ക് വിദ്യ കൊടുക്കുന്നതിനാൽ അദ്ധ്യാപകർ ശത്രുക്കളാണ്. വീട്ടിലും അതുപോലെയായിരിക്കും, 'ഭക്ഷണം കൊടുക്കുന്നതുകൊണ്ട് രക്ഷിതാക്കൾ ശത്രുക്കളായി മാറും'

ഒരാഴ്ച അജയനെ കാണാത്തപ്പോൾ അവൻ സ്ക്കൂളിലെ അഭ്യാസം മതിയാക്കിയിരിക്കുമെന്ന് എനിക്ക് തോന്നി എന്നാൽ അടുത്ത തിങ്കളാഴ്ച അവൻ വന്നു.

അവനോട് ഞാൻ പറഞ്ഞു,

'ഇത്രയും ദിവസം ആബ്സന്റ് ആയതിനാൽ നാളെ വരുമ്പോൾ നിന്റെ അച്ഛനെയോ അമ്മയെയോ കൂട്ടി വന്നാൽ മതി.'

'അതൊന്നും ശരിയാവില്ല; അച്ഛന് ജോലിക്ക് പോകണം, അമ്മക്ക് സുഖമില്ല.'

'എന്നാൽ നീയിവിടെ ഇരിക്കുന്നതും ശരിയാവില്ല.'

രക്ഷിതാവിനെ വിളിച്ച് വരില്ലെന്ന് ഉറപ്പായതിനാൽ അവന്റെ അടുത്ത വീട്ടിലുള്ള പയ്യനെ സ്റ്റാഫ്റൂമിലേക്ക് വിളിപ്പിച്ച് കാര്യങ്ങൾ തിരക്കി.

അജയൻ താമസിക്കുന്നത് സർക്കാർ അനുവദിച്ച രണ്ട് സെന്റ് സ്ഥലത്താണ്. മരവും ഓലയും കൊണ്ടു മറച്ച വീടുകൾ നിറഞ്ഞ അവിടം ഒരു പുനരധിവാസകോളനിയാണ്. അച്ഛൻ തമിഴ്നാട്ടിൽനിന്ന് കുടിയേറിയവൻ. അമ്മ കൂലിപ്പണിക്ക് പോയി കുടുംബം പുലർത്തുന്നു.

അയൽപക്കത്തെ കുട്ടിയോട് പറഞ്ഞ് അവന്റെ അമ്മയെ വിളിച്ചുവരുത്തി.

രോഗം കൊണ്ടും പട്ടിണികൊണ്ടും അവശത അനുഭവിക്കുന്ന അമ്മയോട് കൂടുതൽ പറഞ്ഞിട്ട് കാര്യമില്ലെന്ന് എനിക്കുതോന്നി. നിർമ്മാണ തൊഴിലാളിയായ അച്ഛനെക്കാൾ അവർക്ക് ഭയം മകനെയാണെന്ന് എനിക്ക് മനസ്സിലായി. ഇടയ്ക്കിടെ ക്ലാസ്സിൽ വരാത്ത കാര്യം പറഞ്ഞപ്പോൾ ആ അമ്മക്ക് ആശ്ചര്യമായി,

'എല്ലാദിവസവും എന്റെ മോൻ സ്ക്കൂളിൽ വരാറുണ്ട്.'

'എന്നാൽ ഇവിടെ എത്താറില്ല.'

'നമ്മൾ വീട്ടിൽനിന്നും അയക്കുന്നുണ്ട്; പിന്നെ സ്ക്കൂളിൽ വരാത്ത തൊക്കെ ടീച്ചർമാര് നോക്കണം.'

അപ്പോൾ അതാണ് കാര്യം; ഇവിടെ അവനെ നന്നാക്കാൻ മരുന്നു ണ്ട്. എന്നാൽ അദ്ധ്യാപകൻ കല്പിക്കുന്നതും രക്ഷിതാക്കൾ അംഗീക രിക്കാത്തതും വിദ്യാർത്ഥി ഇഷ്ടപ്പെടാത്തതും ചൂരൽക്കഷായം എന്ന ആ മരുന്നാണല്ലോ. ഒരുകാലത്ത് ആ വിദ്യാലയത്തിലെ ഒരുത്തനെ പെട്ടെ ന്ന് കാണാതായപ്പോൾ അദ്ധ്യാപകരും നാട്ടുകാരും ചേർന്ന് തോട്ടിൻക രയിലിരുന്ന് ചൂണ്ടയിടുന്നവനെ ചൂണ്ടയോടെ പിടിച്ച ചരിത്രം ചില അ ദ്ധ്യാപകർക്കറിയാം. ഇങ്ങനെയുള്ള രക്ഷിതാവിന് ഉപദേശനിർദ്ദേശങ്ങൾ നൽകുന്നതെല്ലാം വെറുതെയാണെന്ന് എനിക്ക് തോന്നി.

പിറ്റേദിവസം മുതൽ അജയൻ പൂർവ്വാധികം ശക്തമായി ക്ലാസ്സിൽ ശല്യം ചെയ്യാൻ തുടങ്ങി. പ്രധാന ഹോബി ക്ലാസ്സെടുക്കുന്നതിനിടയിൽ എഴുന്നേറ്റ് നടക്കലാണ്. ബോർഡിലെ ചിത്രം നോക്കിവരക്കാൻ പറയു മ്പോൾ അവൻ എഴുന്നേറ്റ് ക്ലാസ്സിൽ ചുറ്റിയടിച്ച് നടന്നുകൊണ്ട് ബോർ ഡിൽ തൊട്ട് ചോദിക്കും,

'ടീച്ചറെ ഇതുമുഴുവനും വരക്കണോ?'

ഒരുദിവസം കെമിസ്ട്രി പഠിപ്പിച്ചുകൊണ്ടിരിക്കെ രാസവാക്യം ചോ ദിച്ചപ്പോൾ ഒരു കുട്ടിയും ഉത്തരം പറഞ്ഞില്ല. ഉത്തരം കിട്ടാത്തവരെ എ ഴുന്നേല്പിച്ച് നിർത്തിയതിനാൽ അവരോട് ഇരിക്കാൻ പറഞ്ഞ ശേഷം പഠിപ്പിച്ച ഭാഗം ഒന്നു കൂടി വിവരിക്കാൻ തുടങ്ങിയപ്പോൾ അജയൻ എ ല്ലാവരും കേൾക്കെ എന്നോടൊരു ചോദ്യം.

'ടീച്ചർ പഠിപ്പിച്ചിട്ടും നമ്മളാരും പഠിക്കുന്നില്ലല്ലോ. അപ്പോൾ ടീച്ചർ ക്ക് പഠിപ്പിക്കുന്ന പരിപാടി നിർത്തിക്കൂടേ?'

'ഒന്നുകൂടി പഠിപ്പിച്ചാൽ എല്ലാവരും പഠിക്കും, നീയും'

'ഏ... ഞാനൊരിക്കലും പഠിക്കില്ല.'

അവൻ ഉറപ്പിച്ചുതന്നെ പറഞ്ഞു.

'നീ പഠിച്ചാലും ഇല്ലെങ്കിലും മറ്റുള്ളവർക്ക് ശല്യമില്ലാതെ ഇരിക്ക ണം.'

'അതൊന്നും എന്നെക്കൊണ്ട് പറ്റില്ല ടീച്ചർ.'

ഒരു ദിവസം അവനെ ക്ലാസ്സിനു പുറത്തുവിളിച്ച് അവന്റെ കാര്യങ്ങൾ ചോദിച്ചറിഞ്ഞു. പിന്നെ നല്ലവനാവാൻ പരമാവധി ഉപദേശിക്കുകയും ചെയ്തു. എന്നാൽ പറയുന്നത് കേൾക്കാനൊന്നും ആ കുട്ടിക്ക് തീരെ താല്പര്യമുണ്ടായിരുന്നില്ല. ഒരു അദ്ധ്യാപിക എന്ന നിലയിൽ കൂടുതൽ എന്ത് ചെയ്യാനാണ്? എട്ടാം ക്ലാസ്സിലെത്തിയിട്ടും അക്ഷരങ്ങളുമായി ബ

സ്ഥമില്ലാത്ത കുട്ടിയെ മറ്റുള്ളവരെപ്പോലെയാക്കാനുള്ള ശേഷിയൊന്നും എനിക്കില്ല. അവനെ കൂടുതൽ ശ്രദ്ധിച്ചാൽ മറ്റുള്ളവരുടെ സമയംകൂടി പാഴാകും എന്ന് തിരിച്ചറിഞ്ഞ ഞാൻ അവനെ അവഗണിച്ചുകൊണ്ട് ജോലി തുടർന്നു.

ആഴ്ചകൾ കടന്നുപോയി, അജയൻ ഉണ്ടെങ്കിൽ അവനെ വഴക്ക് പറയാതെ ക്ലാസ്സിൽ പഠിപ്പിക്കുക അസാദ്ധ്യമാണെന്ന് എനിക്ക് മാത്രമല്ല മറ്റുള്ളവർക്കും അറിയാം.

ഇപ്പോൾ അവന് പുതിയൊരു സൂത്രമാണുള്ളത്. വളരെ കാര്യമായി പഠിപ്പിക്കുമ്പോഴായിരിക്കും എഴുന്നേറ്റ് നടന്ന് മുന്നിൽ വരുന്നത്. ഞാൻ ചോദിക്കും,

'എന്ത് വേണം?'

'ടീച്ചറെ എനിക്ക് ഒന്ന് തുപ്പാൻ പുറത്ത് പോകണം.'

മറുപടിക്ക് കാത്തുനിൽക്കാതെ സ്റ്റേജിന്റെ അറ്റത്തുപോയി തുപ്പിയിട്ട് ക്ലാസ്സ് മൊത്തത്തിൽ ചുറ്റിനടന്ന് പിന്നിൽപോയി ഇരിക്കും. ഈ പരിപാടി ഒരു പിരീഡിൽതന്നെ നാലും അഞ്ചും തവണ ആവർത്തിക്കും. എന്റെ ക്ഷമയുടെ നെല്ലിപ്പടി കടന്ന് പുകയാൻ തുടങ്ങും. ഫലമോ?

മറ്റുള്ള നാൽപ്പത്തേഴ് വിദ്യാർത്ഥികളെയും മര്യാദക്ക് പഠിപ്പിക്കാൻ പറ്റാതാവും.

ഇത് എന്റെ ക്ലാസ്സിൽ മാത്രമല്ല; മറ്റു അദ്ധ്യാപകരുടെയെല്ലാം ക്ലാസ്സിൽ പതിവാണെന്ന് അറിയാൻ കഴിഞ്ഞു. ക്ലാസ്സ്ടീച്ചർ ആയതിനാൽ ഈയൊരു വിദ്യാർത്ഥിയെ കുറിച്ച് മറ്റുള്ളവരുടെ പരാതികൾ കേട്ടിട്ട് എനിക്ക് മടുത്തു.

ഒരു ദിവസം ബയോളജി പഠിപ്പിച്ചു കൊണ്ടിരിക്കെ അജയൻ എഴുന്നേറ്റു.

ഉടനെ ഞാൻ പറഞ്ഞു.

'അജയാ അവിടെയിരിക്കൂ.'

'ടീച്ചറെ എനിക്ക്...'

'ഒന്നും പറയണ്ട, അവിടെയിരിക്കുന്നതാണ് നിനക്ക് നല്ലത്.'

എന്റെ ശബ്ദം ഉയരാൻ തുടങ്ങി. പെട്ടെന്ന് അവൻ എന്നോട് ശബ്ദം ഉയർത്തി പറഞ്ഞു,

'അത് പറയാൻ ടീച്ചറാരാണ്?'

'അത് മനസ്സിലായില്ലേ? ഈ ക്ലാസ്സിന്റെ ക്ലാസ്ടീച്ചറാണ് ഞാൻ, എന്റെ തീരുമാനം അനുസരിച്ചാണ് നിങ്ങൾ ഓരോരുത്തരും ഈ ക്ലാസ്സിലിരിക്കേണ്ടത്.'

'എനിക്ക് പുറത്ത് പോകണം; ഞാൻ പോകും.'

ദേഷ്യം കൊണ്ട് വിറച്ച ഞാൻ ക്ലാസ്സിന്റെ ഏതാണ്ട് മദ്ധ്യഭാഗത്തെത്തി.

ശബ്ദം കൂടുതൽ ഉയർന്നു.

'നിന്നോടാ അവിടെയിരിക്കാൻ പറഞ്ഞത്.'

'ഞാൻ പുറത്തുപോകും; ടീച്ചറെന്ത് ചെയ്യും?'

'നീ ഇരിക്കുന്ന സ്ഥലത്തുനിന്ന് എഴുന്നേറ്റാൽ നിന്നെ ഞാൻ കൊല്ലും.'

അതുകേട്ട് മറ്റു കുട്ടികളെല്ലാം ഞെട്ടിയിരിക്കാം. അവൻ പിന്നെയൊന്നും പറഞ്ഞില്ല; പറയാൻ അവസരം കൊടുക്കാതെ ഞാൻ തുടർന്നു,

'പഠിപ്പിച്ചുകൊണ്ടിരിക്കുമ്പോൾ ഞാൻ പറയാതെ, ഇങ്ങോട്ട് മിണ്ടുകയോ എഴുന്നേൽക്കുകയോ ചെയ്താൽ നിന്നെഞാൻ അടിച്ചുകൊല്ലും. എന്നിട്ട്, എന്നിട്ട്, ആ കമ്പികളിൽ കെട്ടിത്തൂക്കും.'

സ്റ്റേജിനു മുകളിൽ, കർട്ടൻ തൂക്കിയിടാൻ ഘടിപ്പിച്ച കമ്പികൾ ചൂണ്ടി പറഞ്ഞപ്പോഴുള്ള എന്റെ ഭാവം കണ്ടാൽ അങ്ങനെ ചെയ്യുമെന്ന് അവന് മാത്രമല്ല, മറ്റു വിദ്യാർത്ഥികൾക്കും തോന്നിയിരിക്കാം.

പിന്നീട് ഒന്നും മിണ്ടാതെ അവൻ ഇരിപ്പിടത്തിൽ പോയിരുന്നു. കുട്ടികളോട് പുസ്തകം വായിക്കാൻ പറഞ്ഞ് ഞാൻ കസാരയിൽ ഇരുന്ന് അകലെയുള്ള കുന്നിനു മുകളിൽ നോക്കി. എന്റെ തലയാകെ പുകയുകയാണ്. സ്വന്തം വീടിനടുത്തുള്ള വിദ്യാലയത്തിൽ എത്തിയപ്പോൾ.

മനസ്സിനാകെയൊരു പ്രയാസം.

പിന്നീട് ഒരാഴ്ച പഠിച്ചില്ലെങ്കിലും അജയനെക്കൊണ്ട് പ്രശ്നമൊന്നും ഉണ്ടായില്ല.

ഓണപ്പരീക്ഷ കഴിഞ്ഞു.

അജയൻ സ്ക്കൂളിൽ വന്നില്ല. അവന് അഞ്ചിൽ കൂടുതൽ മാർക്ക് മലയാളത്തിൽ മാത്രം.

ദിവസങ്ങൾ കഴിഞ്ഞു, പതിനഞ്ച് ദിവസം ആബ്സന്റ് ആയശേഷം പതിനാറാം ദിനം അവൻ ഹാജർ പട്ടികയിൽ നിന്ന് പുറത്തായി.

കുട്ടികളും ഞാനും അവനെ മറന്നു.

ഒരു മാസം കഴിഞ്ഞ, ഒരു ദിവസം,,

സ്ക്കൂൾവരാന്തയിൽ നിൽക്കുമ്പോൾ പത്താം ക്ലാസ്സിൽ പഠിക്കുന്ന ഒരു കുട്ടി എന്നെ സമീപിച്ചു. നമ്മുടെ സ്ക്കൂൾ കൂടി ഉൾപ്പെടുന്ന പഞ്ചായത്തിന്റെ പ്രസിഡണ്ടിന്റെ മകനാണ്.

അവൻ ശബ്ദം താഴ്ത്തിയിട്ട് എന്നെ വിളിച്ചു.

'ടീച്ചറേ ഒരു സംശയം ചോദിക്കാനാണ്.'

'ബയോളജിയാണോ?'

'അതല്ല ടീച്ചറെ, ടീച്ചർ എട്ടാംക്ലാസ്സിലുള്ള അജയനെ കൊല്ലുമെന്ന് പറഞ്ഞിരുന്നോ?'

ഞാനൊന്ന് ഞെട്ടി!!!?

'ഒരിക്കൽ പറഞ്ഞിരുന്നു; അവൻ ഒരു തരത്തിലും ക്ലാസിലിരിക്കുകയോ പഠിപ്പിക്കാൻ സമ്മതിക്കുകയോ ചെയ്തില്ല. അപ്പോൾ അവനെ ഭീഷണിപ്പെടുത്താനായി കൊല്ലുമെന്ന് പറഞ്ഞു. ഇക്കാര്യം അവനാണോ നിന്നോട് പറഞ്ഞത്?'

'എന്നോട് പറഞ്ഞില്ല, അജയന്റെ അച്ഛൻ എന്റെവീട്ടിൽ വൈറ്റ്വാഷിങ്ങിന് വന്നിരുന്നു. അപ്പോൾ അച്ഛനോട് പറയുന്നത് കേട്ടതാ'

ഞാനാകെ ഭയപ്പെട്ടു;

പഞ്ചായത്ത് പ്രസിഡണ്ടിനു സമീപം പരാതി എത്തിയതാണോ? ഞാൻ ചോദിച്ചു.

'അവർ എന്തൊക്കെയാ പറഞ്ഞത്?'

അജയന്റെ അച്ഛൻ പറഞ്ഞു: 'മോൻ സ്ക്കൂളിലൊന്നും പോകാതെ നടക്കുന്നുണ്ടെങ്കിലും ജോലിചെയ്യാൻ വിളിച്ചാൽ ഒപ്പം വരുന്നില്ലെന്ന്' അച്ഛൻ അജയനെ പറ്റി ചോദിച്ചപ്പോൾ പറഞ്ഞതാ.'

'അജയന്റെ അച്ഛൻ പിന്നെ എന്തൊക്കെയാ പറഞ്ഞത്?'

എനിക്ക് അതാണല്ലോ അറിയേണ്ടത്.

അവന്റെ അച്ഛൻ പറഞ്ഞത് 'കുറേ ദിവസമായി മോൻ പഠിക്കാൻ പോകുന്നില്ല. ചോദിച്ചപ്പോൾ പറയാ, ക്ലാസ്സിലെ ടീച്ചറ് കൊല്ലുമെന്ന്. എന്നിട്ടിപ്പോൾ പണിക്ക് വരാൻ പറഞ്ഞിട്ടും വരുന്നില്ല.'

'നിന്റെ അച്ഛൻ എന്താണ് പറഞ്ഞത്?'

'നാളെ അജയനെയും കൂട്ടി പണിക്ക് വരാൻ പറഞ്ഞു.'

ഓ, ആശ്വാസം; പിന്നെ ഞാനൊന്നും ചോദിച്ചില്ല.

പഞ്ചായത്ത് പ്രസിഡണ്ട്, എനിക്ക് പരിചയമുള്ളതും ഇടയ്ക്കിടെ കാണുന്നതും സംസാരിക്കുന്നതുമായ വ്യക്തിയാണ്. ഈ സംഭവത്തിനു ശേഷം എത്രയോ തവണ സ്ക്കൂളിൽ വന്നിട്ടും അജയന്റെ കാര്യത്തെ പറ്റി അദ്ദേഹം എന്നോട് ചോദിച്ചിട്ടില്ല. കാരണം?

ഒരു കാലത്ത് അദ്ദേഹം ഇതുപോലെയുള്ള ഹൈസ്ക്കൂൾ അദ്ധ്യാപകൻ ആയിരുന്നു.

വിദ്യാലയ കൃഷി ഓർമ്മകൾ

വിദ്യാലയങ്ങളിൽ നടത്തുന്ന കൃഷിയെപറ്റി കേട്ടുകേൾവിപോലും ഇല്ലാതിരുന്ന കാലത്ത് എന്റെ സർക്കാർ ഹൈസ്ക്കൂളിലെ വിദ്യാർത്ഥികൾ പച്ചക്കറിവിളകൾ കൃഷി ചെയ്തിരുന്നു. ഒരു അദ്ധ്യാപകന്റെ മേൽനോട്ടത്തിൽ നടത്തുന്ന കൃഷിയുടെ മൊത്തമായ പരിചരണം ബയോളജി ടീച്ചറായ ഞാനും ചില വിദ്യാർത്ഥികളും ആയിരുന്നു. വിദ്യാർത്ഥികളിൽ ഒരാൾ എന്റെ മകളാണ്. സ്വന്തം മക്കളുടെ കൂടെ ടീച്ചറുടെ മകളെയും പച്ചക്കറി നടാനും വെള്ളം ഒഴിക്കാനും അയക്കുന്നതുകൊണ്ട് മറ്റുള്ള രക്ഷിതക്കൾക്കൊന്നും പരാതി ഉണ്ടായില്ല. ഇതു പറയാൻ കാരണം പഠനമല്ലാതെ മറ്റെന്തെങ്കിലും കുട്ടികളെക്കൊണ്ട് ചെയ്യിക്കുന്നതിൽ ആ കാലത്ത് രക്ഷിതാക്കൾ എതിരായിരുന്നു.

ചീര, വെള്ളരി, പടവലം, പാവൽ, വെണ്ട, വഴുതന, താലോരി, കുമ്പളം തുടങ്ങിയ എല്ലായിനം നാടൻ പച്ചക്കറി വിളകളും വിദ്യാലയത്തിൽ നട്ടുവളർത്തിയിരുന്നു. ഒഴിവുസമയത്തും ക്ലാസ് കഴിഞ്ഞ് വൈകുന്നേരത്തും കുട്ടികളും ഞാനും ചേർന്ന് പച്ചക്കറി തോട്ടത്തിൽ വെള്ളം ഒഴിക്കുകയോ വളം ചേർക്കുകയോ പാവക്ക പൊതിയുകയോ ചീരയിലെ പുഴുക്കളെ നശിപ്പിക്കുകയോ ചെയ്യുന്നുണ്ടാവും.

ഒരു ദിവസം പച്ചക്കറിത്തോട്ടത്തിൽ ചുറ്റിക്കറങ്ങി സമയം പോയത് അറിഞ്ഞില്ല. അഞ്ചുമണി ആയപ്പോൾ വീട്ടിലേക്ക് പോകാനായി സമീപമുള്ള ക്ലാസ്സിൽ പോയി കുട്ടികൾ പുസ്തകബാഗുമായി ഇറങ്ങിവന്നു. അന്നത്തെ കാലത്ത് അവരുടെ ക്ലാസ്സ് മുറികൾ ഓലമേഞ്ഞ താൽക്കാലിക ഷെഡ്ഡാണ്. അതിനു പിറകിലായി മുന്നിൽനിന്നും കാണാത്ത ഇടത്താണ് പച്ചക്കറിത്തോട്ടം. ഞാനും കുട്ടികളും (എല്ലാവരും പെൺകുട്ടികളാണ്, കൂട്ടത്തിൽ മകളും ഉണ്ട്) ക്ലാസ്സുകൾക്കിടയിലൂടെ നടന്ന് മുന്നിലുള്ള സ്റ്റാഫ്റൂമിൽ എത്തി.

ഒരു നിമിഷം, കുട്ടികളെല്ലാം ഒന്നിച്ച് പറഞ്ഞു.

'ടീച്ചറേ സ്കൂൾ അടച്ചുപൂട്ടിയിട്ട് എല്ലാവരും പോയല്ലോ; ടീച്ചറുടെ ബാഗ് എടുക്കേണ്ടേ?'

പറഞ്ഞത് ശരിയാണ്; ടീച്ചറും ആറ് കുട്ടികളും നിൽക്കുന്നത് അട

ഞ്ഞ വാതിലുകളുടെ മുന്നിലാണ്. ഓഫീസ്, സ്റ്റാഫ്റൂം, ലാബ്, ലൈബ്രറി, ക്ലാസ്മുറികൾ തുടങ്ങിയവയെല്ലാം അടച്ചുപൂട്ടി ഹെഡ്മിസ്ട്രസ്സടക്കം എല്ലാവരും സ്ഥലം വിട്ടിരിക്കുന്നു. ആദ്യമൊന്ന് ഞെട്ടിയെങ്കിലും പിന്നെ എല്ലാവരും ചേർന്ന് കൂട്ടച്ചിരിയായി.

'ടീച്ചർക്ക് ബസ്സിൽ പോകാൻ പൈസ വേണ്ടെ?'

'ടീച്ചർക്കും മകൾക്കും രാത്രിയിൽ എന്റെ വീട്ടിൽ താമസിക്കാം, ഏറ്റവും അടുത്തത് എന്റെ വീടാണ്.'

എട്ടാം ക്ലാസ്സുകാരിയുടെ അഭിപ്രായം കേട്ടപ്പോഴാണ് സംഭവത്തിന്റെ ഗൗരവം മനസ്സിലായത്. ഗ്രാമപ്രദേശത്തുള്ള വിദ്യാലയത്തിൽ മൊബൈൽ ഫോൺ പോയിട്ട് ലാന്റ്ഫോൺ പോലും കടന്നുവരാത്ത കാലമാണ്. അവിടെനിന്നും നടന്ന് ദേശീയപാതയിൽ എത്തിയാൽ മാത്രമേ വാഹനം ലഭിക്കുകയുള്ളൂ. ഓട്ടോയിലോ ടാക്സിയിലോ പോയി വീട്ടിൽ എത്തിച്ചേർന്ന് പണം കൊടുക്കാമെങ്കിലും സമയം രാത്രിയോടടുക്കുകയാണ്.

അങ്ങിനെയുള്ള ആലോചനക്കിടയിൽ മകളുടെ ഉപകരണപ്പെട്ടി പരിശോധിച്ചപ്പോൾ അതിനടിയിലെ കടലാസിന്റെ ഉള്ളിലായി അഞ്ച് രൂപയുടെ നോട്ട് കണ്ടപ്പോൾ ആശ്വാസമായി. അഞ്ചുരൂപ മകൾ ഒളിപ്പിച്ചുവെച്ചതുകൊണ്ട് വീട്ടിലേക്കുള്ള മിനിമം ചാർജ്ജായി എനിക്ക് 2 രൂപയും മകളുടെ കൺസഷൻ ചാർജ്ജ് 25 പൈസയും ബസ്സിൽകൊടുത്ത് വീടെത്താൻ കഴിഞ്ഞു. ശിഷ്യകളെല്ലാം സമീപവാസികൾ ആയതിനാൽ അവരെല്ലാം കാൽനടയായി വീട്ടിലേക്ക് പോകുന്നവരാണ്.

അദ്ധ്യാപന ജോലിയിൽ പ്രവേശിച്ചതിനുശേഷം സ്ക്കൂളിൽനിന്നും ആദ്യമായിട്ടാണ് രണ്ടുകൈയും വീശിക്കൊണ്ട് വീട്ടിലേക്ക് വന്നത്.

പിന്നെ, അതിനുശേഷം നടന്ന സ്റ്റാഫ്മീറ്റിംഗിൽ അഞ്ചുമണിക്ക് മുൻപേ സ്ക്കൂൾ അടച്ചകാര്യം ചോദ്യം ചെയ്തുകൊണ്ട് ഹെഡ്മിസ്ട്രസിനെ ഭീഷണിപ്പെടുത്തി.

എം.പി. ഒരു മഹാത്ഭുതം

നാട്ടിൻപുറത്തുള്ള സർക്കാർ ഹൈസ്കൂളിൽ എട്ട്, ഒൻപത്, പത്ത് എന്നീ ക്ലാസ്സുകളിൽ വിദ്യാർത്ഥികളെ പഠിപ്പിച്ചുകൊണ്ട് അദ്ധ്യാപകർക്കിടയിൽ സ്വയം പ്രഖ്യാപിത ഉന്നത വർഗ്ഗമായി വിലസുന്ന ഞങ്ങൾക്കിടയിലാണ് അതിനുമുകളിലായി പതിനൊന്നും പന്ത്രണ്ടും ക്ലാസ്സുകൾ ചേർന്ന ഹയർ സെക്കന്ററി എന്നൊരു സൂപ്പർ അവതാരം ഇടിത്തീപോലെ കടന്നുവന്നത്. ഏത് തീ ആയാലും ഇരിക്കട്ടെ എന്ന് കരുതി ഉള്ളിൽ കത്തിയാണെങ്കിലും വെളിയിൽ ഇരുകൈകളും നീട്ടി അവരെ സ്വീകരിച്ചു. അങ്ങിനെ ഞങ്ങളുടെ വിദ്യാലയത്തിലും ഹയർ സെക്കന്ററി ക്ലാസ്സുകൾ തുടങ്ങിയപ്പോൾ പുതിയ കെട്ടിടത്തിന്റെ ഉദ്ഘാടന മഹാമഹം നടക്കുന്നതിനിടയിലാണ് മഹത്തായ ചില കാര്യങ്ങൾ അരങ്ങേറിയത്.

എങ്ങിനെയാണെന്നറിയില്ല,, കൂലിയില്ലാത്ത ചില ജോലികൾ ചില ആളുകളെ മാത്രം തേടിയെത്താറുണ്ട്. എത്ര ഒഴിഞ്ഞുമാറിയാലും ചിലയിനം തൊഴിലുകൾ കൃത്യമായി ചിലരിലേക്ക് എത്തിച്ചേരും. അങ്ങിനെയുള്ള ഏതാനും വ്യക്തികളിൽ ഒരാളാണ് ഞാൻ. ഉദ്ഘാടനത്തിന് വരുന്ന വി.ഐ.പി. കളെ സ്വീകരിക്കാനുള്ള ഒരുക്കങ്ങളുടെ ചുമതല എന്റെ തലയിലായി. വേദിയിലുള്ള സ്വീകരണമല്ല,, സ്വീകരണത്തിനുള്ള 'ബൊക്കെ' അണിയറയിൽ തയ്യാറാക്കി കുട്ടികളുടെ കൈയിൽ കൊടുത്തുവിടൽ മാത്രം.

സ്റ്റേജിൽ മുഖം കാണിക്കുകയേ വേണ്ട,, വെറുമൊരു സിമ്പിൾ പരിപാടി.

ഇനി വി.ഐ.പി.കൾ ആരൊക്കെ ആണെന്ന് നോക്കാം.

ബഹുമാനപ്പെട്ട കേരളാ മുഖ്യമന്ത്രി

ബഹുമാനപ്പെട്ട എം. പി.

ബഹുമാനപ്പെട്ട എം.എൽ.എ.

ബഹുമാനപ്പെട്ട പഞ്ചായത്ത് പ്രസിഡണ്ട് (ഇന്ത്യൻ പ്രസിഡണ്ടിനു മേലെയാണെന്ന ഭാവം)

ബഹുമാനപ്പെട്ട വാർഡ് മെമ്പർ

ബഹുമാനപ്പെട്ട പി.ടി.എ. പ്രസിഡണ്ട് (സർക്കാർ സ്‌കൂളിന്റെ മാനേജർ ആണെന്ന ഭാവം)

ബഹുമാനപ്പെട്ട ഡി.ഡി.

ബഹുമാനപ്പെട്ട ഡി.ഇ.ഒ.

പ്രോട്ടോക്കോൾ തെറ്റിയോ?

പരിപാടി നടക്കുന്നതിനു ഒരാഴ്ച മുൻപ്,

വിദ്യാർത്ഥികൾക്കും നാട്ടുകാർക്കും ഉദ്ഘാടന പരിപാടിയുടെ നോട്ടീസ് കൊടുത്തതിന്റെ പിറ്റേന്ന്, ഒന്നാമത്തെ പിരീഡ് കഴിഞ്ഞ് ക്ലാസ്സിൽ നിന്നും ഇറങ്ങാൻ നേരത്ത്, എന്റെ പിന്നാലെ വരുന്നൊരു പ്രിയശിഷ്യൻ.

'എന്തേ?'

'ടീച്ചറേ അനക്കൊരാശ.'

'എന്താശയാ?'

'അടുത്ത ആഴ്ച സ്‌കൂളിൽ വരുന്ന നമ്മുടെ എം.പി.യുടെ കൈയിൽ എനിക്ക് ബൊക്കെ കൊടുക്കണം.'

'ശരി പരിഗണിക്കാം.'

ഇത്തിരി സന്തോഷത്തോടെ ഞാൻ നടന്നു. സാധാരണ ഇതുപോലെയുള്ള പരിപാടിക്ക് കുട്ടികളെ നിർബന്ധിച്ച് ഏൽപ്പിക്കാറാണ് പതിവ്. ഇപ്പോഴെന്തെ ശിഷ്യന്മാർക്കെന്ത് പറ്റി? എം.പി.യുടെ കാര്യം ഓക്കെ. ഇനി മറ്റുള്ള വി.ഐ.പി.കൾക്ക് ആളെ നോക്കിയാൽ മതിയല്ലോ.

അന്ന് വൈകുന്നേരം വീട്ടിലേക്ക് പോകാൻ ബസ്‌സ്റ്റോപ്പിലേക്ക് നടക്കുമ്പോൾ റോഡരികിലെ വീടിനകത്തുനിന്നും വീട്ടമ്മ ഓടിവന്ന് എന്റെ മുന്നിലേക്ക് ചാടി. പെട്ടെന്ന് ഞെട്ടിയ ഞാൻ സഡൻ ബ്രെയ്ക്കിട്ടു.

'അയ്യോ എന്തായിത്.'

'എന്റെ ടീച്ചറേ.'

ഞാനാകെ പേടിച്ചുപോയി.

സാധാരണ ഞാൻ അവളെ നോക്കുമ്പോൾ മറുവശത്തേക്ക് നോക്കുന്നവളാണ്.

അവളുടെ സുന്ദരിയായ മകൾ ഞങ്ങളുടെ സ്‌കൂളിൽ പഠിക്കുന്നുണ്ട്.

അദ്ധ്യാപകർ കുട്ടിയെ എന്തെങ്കിലും ചെയ്തോ?

'എന്താ പറ്റിയത്?'

'അത് ടീച്ചറേ, അന്റെ മോളില്ലേ, ഓള് പറഞ്ഞു സ്‌കൂളിലെ പരിപാടിക്ക് എം.പി. വരുന്നുണ്ടെന്ന്. ടീച്ചറല്ലേ അവർക്ക് സ്വീകരണം ഏർപ്പാ

ടാക്കുന്നത്.'

'ഞാൻ മാത്രമല്ല, എല്ലാവരും കൂടിയാണ്.'

'എന്നാലും, ടീച്ചറ് വിചാരിച്ചാല് അന്റെ അമ്മുക്കുട്ടീനെ കൊണ്ട് നമ്മുടെ എം.പി.ക്ക് പൂ കൊടുക്കാൻ ഏർപ്പാടാക്കിക്കൂടെ.'

'എം.പി. മാത്രമല്ലല്ലോ, മുഖ്യമന്ത്രിയൊക്കെ വരുന്നില്ലേ?'

'മുഖ്യമന്ത്രിയൊന്നും വേണ്ട ടീച്ചറേ, അയാൾക്ക് വയസ്സായില്ലേ, നമ്മക്ക് ചെറുപ്പക്കാരനായ നമ്മളെ എം.പി. മതി.'

'ആ നോക്കട്ടേ... ഇനിയും ദിവസമുണ്ടല്ലോ.'

'ടീച്ചറേ മറക്കല്ലേ.'

രണ്ട് ദിവസം കൂടി കഴിഞ്ഞതോടെ അപേക്ഷകരുടെ എണ്ണം കൂടി. ക്ലാസ്സ് കഴിഞ്ഞ് ഇറങ്ങുന്ന നേരത്ത് അതേ ക്ലാസ്സിൽനിന്നും ഒന്നോ രണ്ടോ കുട്ടികളെങ്കിലും പിന്നാലെ വന്നിട്ട് അപേക്ഷിക്കാൻ തുടങ്ങും. ഞാൻ പുറത്തിറങ്ങുന്ന സമയം നോക്കിയിട്ട് ഏതാനും ശിഷ്യന്മാർ വിടാതെ പിൻതുടർന്നപ്പോൾ എനിക്ക് അതൊരു ശീലമായി മാറി.

എല്ലാവർക്കും എം.പി.യെ മാത്രം മതി.

അവർക്ക് മുഖ്യമന്ത്രിയെ സ്വീകരിക്കേണ്ട.

എം.എൽ.എ.യെ സ്വീകരിക്കേണ്ട.

പഞ്ചായത്ത് പ്രസിഡണ്ടിനെ സ്വീകരിക്കേണ്ട.

വാർഡ് മെമ്പറെ സ്വീകരിക്കേണ്ട.

പി.ടി.എ. പ്രസിഡണ്ടിനെ സ്വീകരിക്കേണ്ട.

ഡി.ഡി.യെ സ്വീകരിക്കേണ്ട.

ഡി.ഇ.ഒ.യെ സ്വീകരിക്കേണ്ട.

അവരാരേയും വേണ്ട.

വേണ്ടത് ഒരാളെ മാത്രം.

എം.പി. നമ്മുടെ ജില്ലയിൽ ആദ്യമായി മത്സരിച്ച് ജയിച്ച എം.പി.

മെമ്പർ ഓഫ് പാർലിമെന്റ്.

ആഘോഷ പരിപാടി നടക്കുന്നതിന്റെ തലേന്ന്...

സ്ക്കൂളിലെ ജൂനിയറായ ടീച്ചേഴ്സിനോട് അടുപ്പം കാണിക്കാത്തവരും അധികമാരോടും മിണ്ടാതെ ഗമയിൽ നടക്കുന്നവരുമാണ് സീനിയർ ഹിന്ദിടീച്ചർ. നട്ടുച്ചനേരത്ത് പെട്ടെന്നവർ സയൻസ് ലാബിനകത്ത് കടന്നുവന്നപ്പോൾ ഞാനാകെയൊന്ന് ഞെട്ടി.

ഹമാരി രാഷ്ട്രഭാഷ ഹിന്ദിക്കെന്താ സയൻസ് ലാബിൽ കാര്യം ?

പെട്ടെന്നവർ എന്നോട് ചോദിച്ചു,

'ടീച്ചറേ, നിങ്ങളല്ലേ നാളെത്തെ പരിപാടിക്ക് ബൊക്കെ ഏർപ്പാടാക്കുന്നത്.'

'അതേ, ഫ്ളവർ സ്റ്റോറിൽ പറഞ്ഞിട്ടുണ്ട്.'

'ഞാൻ വന്നത്, അന്റെ അയപക്കത്തെ സീതാലക്ഷ്മി പറഞ്ഞിട്ടാണ്.'

'അതാരാ?'

'അവളുടെ മോള് കുസുമകുമാരി പത്ത് എ ക്ലാസ്സിൽ പഠിക്കുന്നുണ്ട്. നാളെ കുട്ടികളെക്കൊണ്ട് വി.ഐ.പി.കളെ സ്വീകരിക്കുന്ന കൂട്ടത്തിൽ ആ കുട്ടീനെക്കൊണ്ട് നമ്മുടെ എം.പി.ക്ക് പൂവ് കൊടുക്കാൻ ഏർപ്പാടാക്കണം. എനിക്ക് വേണ്ടപ്പെട്ട വീട്ടുകാരാണ്.'

'ടീച്ചറേ ഇതേകാര്യം ധാരാളം കുട്ടികൾ ആവശ്യപ്പെട്ടിട്ടുണ്ട്. രക്ഷിതാക്കളാണെങ്കിൽ ഇരുപതിൽ അധികമായി. ഞാനെന്താ ചെയ്യ?'

'അതൊന്നും എനിക്ക് നോക്കേണ്ടതില്ല. ഞാൻ പറഞ്ഞതുപോലെ ചെയ്താൽ മതി.'

മറുപടി കേൾക്കാൻ നിൽക്കാതെ സിമന്റ് തറയെ വേദനിപ്പിച്ചുകൊണ്ട് അവർ നടന്നു പോയപ്പോൾ ദേഷ്യം പതഞ്ഞുപൊങ്ങിയെങ്കിലും ഞാനത് ഉള്ളിലൊതുക്കി. 'ഈ ഡ്യൂട്ടി അവർക്ക് ഏറ്റെടുത്താൽ പോരായിരുന്നോ'.

എല്ലാവർക്കും ഒരു എം.പി.

സ്വീകരണ പരിപാടിയുടെ കാര്യങ്ങളെല്ലാം കുട്ടികളുമായി പറഞ്ഞുറപ്പിച്ചശേഷം വീട്ടിലെത്തി. രാത്രി ഉറങ്ങാൻ തുടങ്ങുന്നതിനുമുൻപൊരു ഫോൺ,,

'ഹലോ, ടീച്ചറല്ലേ?'

'അതെ ആരാണ്?'

'ഞാൻ പി.ടി.എ. പ്രസിഡണ്ടാണ്.'

'എന്തുപറ്റി? രാത്രിയിൽ?'

'ഉറക്കം ഞെട്ടിച്ചതിൽ ക്ഷമിക്കണം, ഒരു കാര്യം പറയാനാണ്.'

'ഞാൻ ഉറങ്ങിയിട്ടില്ല, പറഞ്ഞോ?

'അത് ടീച്ചറേ, നിങ്ങളല്ലേ നാളത്തേക്ക് പൂക്കളൊക്കെ വാങ്ങുന്നത്.'

'അതെ'

'നാളെയിപ്പോൾ എല്ലാവർക്കും ബൊക്കെ കൊടുക്കുന്നില്ലേ?'

'ഉണ്ട് നിങ്ങൾക്കും തരുന്നുണ്ട്.'

'എന്റെ കാര്യം വിട്, ഈടയിപ്പം ആകെ ബഹളം.'

'ബഹളമോ?'

'അതേ ടീച്ചറേ, നമ്മുടെ പുതിയ എം.പി.യുടെ കൈയിൽ അന്റെ മോൾക്ക് ബൊക്കെ കൊടുക്കണം പോലും.'

'അതിപ്പം ആളെയൊക്കെ ഏർപ്പാടാക്കിയല്ലോ, ഏതായാലും നിങ്ങളുടെ മകൾ ബൊക്കെ കൊടുത്ത് മുഖ്യമന്ത്രിയെ സ്വീകരിക്കും. അവൾ സ്ക്കൂൾ ലീഡറല്ലേ, വി.ഐ.പി.കളെ സ്വീകരിക്കാൻ ലീഡർമാരെയാണ് ഏർപ്പാടാക്കിയത്.'

'അത് പറഞ്ഞിട്ടാണ് ഇവിടെയുള്ള പ്രശ്നം. എം.പി.യെ മാത്രമേ സ്വീകരിക്കൂ എന്ന് അവൾ വാശിപിടിക്കുന്നു.'

'അതെന്തൊരു വാശിയാ? മുഖ്യമന്ത്രിയെക്കാൾ വലുത് എം.പി. യാണോ? നാളെ സ്ക്കൂളിൽ വരുമ്പോൾ മകളോട് പറഞ്ഞ് പ്രശ്നം തീർക്കാം. അതൊക്കെ ടീച്ചർ ശരിയാക്കുമെന്ന് ഇപ്പോൾ പറഞ്ഞാൽ മതി.'

'സന്തോഷം ടീച്ചർ.'

ഉറങ്ങാൻ കിടന്നപ്പോൾ എന്റെ ചിന്തമുഴുവൻ നാളെ നടക്കാനിരിക്കുന്ന സ്വീകരണത്തെ കുറിച്ചായിരുന്നു. കുട്ടികൾക്കും രക്ഷിതാക്കൾക്കും നാട്ടുകാർക്കും എം.പി.മാത്രം മതി.

എങ്കിലും എന്റെ എം.പി. ...

നീയൊരു അത്ഭുതം തന്നെ.

●

www.ingramcontent.com/pod-product-compliance
Lightning Source LLC
LaVergne TN
LVHW100844051026
849519LV00006B/2417
9789389250817